குதிரைக்காரன்

குதிரைக்காரன்

அ. முத்துலிங்கம் (பி. 1937)

இலங்கையில் கொக்குவில் கிராமத்தில் பிறந்து வளர்ந்தவர். கொழும்பு பல்கலைக்கழகத்தில் விஞ்ஞானப் படிப்பை முடித்த பின் இலங்கையின் சார்டர்ட் அக்கவுண்டன்ட் படிப்பையும், இங்கிலாந்தின் சார்டர்ட் மனேஜ்மெண்ட் படிப்பையும் பூர்த்திசெய்து இலங்கையிலும் ஆப்பிரிக்காவிலும் இன்னும் பல நாடுகளிலும் உலக வங்கிக்காகவும் ஐ.நா.வுக்காகவும் பணிபுரிந்து 2000இல் ஓய்வுபெற்றவர். கனடாவின் தமிழ் இலக்கியத் தோட்டத்தை நிறுவியவர்களில் முதன்மையானவர். கடந்த பல வருடங்களாக ஹார்வர்ட் பல்கலைக்கழகத்திலும் ரொறொன்ரோ பல்கலைக் கழகத்திலும் தமிழ் இருக்கைகள் அமைப்பதற்காக இயங்கிய குழுவில் ஆரம்ப உறுப்பினராக முனைப்புடன் செயலாற்றியவர். மனைவி ரஞ்சனியுடன் கனடாவில் வசிக்கிறார்.

பிள்ளைகள்: சஞ்சயன், வைதேகி. வைதேகியின் மகள்தான் அடிக்கடி இவர் கதைகளில் வரும் அப்ஸரா. சஞ்சயனின் மகள் சகானா.

அறுபதுகளில் எழுத ஆரம்பித்து இன்றும் இவருடைய பணி தொடர்கிறது. சிறுகதை, கட்டுரை, நேர்காணல், விமர்சனம், நாவல் என எழுதிவருகிறார். இவருடைய சிறுகதைத் தொகுப்புகள் ஆங்கில மொழிபெயர்ப்பில் வெளியாகியுள்ளன. 2023இல் இவருடைய நாவல் (Where God Began) ஆங்கில மொழிபெயர்ப்பில் வெளிவருகிறது.

ஆசிரியரின் பிற நூல்கள்

- அக்கா (1964)
- திகடசக்கரம் (1995)
- வம்சவிருத்தி (1996)
- வடக்கு வீதி (1998)
- மகாராஜாவின் ரயில் வண்டி (2001)
- அ. முத்துலிங்கம் கதைகள் (2004)
- அங்கே இப்ப என்ன நேரம்? (2005)
- வியத்தலும் இலமே (2006)
- கடிகாரம் அமைதியாக எண்ணிக்கொண்டிருக்கிறது (2006)
- பூமியின் பாதி வயது (2007)
- உண்மை கலந்த நாட்குறிப்புகள் (2008)
- அ.முத்துலிங்கம் சிறுகதைகள் – ஒலிப்புத்தகம் (2008)
- Inauspicious Times (2008)
- அமெரிக்கக்காரி (2009)
- அமெரிக்க உளவாளி (2010)
- ஒன்றுக்கும் உதவாதவன் (2011)
- கொழுத்தாடு பிடிப்பேன் (2013)
- பிள்ளை கடத்தல்காரன் (2015)
- புவியீர்ப்புக் கட்டணம் (2021)
- கடவுளுக்கு வேலை செய்பவர் (2022)
- கடவுள் தொடங்கிய இடம் (2023)

அ. முத்துலிங்கம்

குதிரைக்காரன்

காலச்சுவடு பதிப்பகம்

அன்பார்ந்த வாசகருக்கு,

வணக்கம்.

காலச்சுவடு நூலை வாங்கியமைக்கு நன்றி.

நூலின் உள்ளடக்கம், உருவாக்கம், அட்டைப்படம் இன்ன பிற அம்சங்கள் பற்றிய உங்கள் கருத்துகளையும் ஆலோசனைகளையும் காலச்சுவடு வரவேற்கிறது. தகவல், எழுத்து, வாக்கியப் பிழைகள் தென்பட்டால் அவசியம் தெரிவித்து உதவுங்கள். நூல் தயாரிப்பில் கடும் குறைபாடு இருப்பின் மாற்றுப் பிரதி உங்களுக்குக் கிடைக்கக் காலச்சுவடு ஏற்பாடு செய்யும்.

மின்னஞ்சல்: **publisher@kalachuvadu.com**

காலச்சுவடு நாகர்கோவில் அலுவலகத்திற்குக் கடிதம் அனுப்பலாம்.

தங்கள்
எஸ். ஆர். சுந்தரம் (கண்ணன்)
பதிப்பாளர் — நிர்வாக இயக்குநர்

குதிரைக்காரன் ❖ சிறுகதைகள் ❖ ஆசிரியர்: அ. முத்துலிங்கம் ❖ © அ. முத்துலிங்கம் ❖ முதல் பதிப்பு: ஆகஸ்டு 2012, ஒன்பதாம் பதிப்பு: அக்டோபர் 2024 ❖ வெளியீடு: காலச்சுவடு பப்ளிகேஷன்ஸ் (பி) லிட்., 669 கே. பி. சாலை, நாகர்கோவில் 629001

kutiraikkaaran ❖ Short Stories ❖ Author: A. Muttulingam ❖ © A. Muttulingam ❖ Language: Tamil ❖ First Edition: August 2012, Ninth Edition: October 2024 ❖ Size: Demy 1 x 8 ❖ Paper: 18.6 kg maplitho ❖ Pages: 152

Published by Kalachuvadu Publications Pvt.Ltd., 669 K.P. Road, Nagercoil 629001, India ❖ Phone: 91-4652-278525 ❖ e-mail: publications@kalachuvadu.com ❖ Printed at Real Impact Solutions, No. 12, 3rd Street, East Abiramapuram, Mylapore, Chennai 600 004

ISBN: 978-93-81969-26-7

10/2024/S.No. 471, kcp 5336, 18.6 (9) 1k

சமர்ப்பணம்

அக்டோபர் 31, 2011 தேதி முக்கியமானது. அன்றைய தேதி உலகத்தில் பிறந்த குழந்தைகளின் எண்ணிக்கை 3,84,000. கனடாவின் அரா யூனும், அமெரிக்காவின் பிலால் முகமட்டும், இந்தியாவின் நர்கிஸ் யாதவ்வும் இலங்கையின் வத்தலகம முத்துமணியும் பிறந்த அன்றுதான் உலக சனத்தொகை 7 பில்லியன் இலக்கத்தைத் தொட்டது.

பூமியின் சுற்றுச்சூழலுக்கு அளப்பரிய கேடுவிளைவித்த மனித குலத்தில் நானும் ஒரு துளி. இதற்காக மிகவும் வருத்தப்படு கிறேன். மரக்கிளையில் உட்கார்ந்துகொண்டு அதை வெட்டுவது போல மனிதன் பூமியின் இயற்கை வளங்களை அழித்தான். இந்தப் பூமியில் ஒருநாள் தேனீக்கள் இல்லையென்றால் சகல உயிரினங்களும் அழிந்துபோகும். மனிதன் இல்லாமல் போனால் அத்தனை உயிரினங்களும் வாழும், இன்னும் சுபிட்சமாக.

முன்னோர்கள் எங்களிடம் ஒப்படைத்த பூமி அழிவு நிலையில் அக்டோபர் 31, 2011 ஆகிய இன்று, உங்களிடம் ஒப்படைக்கப் படுகிறது. இனிவரும் காலங்களில் பூமியை மீட்டெடுக்கும் பொறுப்பு உங்களுடையது. இந்தப் பெரிய சவாலை எதிர் கொள்ளும் உங்களுக்கும் உங்கள் வழித்தோன்றல்களுக்கும் இந்தப் புத்தகம் சமர்ப்பணம்.

பொருளடக்கம்

முன்னுரை : நூறு தேர்க்கால்கள்	11
குதிரைக்காரன்	15
குற்றம் கழிக்க வேண்டும்	28
மெய்க்காப்பாளன்	34
பாரம்	45
ஐந்து கால் மனிதன்	55
ஜகதலப்ரதாபன்	61
புளிக்கவைத்த அப்பம்	68
புதுப் பெண்சாதி	81
22 வயது	89
எங்கள் வீட்டு நீதிவான்	99
தீர்வு	107
எல்லாம் வெல்லும்	118
மூளையால் யோசி	132
ஆச்சரியம்	140
கனகசுந்தரி	145

முன்னுரை

நூறு தேர்க்கால்கள்

நூறு தேர்க்கால்கள் செய்த ஒரு தச்சருக்கு 101வது தேர்க்கால் செய்வது எத்தனைச் சுலபம். நூறு குதிரை களை அடக்கிய வீரனுக்கு 101வது குதிரையை அடக்கு வது எத்தனைச் சுலபம். 100 ரோஜாக்கன்று நட்டு வளர்த்த வருக்கு 101வது ரோஜாக்கன்றை வளர்த்து எடுப்பது எத்தனைச் சுலபம். ஆனால் சிறுகதைகள் அப்படியல்ல. 100 சிறுகதைகள் எழுதிய ஒருவருக்கு 101வது சிறுகதை எழுதுவது அத்தனை எளிதாக இருப்பதில்லை; உண்மை யில் மிகவும் கடினமானது. அது ஏற்கனவே எழுதிய நூறு கதைகளில் சொல்லாதது ஒன்றைச் சொல்ல வேண்டும். மற்றவர்கள் தொடாத ஒரு விசயமாகவும் புதிய மொழி யாகவும் இருக்கவேண்டும். 'புதிதைச் சொல், புதிதாகச் சொல்' என்பார்கள்.

ஆரம்பத்தில் சிறுகதையாசிரியர்கள் மாதத்தில் இரண்டு மூன்று கதைகளென்று எழுதித் தள்ளுவார்கள். நாள் செல்லச் செல்ல கதை எழுதும் வேகம் குறைந்து கொண்டு வரும். 100 கதைகள் எழுதிய பின்னர் ஆறு மாதத்திற்கு ஒன்று எழுதுவதே கடினமாகிவிடும். உலகத்துச் சிறுகதை எழுத்தாளர்களில், பொறாமைப்பட வைக்கும் உச்சத்தில் இருக்கும் கனடிய எழுத்தாளர் அலிஸ் மன்றோ 200 சிறுகதைகள் எழுதிவிட்டார். இன்று கூட ஒரு சிறுகதை எழுதுவதற்கு 6 மாதம் தேவை என்கிறார். ஏனென்றால் அவருக்குப் புதிதாக ஏதாவது எழுதுவதற்குத் தோன்றவேண்டும். எப்பொழுதும் ஒரு புது விடயத்துக்காக எழுத்தாளர் துடித்துக்கொண் டிருப்பார். கண்கள் சுழன்றுகொண்டிருக்கும். காதுகள் ஒரு புது வார்த்தைக்காக ஏங்கும். குளிர் ரத்தப் பிராணி இரைக்குக் காத்திருப்பதுபோல மனம் ஒரு பொறிக்காகக் காத்திருக்கும்.

பல வருடங்களுக்கு முன்னர் பாகிஸ்தான் – ஆப்கானிஸ்தான் எல்லையிலுள்ள லண்டிக்கோட்டல் என்னும் ஊருக்குப் போயிருந்தேன். அங்கே பிரிட்டிஷ்காரர்கள் அவர்கள் ஆட்சியின்போது 100 வருடங்களுக்கு முன்னர் ஆரம்பித்துவைத்த கைபர் ரைஃபில்ஸ் படைவகுப்பு இருந்தது. அந்த இடத்தில் ஒரு மரத்தை வலைபோட்டுக் கட்டிவைத்திருந்தார்கள். மரத்தில் எழுதியிருந்த வாசகமே கதையைச் சொன்னது. 'நான் கைது செய்யப்பட்டிருக்கிறேன்.' பிரிட்டிஷ் ராணுவ அதிகாரி ஒருவர் குடிபோதையில் ஒருநாள் வந்தபோது அந்த மரம் ஓடுவதைக் கண்டார். உடனே அவர் கட்டளையிட ராணுவவீரன் ஒருவன் அதைக் கைதுசெய்து கட்டிப்போட்டான். இன்றைக்கும் மரம் அப்படியே சிறையில் காவல் காக்கப்படுகிறது. பிரிட்டிஷ் அரசு எப்பவோ போய்விட்டது. ராணுவ அதிகாரி போய்விட்டார். ராணுவவீரன் போய்விட்டான். மரம் இன்னமும் அதே சிறையில் நிற்கிறது – ஒரு காலத்து வரலாற்றையும், அதிகார மமதையையும், மூடத்தனத்தையும் பிரகடனம் செய்தபடி.

ஒரு நல்ல சிறுகதையாசிரியர் உடனே தன் குறிப்புப் புத்தகத்தில் இதை எழுதிவைத்துக்கொள்வார். அபூர்வமான சம்பவம். முன்பு ஒருவரும் சிறுகதை ஒன்றில் தொட்டிராத நிகழ்வு. சிறுகதைகள் பிறப்பது இப்படித்தான். ஒருமுறை பழைய நாள் கிரிக்கெட் வீரர் ஒருவரைச் சந்தித்தேன். அவர் ஒரு தேசத்துக் கிரிக்கெட் அணியில் ரிசர்வாக இருந்தவர். எல்லா நாட்களும் பயிற்சிக்குப் போவார். கடுமையாக உழைப்பார். மற்றவர்கள் போல அவரும் விளையாட்டு உடையணிந்து மைதானத்தில் அணியுடன் காத்திருப்பார். ஆனால் ஒருமுறைகூட அவர் சர்வதேசப் போட்டியில் விளையாடியது கிடையாது. உடையணிந்து உட்கார்ந்திருந்ததுதான் அவருடைய உச்சபட்ச சாதனை. அவருக்கு அந்தச் சோகம் இருபது வருடங்களாக இருக்கிறது.

நீல் ஆம்ஸ்ரோங்கும், எட்வின் பஸ் அல்ட்ரினும் சந்திரனை நோக்கிப் புறப்பட்ட விண்வெளிப் பயணத்தில் பஸ் அல்ட்ரின்தான் சந்திரனில் முதலில் காலடி வைப்பதாக இருந்தது. ஆனால் அவர்கள் விண்கலத்தில் சுருண்டுபோய் உட்கார்ந்திருந்தவிதம் ஆர்ம்ஸ்ரோங் முதலில் இறங்குவதற்கு வசதியாக அமைந்திருந்தது. அப்படியே நடந்தது. அல்ட்ரினிக்கு அது பெரிய இழப்பு. வாழ்நாள் முழுக்கக் குடிபோதையில் இதை மறக்க முயன்றார். தோல்வியடைந்தவர்களிடம்தான் கதைகள் உள்ளன. ஒஸ்கார் விருது விழாக்களில் நான் தோல்வியடைந்தவர்களையே பார்க்கிறேன். பக்கட்டுகளில் அவர்கள் எழுதிக் கொண்டு வந்த ஏற்புரைகள் இருக்கும். அவற்றைப் படிக்காமலே அவர்கள் திரும்பவும் வீட்டுக்கு எடுத்துப்போவார்கள்.

புறநானூறுப் பாடல்களைத் தொகுத்தவர் 401வது பாடலைத் தொகுக்கவில்லை. அதை எழுதியவர் யார்? அந்தப் பாடல் என்ன? அவரைப் பற்றியும் தேர்வுசெய்யப்படாத அவருடைய கவிதை பற்றியும் எழுதுவது எவ்வளவு சுவாரஸ்யமாக இருக்கும்.

கடந்த நாலு வருடங்களில் புதியதைத் தேடி அலைந்து எழுதியவைதான் இந்தத் தொகுப்பில் உள்ள சிறுகதைகள். எதுவுமே முன்பு சொல்லப்படாதவை. மேல்படிப்புக்காகத் தாயைத் தனியே விட்டுவிட்டு அமெரிக்காவுக்குப் படிக்கப்போன மகள் அங்கேயே தங்கிவிடுகிறாள். அவளுக்கும் அவளுடைய தாய்க்குமான உறவு என்னவாகிறது? இந்திய அமைதிப்படை யாழ்ப்பாணத்தை ஆட்சிசெய்த காலத்தில் ஒரு கிராமத்தில் கடை நடத்திய ஏழைப்பெண்ணை ராணுவம் பிடித்துப்போகிறது. அவளுக்கு என்ன நடந்தது? கனடா பள்ளிக்கூடத்தில் படிக்கும் சிறுமி ருதுவாகிவிடுகிறாள். அவளுடைய தாய் குற்றம் கழிப் பதற்காக அவளைப் பள்ளிக்கூடத்திலிருந்து நிறுத்திவிடுகிறார். கணிதத்தில் சிறுமி அதி தேர்ச்சி பெற்றவள். அவளால் முக்கிய மான மாநில அளவில் நடத்தப்படும் கணிதப் பரீட்சையை எழுத முடியாமல் போகிறது. 22 வயது இளைஞன் ஒருவன் கனடா விலிருந்து சீனாவுக்கு முதன்முறையாக அவன் வேலை செய் யும் கம்பனி நிமித்தமாகப் பயணம் செய்கிறான். அவனுடைய எதிர்காலம் பயணத்தின் வெற்றியில் தங்கியிருக்கிறது. அடிக் கடி அடகு வைக்கப்படும் ஆப்பிரிக்கச் சிறுவன், இரண்டாம் உலகப்போரில் ஆரம்பித்து இன்றுவரை உழலும் யூதப் பெண்மணி. இப்படிச் சிறு சிறு நிகழ்வுகளை வைத்துப் புதிய களங்களில் பின்னிய புதிய கதைகள். இவை அவ்வப்போது *காலம், காலச்சுவடு, உயிர்மை, தீராநதி, குமுதம், ஆனந்த விகடன்* முதலிய இதழ்களில் வெளியாகியுள்ளன. இதழின் ஆசிரியர்களுக்கு என் நன்றி.

இந்தத் தொகுப்பைச் சிறப்பாகக் கொண்டுவரும் காலச்சுவடு கண்ணனுக்கும், அட்டையை வடிவமைத்த றஷ்மி மற்றும் புத்தகத்தை வடிவமைத்த மஞ்சு முத்துகுமாருக்கும் நான் கடமைப்பட்டவன்.

றொறொன்ரோ
19 மே 2012

அ. முத்துலிங்கம்
amuttu@gmail.com
www.amuttu.net

குதிரைக்காரன்

அவனுடைய பெயர் என்னவென்று யாராவது கேட்டால் அவன் மார்ட்டென் என்றே சொன்னான். அது ஒரு பிலிப்பினோ பெயர். ஆனால் அவர்கள் அழைக்கும்போது மார்ட்டின் என்றே அழைத்தார்கள். ஒன்றிரண்டு முறை தவறைச் சுட்டிக் காட்டினான். பின்னர் திருத்துவது அலுத்துப்போய் அவனும் தன் பெயரை மார்ட்டின் என்று சொல்லத் தொடங்கியிருந்தான். ஒரு வருடத்திற்கு முன்னர் பழைய சந்தையில் வாங்கிய கோட்டை அணிந்திருந்தான். வயது ஏறும்போது கோட்டும் வளரும் என்று எண்ணினானோ என்னவோ, அந்தக் கோட்டு அவன் உடம்பைத் தோல்போல இறுக்கிப் பிடித்துக்கொண்டது. விளிம்பு வைத்த வட்டத் தொப்பி ஒன்றைத் தலையிலே தரித்திருந்தான். முதுகுப் பை சாமான்கள் நிரம்பிப் பாரமாகத் தொங்கியது. லராமி ஆற்றை ஒட்டிய பாதையில் நடந்துபோனால் மார்க் ஓகொன்னருடைய பண்ணை வரும் என்று சொல்லியிருந்தார்கள். ஆனால் எத்தனை மணி நேரம் அப்படி நடக்க வேண்டும் என்பதை எவரும் சொல்லவில்லை. மரப் பாலங்கள் அடிக்கடி வந்தன. மிகவும் எச்சரிக்கையாக அவற்றைக் கடக்க வேண்டும். ஒன்றிரண்டு பலகைகள் உடைந்து தண்ணீர் மினுங்கிக்கொண்டு கீழே ஓடுவதை அவதானிக்கக் கூடியதாக இருந்தது.

பாதை இரண்டாகப் பிரியும் ஒவ்வொரு சமயமும் பிலிப்பைன் நாட்டில் இருக்கும் தன் தகப்பனை நினைத்துக் கொண்டான். அவருடைய அறிவுரை பயனுள்ளதாகத் தோன்றியது. வழிதெரியாத புதுப் பிரதேசத்தில் நடக்கும் போது எப்போதும் பாதை பிரிந்தால் இடது பக்கத்தைத் தேர்ந்து எடுக்க வேண்டும். வழி தவறினால் திரும்பும்

போது வலது திருப்பங்களை எடுத்துப் புறப்பட்ட இடத்துக்கு வந்து சேர்ந்துவிடலாம். இடம் வலம் என்று மாறி மாறி எடுத்தால் திரும்பும் வழி மறந்து தொலைந்துபோய் விட வேண்டியதுதான். எத்தனை நல்ல புத்திமதி. மான் கூட்டம் ஒன்று அவனைத் தாண்டிப் போனது. கொம்பு வைத்த ஆண் மான் பாதையின் நடுவில் நின்று ஒருவித அச்சமும் இல்லாமல் எதையோ தீர்மானிக்க முயல்வதுபோல அவனை உற்றுப் பார்த்தது. அது வெள்ளைவால் மான் என்பது அவனுக்கு பின்னாளில் தெரியவரும். கறுப்புவால் மான்கள் இன்னும் பெரிதாக இருக்கும். கீழே தூரத்தில் பைஸன்கள் பள்ளத் தாக்கிலே மேய்ந்துகொண்டிருந்தன. ஆனால் அவன் பயப் படுவது கரடிகளுக்குத்தான். அவை ஆபத்தானவை என்று கேள்விப்பட்டிருந்தான். ஓநாய்களும் அவனுக்கு அச்சம் ஊட்டுபவை.

பனிக்காலம் முடிந்துவிட்டாலும் இன்னும் சில இடங் களில் கடைசிப் பனி உருகாமல் தரையை ஒட்டிப் பிடித்திருந் தது. அமெரிக்காவில் ஜனாதிபதி ஐஸன்ஹோவர் தனது இரண்டாவது தவணை ஆட்சியைத் தொடங்கி நாலு மாதங்கள் ஆகிவிட்டன. அவனுடைய நாட்டு ஜனாதிபதி மகசெசெ விமான விபத்தில் இறந்துபோய் இரண்டு வாரம் ஆகிறது. பின்னாளில் உலகப் பிரபலமாகப் போகும் ஒசாமா பின்லாடன் பிறந்து ஒரு மாதம் ஆகியிருந்தது. இது ஒன்றும் அவனுக்குத் தெரியாது. அவன் கவனம் முதுகுப்பையில் பத்திரமாக அவன் காவிய மரக்கன்று பழுதாகக்கூடாது என்பதில் இருந்தது. பண்ணை எப்போது வரும் என அலுத்துப்போய் சற்று நின்று வானத்தை நிமிர்ந்து பார்த்தபோது கண்களை அவனால் நம்பமுடியவில்லை. மஞ்சள் தலை கறுப்புக் குருவிகள் ஆயிரம் ஆயிரமாகத் தெற்கிலிருந்து வடக்கு நோக்கிப் பறந்துகொண் டிருந்தன. இவை என்ன பறவைகள் எனக் கண்டுபிடிக்க வேண்டும் என மனதுக்குள் நினைத்துக்கொண்டான். மீண்டும் பார்வையை நேராக்கியபோது ‘ஓகொன்னர் பண்ணை’ என்று எழுதிய பெயர்ப் பலகை அவன் கண்ணில் பட்டது..

ஓகொன்னர் நீண்ட பொன்முடி விழுந்து கண்களை மறைக்க, தட்டையான அகலமான நெஞ்சுடன் ஆறடி உயர மாகத் தோன்றினார். மாலை ஆறு மணி ஆகிவிட்டதால் தூரத்தில் தெரியும் இரண்டு மலை முகடுகளைப் பார்த்தபடி ஓய்வெடுத்தார். சூரியனுடைய கடைசிக் கிரணங்கள் அவர் முகத்தைச் சிவப்பாக்கின. அவருக்கு முன் இருந்த இனிப்பு

மேசையில் நுரை தள்ளும் பானம் இருந்தது. பியர் ஆக இருக்கலாம். மரநாற்காலிகள் நிறைய இருந்தும் அவர் அவனை உட்காரச் சொல்லவில்லை. மார்ட்டின் தொப்பி விளிம்பில் ஒரு விரலை வைத்து அது போதாதென்று நினைத்தோ என்னவோ இடுப்புவரைக் குனிந்து வணக்கம் சொன்னான். 'பண்ணையில் என்ன வேலை செய்யத் தெரியும்?' என்று அவனிடம் கேட்டார். மார்ட்டின் 'எல்லா வேலையும் தெரியும். கோழி வளர்ப்பு, பன்றிகள், ஆடுகள், மாடுகள் எல்லாம் பராமரிப்பேன். தச்சு வேலையும் கொஞ்சம் கற்றிருக்கிறேன்' என்றான். அவனுடைய தகப்பன் 'தச்சுவேலை உனக்கு உதவும். அது யேசுநாதருடைய தொழில்' என்று சொன்னது ஞாபகத்துக்கு வந்தது. 'குதிரை பராமரித்து உனக்கு ஏதாவது அனுபவம் உண்டா?' என்றார். 'இன்னும் இல்லை ஐயா. ஆனால் எதையும் சீக்கிரம் கற்றுக் கொள்வேன்' என்றான். 'அப்ப சரி. உனக்குத் தச்சு வேலை வரும் என்பதால் நீ வேலிகளைச் செப்பனிடலாம். குதிரை பராமரிப்பாளன் தொம்ஸனுக்கு உதவியாளாக இரு' என்றார்.

'நன்றி, ஐயா. ஒரு சின்ன விண்ணப்பம். ஒரு செடி கொண்டுவந்திருக்கிறேன். அதை நடுவதற்கு அனுமதி வேண்டும்' என்றான். 'செடியா? என்ன செடி?' என்றார் ஓகொன்னர். 'அஸ்பென் செடி ஐயா. அதிவேகமாக வளரும். தன் இனத்தைத் தானே பெருக்கிக்கொள்ளும். பண்ணைக்கு சுபிட்சத்தையும், மனிதர்களுக்கு அமைதியையும் கொடுக்கும்' என்றான். 'அப்படியா, மிக்க மகிழ்ச்சி. அஸ்பென் செடி ஒன்றை நானும் தேடிக்கொண்டிருந்தேன். நீ கொண்டுவந்துவிட்டாய், நன்றி. வராந்தாவுக்கு முன் நட்டுவிடு. நான் தினம் தினம் பார்க்கலாம்' என்றார். மார்ட்டின் 'ஆகட்டும்' என்றான்.

தொம்ஸன் ஒரு கறுப்பின அமெரிக்கன். அறுபது வயதில் சற்றுக் கூன் விழுந்து ஆறடி உயரமாக இருந்தான். யோசித்துப் பார்த்தபோது மார்ட்டின் அமெரிக்காவில் ஆறடிக்கு உயரம் குறைவானவர்களை இன்னும் சந்திக்கவில்லை. நேரம் இருட்டிவிட்டதால் சமையல் அறை பூட்டுமுன்னர் தொம்ஸன் அவனுக்கு இரவு உணவு வாங்கிவந்து கொடுத்தான். வாட்டிய மாட்டிறைச்சி, பீன்ஸ், ரொட்டி. குதிரை லாயத்துக்குப் பக்கத்தில் இருந்த ஒரு சிறு அறையை அவனுக்கு ஒதுக்கி அங்கே படுத்துக்கொள்ளச் சொன்னான். மரக்கட்டிலின் மேல் பரப்பிய வைக்கோல் மெத்தை ஒன்று கிடந்தது. அதிலே கால்களை நீட்டிப் படுத்தபோதும் அவனுக்குத் தூக்கம் வரவில்லை. அவனுக்கு மேல் சரி நேரே பழுப்பு நிறத்தில் பெரிய வௌவால்

குதிரைக்காரன் 17

ஒன்று தலைகீழாகத் தொங்கியது. அவன் அதை பார்த்துக் கொண்டிருந்தபோது அது கால்களை விடுவித்து நேரே விழுந்து பாதியில் செட்டையை அடித்து வெளியே பறந்துபோனது. அவன் நியூயோர்க்கில் ஒருவாரம் தங்கியிருந்தது நினைவுக்கு வந்தது. அமெரிக்காவில் காலடி வைத்த அந்த முதல் நாள் அவனுக்கு ஐந்தாவது மாடியில் தங்க இடம் கொடுத்தார்கள். எவ்வளவோ அவன் மறுத்தும் அவர்கள் சம்மதிக்கவில்லை. கழிப்பறை போவதற்கு ஐந்து மாடிகளும் இறங்கிக் கீழே வந்தான். மறுபடியும் மேலே ஏறினான். மூன்றாம் நாள்தான் கழிப்பறை ஐந்தாம் மாடியிலேயே இருப்பதை அறிந்து அதிர்ச்சி யடைந்தான். தரையில் கழிப்பறை இருப்பதை அவன் கண்டி ருக்கிறான். ஆனால் ஐந்தாவது மாடியில் ஒரு கழிப்பறையை உருவாக்க முடியும் என்பது அவனுக்குப் பெரும் புதிராகவே இருந்தது. எப்படி யோசித்தும் அதைக் கற்பனை செய்ய முடியவில்லை. அமெரிக்காவின் முதல் அதிசயமாக அது மனதில் பதிந்துபோய்க் கிடந்தது.

குதிரைகள் கால் மாறி நிற்பதும் அவற்றின் கனைப்புச் சத்தமும் அவனை மறுநாள் காலை எழுப்பியது. தொம்ஸன் அவனை அழைத்துச் சென்று குதிரைகளை அறிமுகப்படுத்தி னான். அவற்றின் பெயர்கள் எலிஸபெத், தண்டர்போல்ட், ஸ்கைஜம்பர், ரப்பிட்ஸ்டோர்ம் என்று பலவிதமாக இருந்தன. குதிரைகளைப் பார்த்தவுடனேயே அவனுக்கு அதீத பிரியம் ஏற்பட்டுவிட்டது. அவைகளைப் பராமரிப்பது பற்றித் தொம்ஸன் சொல்லித் தந்தான். மார்ட்டின் ஒவ்வொரு குதிரையையும் தொட்டு அதன் பெயரைச் சொல்லிச் சிநேகப்படுத்திக்கொண் டான். குதிரை வளர்ப்புப் பற்றி நிறையக் கேள்விகள் கேட்டான். ஓர் உயர்ஜாதிக் குதிரை மட்டும் கூடிய பாதுகாப்புடன் பிரத்தி யேகமாகப் பராமரிக்கப் பட்டது. பகலிலும் மின்சார பல்புகள் எரிந்தன. 'குதிரையின் கர்ப்பகாலம் 11 மாதம். கருத்தரிக்கக் கூடிய சிறந்தமாதம் மே அல்லது ஏப்ரல். அதிக வெளிச்சம் கருத்தரிக்கும் வாய்ப்பைக் கூட்டும். அதுதான் அப்படியான கவனம். அந்தக் குதிரை சீக்கிரத்தில் கர்ப்பமடையப்போகிறது' என்று தொம்ஸன் கூறினான்.

குதிரை வளர்ப்பைப் பற்றிய எல்லாக் கலைகளையும் பயின்றாலும் மார்ட்டினுக்குக் குதிரைச் சவாரி போவதில் அதிக விருப்பம் இருந்தது. அதையும் தொம்ஸனிடம் கற்றான். அவனை இயற்கையான குதிரை ஓட்டி என தொம்ஸன் வர்ணித்தான். ஏறி உட்கார்ந்ததும் குதிரை ஆளை எடை

போட்டுவிடும். மார்ட்டினை ஒரு குதிரைகூட இடர் செய்ய வில்லை. வெகு சீக்கிரத்தில் நல்ல குதிரை ஓட்டக்காரனாகத் தேர்ந்துவிட்டான். 2000 ஏக்கர்கள் கொண்ட அவர்களுடைய பண்ணையை அவன் குதிரை மேல் அமர்ந்தபடியே சுற்றிப் பார்வையிட்டான். ஆரம்பத்தில் அவனுடைய பணி வேலி களைச் செப்பனிடுவது. காட்டு மிருகங்கள் அடிக்கடி வேலியை உடைத்து உள்ளே வந்துவிடும். அவற்றைத் துரத்துவதுதான் பெரிய தொல்லை. அவனுடைய அப்பா கற்றுக்கொள்ளச் சொல்லி வற்புறுத்திய தச்சு வேலை அவனுக்குக் கைகொடுத்தது.

ஒருநாள் மாலை நேரம் எசமான் அவனை அழைத்தார். அவர் படுக்கை அறைக்கு முன் இருந்த வராந்தாவில் சாய் மனைக் கதிரையில் அமர்ந்து பியர் குடித்தபடி சூரிய அஸ்தமனத்தை ரசித்துக்கொண்டிருந்தார். அவன் நட்ட அஸ்பென் மரம் கிடுகிடுவெனப் பத்தடி உயரத்துக்கு வளர்ந்து விட்டது. அந்த மரத்தை உற்றுப் பார்த்தார். ஒரு சோடா மூடி அளவான இலைகள் எந்த நேரம் பார்த்தாலும் துடித்த படி இருந்தன. கண்ணுக்கு தெரியாத யாரோ ஒருவர் அதைப் பிடித்து ஆட்டுவதுபோல. மரத்தின் வெள்ளையான மரப் பட்டைகளில் குறுக்கு மறுக்காகக் கோடுகள் விழுந்திருந்தன. 'இது என்ன கோடுகள் தெரியுமா?' என்றார் எசமான். 'இதைக் கேட்கவா அவனைக் கூப்பிட்டார்' என மனதுக்குள் நினைத்த படி 'தெரியாது எசமான்' என்றான். 'பண்ணை வேலியில் நிறையப் பொத்தல்கள் உள்ளன. எப்படியோ மான்கள் உள்ளே நுழைந்துவிடுகின்றன. ஆண் மான்களுக்கு அஸ்பென் மரம் நிரம்பப் பிடிக்கும். அவை தங்கள் கொம்புகளைத் தீட்டுவது அஸ்பென் மரத்தில்தான். அவை வளைந்து கொடுப்பதால் மான்களுக்குச் சுகமாக இருக்கும். ஒரு காலத்தில் இங்கிலாந்தில் இந்த மரங்களை அம்புகள் செய்வதற்கு மட்டும் பாவித்தார் கள். யாராவது அஸ்பென் மரத்தை வெட்டி வேறு உபயோகத் திற்குப் பயன்படுத்தினால் அவர்களுக்கு மிகக் கடுமையான தண்டனையை அரசன் வழங்கினான். அது தெரியுமா?' என்றார். அவனுக்குத் தெரியவில்லை. 'அப்படியா?' என்றான். 'அதோ, இலைகள் துடிக்கின்றன, பார்த்தாயா?' என்றார். அப்பொழுது காற்று ஒரு சொட்டுக்கூட இல்லை. 'இந்த மரத்துக்கு நடுங்கும் அஸ்பென் என்று பெயர். அப்படி ஏன் பெயர் வந்தது தெரியுமா?' என்றார். அவர் கேட்ட ஒரு கேள்விக்குக்கூட அவனுக்கு விடை தெரியவில்லை. ஆனால் அவர் என்ன சொல்லப் போகிறார் என்பதை அறிய ஆவலாக இருந்தான். அதற்கிடையில் அவருடைய ஒரே மகள் அலிஸியா

துள்ளிக்கொண்டு வந்தாள். அவளுக்கு 14 வயது தொடங்கியிருந்தது. மிகப் பெரிய அழகியாக வருவதற்குத் திட்டம் போட்டிருந்தாள். இரண்டு பக்கமும் கூரிய முனை கொண்ட நீலக் கண்கள். தகப்பனுடைய காதில் குனிந்து எதையோ சொல்லி அவருடைய கையைப் பிடித்து உள்ளே இழுத்துப் போனாள். அவள் வந்த தோரணையும் தகப்பனை அழைத்துப்போனதும் அவளை ஓர் எசமானி என்றே காட்டியது. மார்ட்டின் அதே இடத்தில் பல நிமிடங்கள் நின்றான். எசமான் திரும்பவில்லை. தன் அறைக்குப் போகாமல் தொம்ஸனைத் தேடிச் சென்று அவனிடம் அஸ்பென் மரம் ஏன் நடுங்குகிறது என்று கேட்டான். தொம்ஸனுக்கு ஒன்றுமே தெரியவில்லை. 'நடுங்குகிறதா?' என்று ஒருசொல்லை மட்டும் உதிர்த்தான்.

அடுத்த நாளும் அதே நேரத்துக்கு எசமான் அவனை அழைத்தார். முந்திய நாள் அவர் அழைத்தக் காரணம் என்னவென்று அப்போதுதான் தெரிந்தது. அஸ்பென் மரத்தைப் பற்றிய விடுகதையை அவர் மறந்துவிட்டார். 'குதிரைகளைப் பற்றி எல்லாம் படித்துவிட்டாயா?' என்றார். 'அப்படியே எசமான்' என்றான். 'பண்ணை வேலிகளைத் தினம் சோதிக்கிறாயா?' என்றார். 'சோதிக்கிறேன்' என்று பதில் கூறினான். 'துப்பாக்கிப் பிடித்துச் சுடுவாயா?' என்றார். 'இல்லையே, எசமான்.' 'தொம்ஸன் உனக்குச் சொல்லித் தரவில்லையா? ஒரு குதிரை பராமரிப்பாளனுக்குத் துப்பாக்கிப் பயிற்சி முக்கியமல்லவா?' என்றார். மார்ட்டினுக்கு ஒன்றுமே புரியவில்லை. ஆனால் அடுத்த நாள் தொம்ஸன் குதிரை ஓட்டம் சொல்லித் தந்தது போலத் துப்பாக்கிப் பயிற்சியும் கொடுத்தான். அது ஒன்றும் குறிபார்த்துச் சுடும் தந்திரம் அல்ல. எப்படித் துப்பாக்கியில் ரவை போடுவது, எப்படி விசையை இழுப்பது. எப்படிக் கழற்றிப் பூட்டுவது, அவ்வளவுதான். எசமானோ அல்லது தொம்ஸனோ அவனுடைய துப்பாக்கிச் சுடும் வல்லமையை ஒருநாள் சோதிக்கக் கூடும் என எதிர்பார்த்து அதற்குத் தயாராக இருந்தான். ஆனால் அவனுக்கான சோதனை வேறு உருவத்தில் வந்தது.

அவர்களிடம் தண்டர்போல்ட் என்று ஒரு குதிரை இருந்தது. உயர்ந்த ஜாதிக் குதிரை. ஒரு நல்ல ரேஸ் குதிரையாக அதற்குப் பயிற்சி கொடுக்கலாம் என்று எசமான் சொல்லியிருந்தார். அது ஒருநாள் பயிற்சியின்போது காலை உடைத்துக் கொண்டது. எசமான் குதிரையைக் கொன்றுவிடும்படி உத்தரவிட்டார். மார்ட்டின் வேலை பார்த்த அத்தனை வருடங்களிலும் அவர்கள் ஒரு குதிரையைக் கூடக் கொன்றதில்லை. சுடுவதற்குத்

தொம்ஸன் மறுத்துவிட்டான். 'இரண்டு நிமிட வேலை அது. நீயே செய்' என்றான். கடந்த மூன்று வருடங்களாக மார்ட்டின் தான் இந்தக் குதிரையைப் பராமரித்தவன். தண்ணீர் காட்டியவன். அதன் உடம்பை மினுக்கியவன். எத்தனையோ தடவை அதன்மீது சவாரி போயிருக்கிறான். வேறு வழியில்லாமல் துப்பாக்கியை எடுத்துக்கொண்டு போய் அதன் முன்னால் நின்றான். ஒரு காலை நொண்டிக்கொண்டு குதிரை அவனையே பார்த்தது. வளைந்து அதன் நெற்றியில் ஒரு முத்தம் கொடுத்தான். குதிரைக்கு ஏதோ புரிந்தது போலிருந்தது. அதன் நெற்றிப் பொட்டில் துப்பாக்கிக் குழாயை வைத்து அதை அழுத்த முடியாமல் நீண்ட நேரம் நின்றான். பின்னர் விசையை அழுத்தினான். பெரிய சத்தம் எழுந்தது. ஆனால் குதிரை ஒன்றுமே செய்யாமல் நின்றபோது அவன் திகைத்துப் பின்வாங்கினான். ஓர் ஒலி எழுப்பாமல், காலை அசைக்காமல், வாலை ஆட்டாமல் அப்படியே பக்கவாட்டில் சரிந்து குதிரை விழுந்தது. அந்தக் காட்சி அவனுக்கு ஆயுளுக்கும் மறக்க முடியாததாகிவிட்டது. அவன் வாழ்நாளில் ஆக நீண்ட இரண்டு நிமிடம்.

தொம்ஸன் நீண்ட நோயில் படுத்ததும் குதிரைகளைத் தனியாகப் பராமரிக்கவேண்டிய கடமை மார்ட்டின்மேல் விழுந்தது. குதிரைகளுக்கு வைக்கோல், ஓட்ஸ், தண்ணீர் காட்ட வேண்டும். பயிற்சி கொடுக்க வேண்டும். அவற்றின் குளம்புகளை அடிக்கடிப் பரிசோதிப்பதற்குத் தவறக்கூடாது. இன்னொரு முக்கியமான கடமை தடுப்பூசி போடுவது. அத்துடன் லாயத்தில் குளவி கூடுகட்டி இருக்கிறதா என்பதைத் தினம் சோதிப்பான். குதிரைக்குப் பிரதான எதிரி குளவி. இத்தனைப் பிரச்சினைகள் போதாதென்பதுபோல இந்தச் சமயத்தில்தான் எசமானின் மகள் அலிஸியாவுக்கு மார்ட்டின்மேல் காதல் ஏற்பட்டது. நீலக்கண் அழகி அவள். மேல்நிலைப் பள்ளியில் படித்துக்கொண்டிருந்தாள். மிக நுட்பமான அறிவு அவளுக்கு என அவளுடைய ஆசிரியைகள் புகழ்ந்தார்கள். பெற்றோருக்கு ஒரே புத்திரி. மார்ட்டினோ பெரிய படிப்பு ஒன்றும் இல்லாமல் கூலிக்கு வேலை செய்பவன். அவனுக்கு வயது 21; அவளுக்கு 17. அதுதான் சங்கதி.

பெரிய காரியங்கள் எல்லாம் ஒரு சின்ன விசயத்தில்தான் ஆரம்பமாகும். மான்களில் அதி உயரமானதும் எடை கூடியதும் மூஸ் மான்தான். அது ஒருநாள் வேலியை உடைத்துப் பண்ணைக் குள்ளே வந்துவிட்டது. இந்தச் செய்தியைக் கொண்டுவந்தது

அலிஸியா. மூஸ் மானைக் கண்டதும் மார்ட்டின் திகைத்து விட்டான். அவன் சவாரிசெய்த குதிரையிலும் பார்க்க அது பெரியது; 1500 றாத்தல் எடையிருக்கும். காட்டுக்காளான் போலப் பக்கவாட்டில் படர்ந்திருக்கும் கொம்புகள். இரண்டு மூன்று மணிநேரமாக அதைத் துரத்தித் துரத்திப் பண்ணைக்கு வெளியே கலைத்தான், வேலியைச் செப்பனிட்டுவிட்டு வியர்வை உடம்பில் வழிய லாயத்துக்குத் திரும்பினான். அவர்களிடம் அப்போது 40 குதிரைகள் இருந்தன. அலிஸியா குதிரைச் சவாரி உடுப்பு அணிந்து கம்பீரமாக அவளுடைய குதிரை மேலே ஆரோகணித்திருந்தாள். திடீரென்று முதல் நாள் இரவு ஏதோ அவளுக்கு நடந்துவிட்டதுபோல வித்தியாசமான பெண்ணாகத் தெரிந்தாள். இரண்டு கைகளாலும் உடம்போடு ஒட்டியிருந்த ஆடையைப் பிடித்து இழுத்து உடம்பிலிருந்து விடுவித்துக் கொண்டாள். அது அவனை என்னவோ செய்தது. 'ஏ பிலிப்பினோ, என்னோடு சவாரிப் போட்டிக்கு வா' என்றாள். அவனை அவள் பெயர் சொல்லி அழைத்ததே கிடையாது. அவளுடையது அதிவேகமான குதிரை. இவன் தரையைப் பார்த்தபடி பேசாமல் நின்றான். 'என்ன பயந்துபோய் விட்டாயா?' என்று சீண்டினாள். மார்ட்டின் வழக்கமாக ஏறும் குதிரை வேகத்துக்குப் பேர் போனது இல்லை, ஆனால் நாளுக்கு 100 மைல் தூரம் களைப்பில்லாமல் ஓடக்கூடியது. அதில் ஏறினான். அவள் தன் குதிரையை முடுக்கிவிட்டாள்.

மார்ட்டின் நிதானமாகப் பின்தொடர்ந்தான். அவளோ குதிரையின் முதுகோடு வளைந்து படுத்துக்கொண்டு அதன் ஓர் அங்கமாகவே மாறிக் குதிரையை வேகமாக ஓட்டினாள். நீண்ட நேரத்துக்குப் பின்னும் அவனுடைய குதிரை களைப்புத் தெரியாமல் ஒரே வேகத்துடன் ஓடியது. மிகச் சமீபமாக வந்துவிட்டான். இன்னும் சில நிமிடங்களில் அவளை முந்தி விடலாம். கடைசி நிமிடத்தில் குதிரையை இழுத்துப் பிடித்து வேகத்தைக் கட்டுப்படுத்தினான். அவனுக்கு என்ன பைத்தியமா எசமானின் மகளிடம் தன் திறமையைக் காண்பிப்பதற்கு? 'என்ன, பிலிப்பினோ, நீ எனக்கு விட்டுக் கொடுத்தாயா?' என்றாள். அவன் 'இல்லையே' என்றான். 'சரி சரி பேசாதே. நீ இரண்டாவதாக வந்ததற்கு உனக்கு ஒரு பரிசு தரவேண்டும்' என்று சொல்லியபடி அவனை அணுகி குதிரை மேல் அமர்ந்தபடியே அவனுக்கு ஒரு முத்தம் தந்தாள். அன்று அவன் லாயத்துக்குத் திரும்பிய பின்னர் ஒன்றுமே செய்யவில்லை. சாப்பிடவில்லை. குதிரைகளைக் கவனிக்கவில்லை. நீண்ட நேரம் வைக்கோல் மெத்தையில் படுத்தபடி அவள் இரண்டு

கைகளாலும் உடுப்பை இழுத்து உடம்பிலிருந்து விடுவித்ததைத் திருப்பி திருப்பி நினைவுக்குக் கொண்டுவந்தபடித் தூங்கிப் போனான்.

அப்படித்தான் அவர்கள் காதல் ஆரம்பித்தது. தினம் தினம் சந்தித்துக்கொண்டார்கள். அவள் குதிரைச் சவாரி உடுப்பில் இருப்பாள். இவன் என்ன வேலை செய்துகொண்டிருந்தானோ அந்தக் கோலத்தில் புறப்படுவான். அவன் பயத்தில் நடுங்கிக்கொண்டே அவளிடம் வருவான். 'பிலிப்பினோ, பிலிப்பினோ' என அவனை அழைத்து ஆணை கொடுப்பாள். 'என்னை விட்டுவிடு. இது சரியாக வராது' என அவன் கெஞ்சுவான். 'ஏ பிலிப்பினோ, உனக்கு இரண்டு காதுகள் இருக்கின்றன. ஆனால் அந்தக் காதுகளுக்கு நடுவில் மண்டையில் உனக்கு ஒன்றுமே இல்லை' என்பாள். சம்பந்தா சம்பந்தம் இல்லாமல் 'எசமானிடம் குதிரை சுடும் துப்பாக்கி இருக்கிறது' என்பான். 'முட்டாள், உன்னைத் திருத்த முடியாது. அஸ்பென் மரம் போல நீ எப்பவும் நடுங்கிக்கொண்டிருக்கிறாய்' என்பாள்.

ஒருநாள் அவன் கேட்டான். 'எதற்காக அஸ்பென் மரம் நடுங்குகிறது?' அவள் சொன்னாள். 'யூதாஸ் இஸ்காரியத் யேசுவின் 12 சீடர்களில் ஒருவன். அவன் 30 வெள்ளிப் பணத்துக்காக ஒரு துரோகச் செயலைச் செய்கிறான். மதகுருமார்களுடன் யேசுவைத் தேடி படை வீரர்கள் வந்தபோது யேசுவின் கன்னத்தில் முத்தமிட்டு யூதாஸ் அவரை அடையாளம் காட்டிக் கொடுக்கிறான். யேசுவைப் படைவீரர்கள் பிடித்துக்கொண்டு போன உடனேயே தன் குற்றத்தை உணர்ந்து யூதாஸ் வெள்ளிப் பணத்தை மதகுருமார்களிடம் வீசி எறிந்துவிட்டு, துக்கம் தாளாமல் தூக்கு மாட்டித் தற்கொலை செய்துகொள்கிறான். யேசு சிலுவையில் அறையப்படுமுன்னர் அவன் இறந்துபோகிறான். யூதாஸ் தூக்கில் தொங்குவதற்குத் தேர்வு செய்தது அஸ்பென் மரம். அந்தக் கணத்திலிருந்துதான் அஸ்பென் மரம் நடுங்குகிறது என்பது பரம்பரைக் கதை.'

அலிஸியா அந்தக் கதையைச் சொல்லிவிட்டு தன் இரண்டு கைகளாலும் மார்ட்டினின் கன்னத்தைத் தொட்டு பிடித்துக் கொண்டு. 'மரம் நடுங்குவதற்குக் காரணம் இருக்கிறது. ஆனால் உனக்கு நான் இருக்கிறேன்' என்றாள். அவள் சொன்னதை நம்புவதற்கு அவனுக்குப் பெரிய ஆசை. அந்த வீட்டில் அவள் ஓர் இளவரசி போலத்தான் வாழ்ந்தாள். ஒரே செல்லப் பெண். சின்ன வயதில் இருந்து அவள் வைத்ததுதான் சட்டம். அவளை மீறி வீட்டிலே ஒன்றும் நடந்தது கிடையாது. மார்ட்டினை

மணமுடிக்கப் போவதாகப் பிடிவாதமாகத் திட்டவட்டமாகச் சொல்லிவிட்டாள். தகப்பன் எவ்வளவோ முயன்று பார்த்தார். ஒருநாள் மனைவியிடம் சொன்னார். 'குதிரை வால் போல இவள் வளர வளர இவளுடைய புத்தி கீழே போகிறதே. இவளை என்ன செய்வது?' தாயாருக்கு மகளுடைய குணம் தெரியும். அவர் கணவரிடம் சொன்னார். 'இழு என்று எழுதியிருக்கும் கதவைத் தள்ளித் திறக்கப் பார்க்கிறீர்கள். அவளை உங்களால் மாற்றமுடியாது. அவள் விருப்பத்துக்கு விடுங்கள்.' இறுதியில் ஒருநாள் பெற்றோர் சம்மதத்துடன் அவர்கள் திருமணம் நடந்து முடிந்தது. பல வருடங்கள் அவர்களுக்கு பிள்ளையே பிறக்காமல் கடைசியில் ஒரு மகள் பிறந்தாள். அவளுக்கு 'ஹனிதா' என்று பெயர் சூட்டினார்கள்.

❍

அந்த உணவகம் பிரதான சாலையிலிருந்து ஒதுங்கியிருந்தது. மங்கிய வெளிச்சமும் பழசாகிப்போன தரை விரிப்பும் அது வசதியானவர்கள் செல்லும் உணவகம் அல்ல என்பதை நினைவூட்டியது. மேசைகளும் நாற்காலிகளும் தரையிலே பூட்டப் பட்டிருந்தன. விவசாயிகளும் குடியானவர்களும் அங்கங்கே அமர்ந்து ஏதோ பானம் அருந்தினார்கள். சுவரிலே மாட்டியிருந்த டிவி 18 நாள் தொடர் புரட்சிக்குப் பின்னர் பதவி பறிபோன எகிப்து அதிபர் முபாரக்கைத் திருப்பித் திருப்பிக் காட்டியது. டிவிக்கு முன் இருந்தாலும் அதை நிமிர்ந்து பார்க்காமல் அந்தப் பெண் உட்கார்ந்திருந்தார். அவர் உணவுக்கு ஆணை கொடுக்கவில்லை. யாருக்காகவோ காத்திருப்பது தெரிந்தது. 'நீங்கள் யார்?' என்று கேட்டேன். 'நான்தான் ஹனிதா' என்றார். அவருக்கு 31 வயது இருக்கும். 31 வயதில்தான் ஒரு பெண் அவருடைய அழகின் உச்சத்தில் இருக்கிறார் என்று ஆராய்ச்சி சொன்னது. அந்த ஆராய்ச்சி முடிவு சரியானது தான். கறுப்பு முடி. உடலை இறுக்கிய உடை. அதற்குமேல் குளிர்கால அங்கி அணிந்திருந்தார். முழங்கால் வரை உயர்ந்து நின்ற கறுப்புப் பூட்ஸ்கள். கழுத்தைச் சுற்றி மெல்லிய ஸ்கார்ஃப். ஒரு சிறிய நாட்டின் இளவரசி போன்ற அழகான தோற்றத்தோடு அவர் அந்த உணவகத்தில் சற்றும் பொருத்தமில்லாமல் அமர்ந்திருந்தார்.

'உங்களுடைய சிறுவயது ஞாபகம் என்ன?' என்று கேட்டேன். 'நான் பிறக்க முன்னரே என்னுடைய தாத்தாவும் பாட்டியும் இறந்துவிட்டார்கள். எனக்கு தெரிந்தது என் அம்மா

வும் அப்பாவும்தான். என் அம்மா சாதாரண குதிரைக்கார னான அப்பாவைப் பிடிவாதமாகக் காதலித்து மணந்துகொண் டார். அவர் சொல்லித்தான் எனக்கு அது தெரியும். ஆனால் அவர்கள் ஒருவர்மேல் ஒருவர் அன்பு செலுத்தியதை ஒரு நாளாவது நான் கண்டது கிடையாது. அம்மா என் அப்பாவை 'ஏ பிலிப்பினோ' என்றுதான் இறுதிவரை அழைத்தார். என் தகப்பனும் கணவன் போல நடக்காமல் ஒரு கீழ்ப்படிதலான வேலைக்காரன் போலவே நடந்தார். வீட்டு நாயை அதட்டுவது போலவே அம்மா அப்பாவுடன் பேசுவார். அம்மாதான் பண்ணைக்கு முதலாளி. அப்பா ஒரு சேவகன். ஒரேயொரு மாற்றம் என்னவென்றால் மணமுடித்த பின்னர் அப்பா அம்மா வின் படுக்கையறையைப் பகிர்ந்துகொண்டதுதான்.

'உங்களுடைய அம்மா அவ்வளவு மோசமானவரா?' 'அப்படிக்கூடச் சொல்ல முடியாது. அவருடைய புத்திக் கூர்மையும் வியாபாரத் தந்திரங்களும் அதிசயிக்கவைப்பவை. பண்ணையை முற்றிலுமாக மாற்றி அமைத்தார். அவர் சிந்திப்பார், அப்பா அதற்குச் செயல்வடிவம் கொடுப்பார். மாடுகள் ஆடுகள் பன்றிகள் எல்லாவற்றையும் விற்றுவிட்டுக் குதிரையில் மட்டுமே முதலீடு செய்தார். இன்றைக்கு 200க்கு மேற்பட்ட உயர் ஜாதிக் குதிரைகள் இருக்கின்றன. உயர் ஜாதிக் குதிரை வேண்டுமானால் எங்களிடம்தான் வரவேண்டும். அப்படி ஒரு பெயர். இந்தப் பெரிய வெற்றிக்கு அம்மாவினுடைய அயராத உழைப்புத் தான் காரணம். இருபது வருடங்களாகப் பாடுபட்டு ஒரு புதுஜாதிக் குதிரையை அம்மா உருவாக்கியிருக்கிறார். சொக்கலட் நிறம். மணிக்கு 8 மைல் வேகத்தில் நீண்ட தூரம் நடக்கக் கூடியது. அமெரிக்காவின் குதிரை இனப்பெருக்கு வரலாற்றில் அம்மாவுக்கு இடம் உண்டு. அம்மா இறந்த பிறகு பண்ணை நிர்வாகம் என் கைக்கு வந்தது. பண்ணையை இன்னும் விரி வாக்கி, கோடை விடுமுறையில் சிறுவர் சிறுமியருக்குக் குதிரை யேற்றத்தில் பயிற்சி கொடுக்கும் திட்டத்தை அறிமுகம் செய் திருக்கிறேன். என்னுடைய சின்ன வயது ஆசை இப்போது தான் நிறைவேறியிருக்கிறது.'

'உங்கள் அப்பா பற்றிச் சொல்லவில்லையே?'

'ஏறக்குறைய 50 வருடங்களுக்கு முன்னர் அப்பா பண் ணைக்கு வந்த அன்று ஒரு அஸ்பென் மரத்தை நட்டார். அன்றிலிருந்து அந்த மரத்தில் அவருக்கு ஒரு பற்று. அஸ்பென் மரம் விதையிலிருந்து முளைப்பதில்லை. வாழைமரம்போலக்

கிழங்கிலிருந்து தானாகவே முளைத்துப் பெருகும். அதை அழிக்க முடியாது. ஒருமுறை காட்டிலே தீப்பிடித்தபோது பல மரங்கள் அழிந்துவிட்டன. ஆனால் அஸ்பென் மரம் மறுபடியும் கிழங்கிலிருந்து முளைத்து எழுந்துவிட்டது. சங்கிலிபோல அதன் சந்ததி ஆயிரமாயிரம் வருடங்கள் தொடரும். இன்று எங்கள் பண்ணையில் 800க்கு மேற்பட்ட அஸ்பென் மரங்கள் நிறைந்து கிடக்கின்றன. மாலை வந்துவிட்டால் அப்பா வராந்தாவில் சாய்மனைக் கதிரையில் அமர்ந்து இந்த மரங்களைப் பார்த்தபடி தன் பொழுதைக் கழிப்பார்.

'நீங்கள் திருமணம் செய்யப் போவதில்லை என்று பேசுகிறார்களே. அது உண்மையா?'

'அப்படியெல்லாம் இல்லை. அப்பாவின் சந்ததி என்னுடன் முடிவுக்கு வராது. சங்கிலிபோல அது தொடரும். அதற்கு முன்னர் எனக்கு ஒரு கடமை இருக்கிறது. என்னிடம் இருக்கும் ஒவ்வொரு நிமிடத்தையும் அப்பாவுக்காக செலவழிப்பது என்று தீர்மானித்திருக்கிறேன். என் அப்பாவை நினைத்து நான் கலங்காத நாள் இல்லை. எங்கேயோ பிறந்து இங்கே வந்து வேலைக்காரனாகவே தன் வாழ்நாளைக் கழித்துவிட்டார். ஐம்பது வருடங்களாக அவர் பண்ணையை விட்டு வெளியே போனதில்லை. அவரிடம் அன்பு செலுத்துவதற்கு வீட்டிலே ஒருவர்கூடக் கிடையாது. அறியாத வயதில் நானும் அவரைக் கேவலமாக நடத்தினேன். தினம் பள்ளிக்கூடத்திலிருந்து வந்ததும் நான் என் சப்பாதுக்களை உதறிக் கழற்றி அப்படியே காலால் எற்றிவிடுவேன். அப்பா அவற்றை எடுத்து வைப்பார். ஒரு நாள்கூட என்னைக் கண்டித்தது கிடையாது. இப்போது நான் வெட்கப்படுகிறேன். அவருக்குப் பார்கின்ஸன் வியாதி. அவரால் தானாக ஒன்றும் செய்ய முடியாது. கைகளும் தலையும் நடுங்கியபடி இருக்கும். அவருடைய கடைசிக் காலத்தை மகிழ்ச்சியாக ஆக்குவதுதான் என் ஒரே கடமை.'

'அவருக்கு உங்களை அடையாளம் தெரியுமா?'

'சில வேளைகளில் தெரியும். அடிக்கடிக் கண்கள் வெளியே பார்க்காமல் அவர் மண்டைக்குள் திரும்பிவிடும். அவர் வாய் ஓரங்களில் துப்பல் காய்ந்து வெள்ளையாகத் தெரியும். எப்போது சாப்பிட்டார் என்பது மறந்துபோகும். திடீரென்று பிலிப்பினோ மொழியில் எதுவோ சொல்வார். இத்தனை வருடங்களில் அவர் அந்த மொழி பேசியது கிடையாது. இரவு பகல் வித்தியாசம் தெரியாது. இரவு இரண்டு மணிக்கு என்னை எழுப்பி

வெளியே போவதற்குக் கையைக் காட்டுவார். அவரைச் சக்கர நாற்காலியில் உட்கார்த்தித் தள்ளி வராந்தாவில் விடுவேன். அவர் நட்ட அஸ்பென் மரம் பெரிதாக வளர்ந்து அங்கே நிற்கும். அதைச் சுற்றி இன்னும் நூற்றுக்கணக்கான மரங்கள். நடுங்கும் இலைகளைப் பார்த்தபடியே அவர் நெடுநேரம் இருப்பதை நான் சிறுமியாக இருந்தபோது அவதானித்திருக் கிறேன். ஆனால் இப்போது ஒரு வித்தியாசம். அஸ்பென் இலைகள் நடுங்கும். அவருடைய கைகளும் தலையும் நடுங்கும். கூர்ந்து பார்க்கும்போது அங்கே பெரிய உரையாடல் நடை பெறுவது தெரியவரும்.'

சலசலவென ஓடிய ஆறு திடீரென்று உறைந்ததுபோல மௌனம் கூடியது. ஹனிதா குனிந்து, கலையழகுடன் கூர்மை யாக்கப்பட்ட அவருடைய கை நகங்களை நோக்கினார். பின் எழுந்து நின்றார். இரண்டு கைகளாலும் உடம்போடு ஒட்டி யிருந்த ஆடையை பிடித்து இழுத்து உடம்பிலிருந்து விடுவித்துக் கொண்டு நிமிர்ந்து கண்களைச் சுழற்றி அந்த மலிவான உண வகத்தைப் பார்த்தார். அவர் கண்கள் போய் நின்ற இடங்களில் அமர்ந்திருந்த ஏழை விவசாயிகள் எழுந்து எழுந்து கைகளை நெற்றியில் தொட்டு வணக்கம் சொன்னார்கள்.

குற்றம் கழிக்க வேண்டும்

இந்தச் சம்பவம் நடந்து மூன்று மாதங்கள் கடந்து விட்டன. காலையில் அந்த வீதியில் ஒவ்வொரு வீடாக ஏறிக் கதவு மணியை அந்தச் சிறுமி அடித்தாள். அதே வீதியில் வசிக்கும் அவளுக்கு வயது 12 – 13 தான் இருக்கும். முகம் நிறையப் புன்னகை பூத்துக்கொண்டு மீதிப் புன்னகையை என்ன செய்வது என்று தெரியாமல் தத்தளித்தபடி நின்றாள். கையிலே இருந்த அழைப்பிதழை நீட்டி விழாவுக்கு அழைத்தாள். அது அவளுடைய பூப்புனித நீராட்டு விழா. 'அம்மா வரவில்லையா?' என்று சிலர் கேட்டார்கள். அவர் வேறு வீடுகளுக்கு அழைப்பிதழ் கொடுக்கப் போய்விட்டதாகச் சொன்னாள். கையிலே இன்னும் நாலைந்து அழைப்பிதழ்கள் இருந்தன. அவற்றினால் முகத்தை விசிறியபடியே 'சரி அங்கிள், கட்டாயம் வாருங்கோ' என்று வீட்டுக்காரரிடம் சொல்லிவிட்டு நகர்ந்தாள்.

அந்தச் சிறுமியின் பெயர் சண்முகப்பிரியா. 'சண், சண்' என்று அழைப்பார்கள். அவளுடைய அம்மாவை அந்த வீதியிலிருந்த எல்லோருக்கும் பழக்கம். அவளுடைய அப்பாவைச் சந்திக்கவே முடியாது. அவர் காலையில் ஆறு மணிக்கு வேலைக்கு வெளிக்கிட்டால் இரவு பத்து மணிக்குத்தான் திரும்புவார். எப்பொழுது, எந்தச் சமயத்தில் எவரைப் பார்த்தாலும் அந்தச் சிறுமியின் அம்மா சண்முகப்பிரியா பற்றியே பேசுவார். உலகத்தில் அவருக்குப் பேசுவதற்கு வேறு பொருளே இல்லை. மகள் கணக்குப் பாடத்தில் ரொறொன்ரோவிலேயே மிகச் சிறப்பாகச் செய்திருந்த செய்தியை ஒவ்வொரு வீடாக ஏறிக் கதவைத் தட்டிச் சொன்னார். அவள் மாகாண அளவில் கணக்குப் பரீட்சைக்குத் தயாராகி வருகிறாள் என்பதையும் கூற

மறக்கவில்லை. அவள் பூப்பெய்திய பிறகு சந்தித்தவர்களிடம் எல்லாம் 'இனி என்ன செய்வது? எங்கள் பாரம்பரியம் என ஒன்றிருக்கிறது. குற்றம் கழிக்காமல் அவளைப் பள்ளிக்கு அனுப்ப முடியாது' என்றார். 'என்ன குற்றம்?' என்று சிலர் அப்பாவி யாகக் கேட்டார்கள். 'பூமாதேவிக்குத்தான்' என்று சொல்லி விட்டு நடந்தார்.

சண்முகப்பிரியாவின் தாயார் இந்த நாளை சில வருடங்களாக எதிர்பார்த்திருந்தார். கடந்த 13 ஆண்டுகளில் ரொறொன்ரோவில் நடந்த அத்தனை சாமத்தியச் சடங்கு களுக்கும் அவர் கொடுத்த காசை ஆண்டுவாரியாக அவரால் சொல்லமுடியும். யார் யாருக்கு எவ்வளவு காசு கொடுத்தார் என்ற விவரமும் அவர் மூளையில் பதிந்து கிடந்தது. காசு கொடுத்தவர்களின் பட்டியலை யாராவது கேட்டால் அகர வரிசையில் அந்தப் பெயர்களைத் தருவதற்கும் தயாராக இருந்தார். மகள் பெரிய பிள்ளையாகிவிட்டதால் கொடுத்த காசு எல்லாவற்றையும் கணக்குப் பிசகாமல் அறவிடலாம் என்பது அவர் மகிழ்ச்சிக்கு இன்னொரு காரணம்.

பூப்புனித நீராட்டு விழா ஆடம்பரமாக நடந்தது. வெள்ளைக்காரப் பெண்கள் சேலைகட்டித் தரையை மிதித்துக் கும்மி அடித்து வரவேற்றார்கள். எல்லோருமே தொப்புளில் வளையம் மாட்டியிருந்தார்கள். அவர்கள் குனிந்து நிமிரும் போதெல்லாம் அவை தண்ணீரிலே விழுந்த வெள்ளிக்காசு போலப் பளபளத்தன. நாலு கூட்டம் மேளம் சிறிது மிகை என்று தோன்றியது. ரொறொன்ரோ நகரத்திலேயே ஒப்பனைக் கலையில் பிரபலமான ஒருவரை அழைத்து மிகத் திறமாகப் பூப்பெய்திய பெண்ணை அலங்கரித்திருந்தார்கள். அசிரத்தை யாக விட்டதுபோல கூந்தலை திட்டமிட்டுக் குலைத்துச் சிங்காரம் செய்வதற்கு நிறைய நேரம் தேவைப்பட்டது. மணமேடையில் பெண் புகைக்குள் இருந்து வெளியே வருவதுபோல ஏற்பாடு செய்திருந்தார்கள். அப்படி ஒருவரும் இதற்கு முன்னர் செய்த தில்லை. 12 வகையான ஆலத்தித் தட்டுகளை 12 வகையான பெண்கள் 12 வகையான சேலைகளை உடுத்திக்கொண்டு காவி னார்கள். காலையிலிருந்து மாலைவரை வீடியோக்காரர் துளித் துளியாக நிகழ்வுகளைப் படம் பிடித்தார். ஏதாவது ஒரு துளி யைத் தவறவிட்டால் அதை திரும்பவும் நடிக்கச் சொல்லிப் பதிவு செய்தார். புகைப்படக்காரர் இன்னொரு பக்கத்தில் 10,000 டொலர் பெறுமதியான இலக்கக் காமிராவினால் 1170 படங்கள் எடுத்துக்கொண்டார். சினிமாவில் இடம்பெற்ற 'வயசுக்கு வந்த' பாடல்கள் ஒன்று விடாமல் ஒலிபெருக்கியில் ஒலித்தன. பெண்ணை ஊஞ்சலிலே வைத்து ஆட்டிய அதே நேரத்தில் தட்டிலே உறை உறையாகக் காசு விழுந்தது.

வேறு ஒரு சாமத்தியச் சடங்கிலும் நடக்காத சில காட்சி களும் காணக் கிடைத்தன. பத்து பன்னிரண்டு சிறுமிகள் 13 – 14 வயது மதிக்கலாம், அவளுடைய சிநேகிதிகள், அவ ளுடன் படிப்பவர்கள் அல்லது உறவினர்களாக இருக்கலாம். எல்லோரும் ஒரே கலரில் சாரி அணிந்து வரிசையாக வந்தார் கள். அவர்கள் முதன்முதலாக அன்றுதான் சாரி உடுத்தியிருந் தார்கள் என்பது அவர்கள் ஐஸ் தரையில் நடப்பதுபோல நடந்துவந்த தோரணையில் தெரிந்தது. எல்லோருக்கும் ஒரே விதமான உதடுகள், இரண்டு பவளங்களை ஒன்றுக்கு கீழ் ஒன்று ஒட்டிவைத்த மாதிரி. ஒவ்வொருவராக வந்து இடை யின்மேல் வளைந்து, இடைக்குக் கீழே கால்களை எட்டவாக வைத்து, புனிதநீர் பெண்ணை முத்தமிட்டார்கள். முத்தம் கொடுத்தவரும் அதை வாங்கியவரும் வெட்கப்பட்டுக் கொண்டனர்.

சிறுமியின் தகப்பனார் பக்கத்தில் நின்றாலும் தெரியாது; பேசினாலும் கேட்காது. சாப்பாட்டு நேரம் வந்தபோது அவர் தான் அழைத்தார். அவர் அரைவாசி பேசியபின்னர்தான் அவர் வாய் அசைந்ததைக் கண்டுபிடித்தார்கள். சாமத்தியச் சடங்குகளில் மிகவும் எச்சரிக்கையாக இருக்கவேண்டிய தருணம் அதுதான். ஒருவர் கையில் ஏந்திய பிளேட் அவரைத் தொடாம லும், அடுத்தவர் உடுப்பை உரசாமலும் இருக்கவேண்டும். 30 டொலர் உறையில் போட்டு அன்பளித்துவிட்டு 40 டொலர் சாப்பாட்டைச் சாப்பிடும்போதுதான் விழாவைப்பற்றி விமர்சிப்பார்கள். பிளேட்டில் உணவை நிறைத்துக் கையிலே பிடித்துக்கொண்டு நாற்காலியில் உட்காராமல் ஒருவர் குதிரை யைப்போல நின்றபடி சாப்பிட்டார். நாற்காலி ஊத்தையாகி விடும் என்று அமரவில்லையோ அல்லது உடுப்பு அழுக்காகி விடும் என்று அமரவில்லையோ தெரியாது. இவ்வளவு ஆடம் பரம் தேவையா என்ற விவாதத்தை அவர்தான் ஆரம்பித்து வைத்தார். அவர் குரல் உரத்தும் உயரத்தில் இருந்தும் கேட்டது.

'யூதர்கள் தங்கள் பிள்ளைகளுக்குப் பார்மிற்சா கொண்டாட் டம் மிகச் சிறப்பாகச் செய்கிறார்கள். கிறிஸ்தவர்கள் தூயநற் கருணை விழா வைக்கிறார்கள். முஸ்லிம்கள் சுன்னத்துக் கல்யாணம் நடத்துகிறார்கள். ஒரு பெண் பெரிய பிள்ளை யானதும் குற்றம் கழிக்கவேண்டும். தாயாருக்கு அதன் முக்கியத் துவம் தெரியும். மற்றவர்கள் அபிப்பிராயத்துக்குப் பயப்படக் கூடாது.' இப்படியெல்லாம் வாதங்கள் நடந்தன. சாப்பாடு முடிய விவாதமும் முடிவுக்கு வர நின்றுகொண்டு விவாதத் தைத் தொடங்கியவர் பொதுவாகச் சிரித்தார். அவர் தன்னை எண்ணிச் சிரித்தாரா, விவாதத்தை மெச்சிச் சிரித்தாரா அல்லது

வறுத்த கோழிக்காலைப் பார்த்துச் சிரித்தாரா என்பது ஒருவருக்கும் தெரியாது.

சிறுமியின் பெற்றோருக்குச் சின்னச் சின்ன குறைகள் இல்லாமலில்லை. முழுக்க முழுக்க மல்லிகை மலர்களினால் அலங்கரித்த நகரும் பூப்பந்தரின் கீழே பெண்ணை மணவறைக்கு அழைத்துவர முடியவில்லை. அதை நினைத்து நினைத்துக் கவலைப்பட்டார்கள். வழக்கமாக ஹெலிகொப்டரில் பெண்ணைக் கொண்டுவந்து இறக்குவார்கள். செலவு கூடிவிட்டபடியால் அதையும் தவிர்க்கவேண்டி நேர்ந்தது. காமிராக்காரர் தந்திரமான முறையில் பெண்ணை நயக்கரா நீர்வீழ்ச்சியில் குளிப்பதுபோலப் படம் எடுத்து ஆல்பத்தில் சேர்ப்பது சம்பிரதாயம். அதை சடங்குக்கு வரமுடியாத சொந்தபந்தங்களுக்கு எல்லாம் அனுப்பிவைப்பார்கள். அதையும் செய்ய இயலவில்லை. மற்றும்படிக்கு எல்லாம் மிகச் சிறப்பாகவே நடந்து முடிந்தது.

பதின்மூன்று நாள் கழித்து 'சண்' என்று அழைக்கப்படும் சண்முகப்பிரியா பள்ளிக்கூடத்துக்கு புறப்பட்டாள். தாயார் வாசல் மட்டும் வந்து அவளை வழியனுப்பினார். சண்முகப் பிரியாவின் தேகத்தில், இந்தச் சிறிய கால இடைவெளிக்குள், தோல் உரித்த பாம்பின் உடம்புபோலப் பளபளப்புக் கூடியிருந்தது. ருதுச்சடங்குக்காக பல்கூட்டை கழற்றி வைத்தவள் அதை மறுபடியும் மாட்டியிருந்தாள். புத்தகப்பையை ஒரு தோளில் எறிந்து தொங்கவிட்டுக்கொண்டு தலையை அதே பக்கத்துக்குக் கொஞ்சம் சாய்த்தாள். தாயார் 'பிள்ளை, கவனமாய்ப் பார்த்துப்போ' என்றார். மகளும் சரி என்று தலையாட்டிவிட்டு நகர்ந்தாள். அவள் மடிக்கணினியில் சேமித்த 1170 படங்களையும் எடுத்துச் சென்றிருந்தாள். அவளுடைய வகுப்புச் சிறுமிகள் அனைவரும் ஆவலோடு அவற்றைப் பார்த்துக் கேள்விகள் கேட்டார்கள். சண்முகப்பிரியா அவர்களுக்கு ஒவ்வொரு படத்தையும் காட்டி விழாவைப்பற்றி விளக்கிக் கூறினாள். ஆசிரியை அவளை வகுப்பு முடிந்ததும் தன்னைத் தனியே வந்து பார்க்கச் சொன்னார்.

மிஸ் மொர்ரிஸன் அவளிடம் அன்பு காட்டும் ஆசிரியை. எதற்காகப் பள்ளிக்கூடத்துக்கு வரவில்லை என்று கேட்டார். குற்றம் கழிப்பதைச் சண்முகப்பிரியா ஆங்கிலத்தில் *absolving sin* என்று மொழிபெயர்த்துக் கூறினாள். 'மாகாண அளவில் நீ கணக்குப் பரீட்சையைத் தவறவிட்டுவிட்டாயே. அதுபற்றி உனக்கு மனவருத்தமில்லையா?' என்று கேட்டார். சண்முகப் பிரியா 'இது எங்கள் கலாச்சாரம். குற்றம் கழிக்கவேண்டும்.

பூமிக்குப் பாவம் சேர்ந்திருக்கிறது. சடங்கு செய்யாவிட்டால் பெரிய அசம்பாவிதம் நேரும் என்று அம்மா சொன்னார். அதுதான் வரமுடியவில்லை.' மறுபடியும் மிஸ் மொர்ரிஸன் சொன்னார். 'இதிலே ஒருவித பாவமும் இல்லை. இது பெண்களுக்கு இயற்கையாக நடப்பது. ஒரு சிறுமி பெண்ணாகும் தினம். ஒவ்வொரு பெண்ணும் பெருமைப்பட வேண்டுமே ஒழிய இதில் குற்றம் கழிப்பதற்கு என்ன இருக்கிறது?'

'எங்கள் கலாச்சாரத்தைக் கைவிடவேண்டுமா?'

'இல்லையே. எல்லா கலாச்சாரமும் உயர்வானது. அல்லாவைத் தொழு, ஒட்டகத்தையும் கட்டிவை என்று ஓர் அராபியப் பழமொழி உண்டு. உன் கலாச்சாரத்துக்கு மரியாதை கொடு. அதே சமயத்தில் உன் மூளையை உபயோகிக்கவும் மறக்காதே.'

சண்முகப்பிரியா சொந்தப் புத்தியை பாவிக்கும் பெண். திரும்பி வீட்டை நோக்கித் தனியே நடந்தபோது அவள் இது பற்றி சிந்தித்தாள். மனதிலே இப்படி எண்ணம் ஓடியது. 'என் அம்மா கிராமத்து ஆள். அவருக்கு உயிர் நான், என்னை விட்டால் ஒருவரும் இல்லை. இந்த நாட்டைப்பற்றியோ அவர்கள் கலாச்சாரம் பற்றியோ அவர் ஒருபோதும் அறிந்து கொள்ளப் போவதில்லை. இந்தப் பூமியில் என் உடம்பில் ரத்தம் ஓடும் வரைக்கும் நான் என் அம்மாவின் மனது நோகும்படி நடக்கமாட்டேன். அவர் செய்கிற குற்றத்தைக் கழித்துவிடுவேன். ஆனால் என் எதிர்காலத்தை நானே தீர்மானிப்பேன்.'

வீட்டு வாசலில் அவளுடைய அம்மா காத்துக்கொண்டிருந்தார். மெல்லிய குளிர் அடித்தாலும் ஒரு தூணைப்பிடித்துக் கொண்டு அசையாமல் நின்றார். சண்முகப்பிரியா நேரே வீட்டினுள் நுழைந்து கணினி முன் அமர்ந்தாள். தாயார் பின்னாலே வந்து 'உனக்கு பயத்தம் பணியாரம் செய்திருக்கிறேன், சாப்பிடு' என்று தந்தார். சாப்பிட்டாள். பின்னர் சுடக் காய்ச்சிய பாலில் கொக்கோ பவுடரைக் கரைத்துக் கொண்டுவந்தார். அதையும் சண்முகப்பிரியா குடித்தாள்.

'பிள்ளை உடுப்பை மாத்து. சப்பாத்தைக் கழட்டு. பிறகு ஆறுதலாய் வேலை செய்யலாம்தானே.'

அவள் அப்படியே செய்துவிட்டு வந்து மறுபடியும் கம்ப்யூட்டர் முன் அமர்ந்தாள்.

தாயார் அவள் முகத்தை ஒரு வளர்ப்பு நாய்க்குட்டி பார்ப்பதுபோலப் பார்த்தபடி அவள் முன் உட்கார்ந்தார்.

கணவன் இரவு பத்து மணிக்குத்தான் வருவார். காலையில் இருந்து அவருடன் ஒரு வார்த்தை பேச ஆள் இல்லை. மகள் ஏதாவது பேசுவாள் என்று நினைத்தார்.

'மகள், உனக்கு முட்டைக்கோப்பி போட்டு வரட்டே?'

'வேண்டாம் அம்மா.'

சண்முகப்பிரியா கணினியில் வீட்டுப் பாடத்தை வேகமாகத் தட்டச்சு செய்ய ஆரம்பித்தாள்.

'உன்னுடைய சிநேகிதிகளுக்குப் படங்கள் காட்டினாயா?'

'ஓம் அம்மா.'

இன்னும் சிறிது நேரம் தாயார் அங்கே நின்றார். பின் மகள் குடித்து முடித்தக் கோப்பையை எடுத்துக்கொண்டு சமையல் அறைக்குப் போய்க் கழுவி வைத்துவிட்டு அங்கிருந்த நாற்காலியில் அமர்ந்தார். அவருக்கு முன் சமையலறை குளிர் பெட்டி நின்றது. இரண்டு நிமிடத்துக்கு ஒருமுறை அது உயிர் பெற்றுச் சத்தமிட்டது. அது தன்னிடம் ஏதோ பேசியது என்று நினைத்துக்கொண்டபோது ஆறுதலாக உணர்ந்தார். சண்முகப் பிரியா திரும்பித் தாயாரைப் பார்த்தபோது அவர் சற்றுக் கூனிப்போய்த் தன் கால் விரல்களைப் பார்த்தபடியே உட்கார்ந்திருந்தார்.

மறுபடியும் தாயார் எழுந்து வந்து மகளுக்கு முன்னே நின்றார்.

'இரவு சாப்பிட என்ன பிள்ளை உனக்கு வேணும்?'

'என்வெண்டாலும் சரி அம்மா.'

'என்ன மகள் கம்ப்யூட்டரில் செய்யிறாய்?'

சண் என்று அழைக்கப்படும் சண்முகப்பிரியா பென்சிலைக் கடித்துக்கொண்டு யோசித்தாள்.

'நோபல் பரிசு ஏற்புரை எழுதுகிறேன், அம்மா.'

'ஆ ஆ, சரி. சரி செய். நல்லது.'

குதிரைக்காரன்

மெய்க்காப்பாளன்

இது எல்லாம் நடந்தது ஒரு சாதாரண நாள் பின்னேரம் சரியாக நாலு மணிக்கு. எப்படித் தெரியு மென்றால் அந்தப் பஸ் தரிப்பு நிலையத்துக்குப் பின்னா லிருந்த மணிக்கூண்டு டங்கென்று சத்தமிட்டது. நான் ரோட்டுக்கு இந்தப் பக்கம் நின்றேன், பஸ் தரிப்பு எதிர்ப் பக்கம் இருந்தது. மணியை நிமிர்ந்து பார்த்த என் கண்கள் கீழே இறங்கின. இப்படித்தான் என் வாழ்நாளை மாற்றப் போகும் சம்பவம் தொடங்கியது.

பின்மதியம் மூன்று மணிக்கு மச்சாள் அந்தரிக்கத் தொடங்கிவிடுவார். அண்ணர் சரியாக ஐந்தரை மணிக்கு அலுவலகத்திலிருந்து வருவார். அவருடைய அலுவலகம் மூடுவது ஐந்து மணிக்கு. ஐந்து மணி அடிக்கும்போது அன்றைய கோப்புகளை மூடிவிட்டு, பேனையைத் திருகி சேர்ட் பக்கெட்டில் செருகிவிட்டு, லாச்சியை பூட்டிச் சாவியைப் பத்திரப்படுத்திவிட்டு அலுவலக வாசலில் நிற்பார் என்றுதான் நினைக்கிறேன். அல்லாவிட்டால் எப்படிச் சரியாக ஐந்தரை மணிக்கு அவரால் வீட்டுக்கு வரமுடியும்.

அண்ணர் வீட்டு வாசலை மிதிக்கும்போது அவித்த முட்டை ரெடியாக இருக்கவேண்டும். அதற்குத்தான் மச்சாள் இந்தப் பாடு. அப்படிச் செய்யாவிட்டால் இலங்கைப் பாராளுமன்றத்தை யாராவது தரைமட்ட மாக்கிவிடுவார்கள் என்பதுபோல காரியங்கள் நடக்கும். நாலு மணிக்கு பத்து நிமிடம் இருக்கும்போது மச்சாள் காசைத் தந்து ஒரு முட்டை வாங்கிவரச் சொல்லுவார். அது சிவப்பு முட்டையாக இருக்கவேண்டும். அண்ணர் வெள்ளை முட்டை சாப்பிடமாட்டார். அரசாங்கத்தில்

தலைமை லிகிதராக உத்தியோகம் பார்க்கும் ஒருவர் வெள்ளை முட்டையை எப்படிச் சாப்பிட முடியும்? அடுத்த நாளும் மச்சாள் ஒரு முட்டை வாங்குவார். அதற்கு அடுத்த நாளும். எத்தனையோ தடவை கேட்டுவிட்டேன், ஒரு பத்து முட்டையை ஒரே தரமாக வாங்கலாம்தானே என்று. மச்சாளுக்குக் கோபம் வரும். அவர் கண்கள் பெரிதாகி நான் தினம்தினம் வாங்கி வரும் சிவப்பு முட்டை சைசுக்கு வந்துவிடும். 'ஒரு கோழி எப்பவாவது ஒரு நாளைக்குப் பத்து முட்டை இடுமா? ஒரு நாளைக்கு ஒன்றுதான்' என்பார். நான் கேட்டதற்கும் இதற்கும் என்ன சம்பந்தம்? மச்சாள் சொன்னால் இரண்டாம் பேச்சு பேசக்கூடாது, இல்லாவிட்டால் அண்ணரிடம் சொல்லி விடுவார். நான் கிட்டத்தட்ட அடிமை என்ற விசயம் எனக்கு ஞாபகத்துக்கு வரும்.

இரண்டுதரம் நான் சோதனையில் பெயிலாகிவிட்டதால் எனக்கு வேறுகதி கிடையாது என்று என்னைப் பொலிடெக்னிக் கில் சேர்த்திருந்தார்கள். அண்ணர்தான் பணம் கட்டுகிறார். அவர்தான் சாப்பாடு போடுகிறார். அவர்தான் தங்க இடம் கொடுக்கிறார். வருடத்துக்கு ஒரு புது சேர்ட்டும் தான் போட்டு முடித்த ஒரு பழைய சேர்ட்டும் தருகிறார். எனக்கு 17 வயது தொடங்க இரண்டு மாதம் இருக்கிறது. சரியாக நாலு மணிக்கு ஒரு முட்டை வாங்கி கொடுத்துச் சொந்த அண்ணரைக் கொழுக்க வைப்பதில் என்ன பிழை இருக்கிறது. காசை எறிந்து எறிந்து ஏந்திக்கொண்டே முட்டை வாங்கக் கடைக்குள் நுழைந்தேன். அப்பொழுது அடித்த நாலு மணிக்குக் கீழ்தான் அவள் பஸ்சுக் காக நின்றுகொண்டிருந்தாள். பள்ளி மாணவி. வெள்ளைச் சீருடை. வெள்ளைச் சப்பாத்து. நீலமும் வெள்ளையும் கோடு போட்ட டை. இரட்டைப் பின்னல் பின்னி நீல ரிப்பனால் பூப்போட்டுச் சடையை முடிவுக்குக் கொண்டுவந்திருந்தாள். புத்தகங்களை, கைகளை மடித்து அதற்குமேல் வைத்துக் காவினாள். அவளைப் பார்த்துக்கொண்டு வந்த கண்கள் அவள் கழுத்துக்கு வந்ததும் நின்றன. நீளமான கழுத்து. ஒரு வாத்தின் கழுத்துப் போல நீள்வதும் சுருங்குவதுமாக வழுவழுவென்று இருந்தது. உடனேயே அவளுடைய கழுத்துக்கும் என்னுடைய இருதயத் துக்கும் ஒருவிதமான தொடர்பு ஏற்பட்டது. அவளுடைய கழுத்து நீண்டு தலை உயரும் ஒவ்வொரு முறையும் என் இருதயம் ஒரு துடிப்பைத் தவறவிட்டது.

இரண்டு நிமிடம் கழிந்தது. பார்த்தால் நான் அவளுக்குப் பக்கத்தில் நின்றேன். பஸ் வந்ததும் அவள் ஏறினாள். நானும் ஏறினேன். அவள் எந்த இடத்துக்கு டிக்கட் எடுத்தாள் என்பது

எனக்கு தெரியவில்லை. ஆகவே பஸ் கடைசியாகப் போய் நிற்கும் இடத்துக்கு முட்டைக் காசைக் கொடுத்து டிக்கட் எடுத்தேன். பஸ்சிலே நான் பின்னால் இருக்க அவள் நாலைந்து இருக்கைகள் தள்ளி முன்னாலே உட்கார்ந்தாள். அவளுடைய தலை, இரட்டைப் பின்னல், பாதிக் கழுத்து, தோள்மூட்டின் ஒரு பகுதி எனக்குத் தெரிந்துகொண்டிருந்தது. அரை மணி நேரம் கழித்து அவள் மணி அடிக்காமலே பஸ் நின்றது. அவள் திடீரென்று இறங்கிப் போனாள். நான் அடுத்தத் தரிப்பில் இறங்கிப் பஸ் பிடித்து வீட்டுக்கு வந்து சேர்ந்தேன்.

என் மச்சாளின் முகத்தைப்போல ஒரு முகத்தை ஒருவரும் கண்டிருக்கமாட்டார்கள். அவருடைய முகத்தோல் நல்லாய் பாவித்த செருப்புத் தோல்போலத் தடிப்பாக இருக்கும். சிரித்தாலும் கோபித்தாலும் முகத்தின் தசைகளில் மாற்றமிராது. ஆனாலும் குரலில் வித்தியாசம் தெரியும். கோபிக்கும்போது பொய்க்குரல் வந்துவிடும். 'எங்கே முட்டை?' என்றார். 'உடைஞ்சு போச்சுது' என்றேன். 'அதுக்கு இவ்வளவு நேரமா?' 'நான் எங்கை உடஞ்சுது என்று பார்க்கத் திரும்பவும் தேடிக்கொண்டு போனன். அப்பிடியும் கண்டுபிடிக்க முடியேல்லை.'

'மிச்சக் காசு எங்கே?'

'அதுவும் துலைஞ்சு போச்சுது. எத்தனை தரம் ஒன்றையே திருப்பித் திருப்பிச் சொல்லுறது.' எனக்குக் கோபம் வந்ததுபோல மூச்சை பெரிசாக உள்ளேயும் வெளியேயும் விட்டேன். சில வேளைகளில் இந்தத் தந்திரம் வேலை செய்யும். அண்ணர் காத்திருந்து கடைசியில் முட்டை இல்லாமல் சாப்பிட்டுவிட்டு உள்ளுக்குள் என்னையே உற்றுப் பார்த்துக்கொண்டிருந்தார். அவருக்கும் எனக்கும் பதினைந்து வருட வித்தியாசம். அந்த நிமிடம் அவர் என்னை 'வெளியே போடா' என்று சொன்னால் நான் இரவு ரோட்டில்தான் படுக்க வேண்டும். ஆனால் அவர் சொல்லவில்லை. மச்சாள் 'பொலிடெக்னிக்கில் படிக்கிற இதுக்கு இவ்வளவு கெறுக்கு' என்று புறுபுறுத்தபடி உள்ளுக்கு போனார்.

வழக்கமாக மச்சாளுக்குக் கோபம் புரளும் நாட்களில் அடியிலே சீனப்பூ வரைந்த சீனத் தட்டிலே சோறும் கறியும் பரிமாறி அதை இன்னொரு தட்டினால் மூடி மேசையிலே வைத்துவிடுவார். நான் சீனப்பூ தெரியுமட்டும் சோற்றை அள்ளித் தின்று தண்ணீர் குடித்துக் கோப்பையைக் கழுவிக் கவிழ்த்து வைத்துவிட்டுப் படுக்கப் போவேன். சத்தங்களில் இனிமையானது மேசையில் கோப்பை வைக்கும் சத்தம்.

அ. முத்துலிங்கம்

அன்றைக்கு அந்தச் சத்தம் எழவில்லை; மச்சாள் கோப்பை வைக்கவில்லை. இரண்டு மூன்று தடவை மேசைக்கு வந்து பார்த்து ஒன்றும் இல்லையென்று உறுதிப்படுத்திவிட்டு திரும்பப் போய்ப் படுத்துவிட்டேன். முட்டை இல்லாமல் ஒரு கோப்பை நிறைந்த சோற்றைச் சாப்பிடுவதற்கு ஒரு தலைமை லிகிதர் எவ்வளவு கஷ்டப்பட்டிருப்பார். இது என்ன கஷ்டம் என்று மனதைத் தேற்றிக்கொண்டு அன்றைக்குப் படுக்கச் சென்றேன். வெகு நேரத்துக்குப் பிறகு நித்திரை வந்தது.

இரண்டு நாள் கழிந்தபின் அண்ணர் முட்டை சாப்பிட்ட திருப்தியில் சுவரிலே கதிரையை சாத்திவைத்து அதிலே உட்கார்ந்து இரண்டு கால்களையும் தொங்கவிட்டுப் பேப்பரில் சிறுவர் பகுதியில் வந்த கார்ட்டூனைப் படித்து மகிழ்ந்துகொண்டிருந்த நேரத்தில் மெல்லப் பேசத் தொடங்கினேன். 'எனக்கு இந்தப் படிப்பு இறங்குதில்லை. பொலிடெக்னிக்கில் ஸ்பெசல் கிளாஸ் இருக்கு. அதுக்கு போகவேணும்.' அண்ணர் திடுக்கிட்டு விட்டார். அவருடைய வாய் குளறியது. நானாக வந்து படிப்பைப் பற்றிப் பேசியது அதுவே முதல் தடவை. 'எவ்வளவு காசு கட்ட வேணும்?' என்றார். 'காசு இல்லை. எல்லாம் இலவசம். பஸ் காசு மாத்திரம்தான்' என்றேன். அண்ணருக்கு நான் கட்டிடக் கலை படிக்க வேண்டும் என்ற விருப்பம். பெரிய கட்டிடங்களைச் சிறிய தாளிலே வரைவது. மச்சாளுக்கு நான் தாவரவியல் படிக்க வேண்டும். சின்னப் பூக்களை பெரிய தாளிலே வரைவது. எனக்கோ படம் வரையத் தேவை இல்லாத எந்தப் படிப்பும் சம்மதம். என் மூளையைத் திறமாக வேலைசெய்ய வைத்து ஒருமாதிரியாக இருவரையும சமாளித்து, காலையிலேயே மச்சாளுக்கான முட்டையை வாங்கிக் கொடுத்து பின்னேரத்துக்கான நேரத்தை எனக்காக அபகரித்துக்கொண்டேன்.

பதினெட்டு பத்தொன்பது வயது தாண்டியவர்களுக்கு நான் சொல்வது ஒருக்காலும் விளங்காது. சரியாக நாலு மணிக்கு பளபளவென்று மின்னும் வெள்ளைச் சீருடையில் அவள் பஸ் தரிப்புக்கு வருவாள். வரும்போதே ஒரு தென்றல் வீசும். நான் அவளையே பார்த்தாலும் அவள் என்னைப் பார்ப்பது கிடையாது. அப்படித் தவறி அவள் கண்பார்வை என் மீது விழுந்தாலும் அது என் உடலைக் கிழித்துக்கொண்டு மற்றப்பக்கம் போய்விடும். அந்தப் பார்வை என்னால் தாங்க முடியாததாக இருக்கும். இரண்டு பின்னலில் ஒன்று முன்னுக்கிருக்கும், ஒன்று பின்னுக்கிருக்கும். தன் அழகை முன்னுக்கும் பின்னுக்கும் சமமாகப் பிரித்துக்கொடுக்கும் எண்ணமாக இருக்கலாம். இரண்டு பின்னலையும் பின்னால் விட்டால்

கூட அழகு குறையாது. பஸ்சுக்குக் காத்திருக்கும்போது முகத்திலே எரிச்சலோ பதற்றமோ இல்லாமல் கண்கள் சாந்தமாகவே இருக்கும். தலை குனிந்து அவளுடைய வெள்ளைச் சப்பாத்தைப் பார்க்கும் அல்லது மார்போடு ஒட்டியிருக்கும் புத்தகங்களைப் பார்க்கும். அவை இயற்பியல், தாவரவியல் போன்ற புத்தகங் கள். அவள் கண்களில் தெரியும் புத்திக்கூர்மையை வைத்து அவள் மருத்துவப் படிப்புக்குத் திட்டமிடுகிறாள் என்பதை ஊகிக்கமுடியும். ஆனால் வாத்து செய்வதுபோலக் கழுத்தை நீட்டினால் உடனேயே செய்தி என் இருதயத்துக்குப் போய்த் துடிப்பு ஒன்று தவறிப்போகும்.

பஸ் வந்ததும் அவளை ஏறவிட்டுப் பின்னர்தான் நான் ஏறுவேன். அவள் வழக்கம்போல முன்னுக்கு உட்கார நான் பின்னுக்கு அவளைப் பார்க்கக்கூடிய தூரத்தில் உட்காருவேன். இறங்கவேண்டிய இடம் வந்ததும் அவள் இறங்கிச் செல்வாள். அவளைப் போகவிட்டுச் சிறிது நேரம் கழித்து நானும் தொடர் வேன். அவள் திரும்பிப் பார்க்காமல் நடப்பாள். ஒரு பெரிய கேட் வைத்த வீடு வரும்போது கேட்டைத் திறந்து உள்ளே போவாள். கேட்டின் நடுவிலே தகரம் வைத்து மறைப்புக்காக அடித்திருக்கும். அந்த வீதியின் கடைசி வீடுமட்டும் நான் ஏதோ வேலையிருப்பதுபோலப் போய்த் திரும்பி அடுத்த பஸ் பிடித்து வீடு வந்து சேருவேன். இது தினம் தினம் நடக்கும்.

ஒருநாள் நாலு மணிக்கு அவள் பஸ் தரிப்புக்கு வரவில்லை. எனக்கு மூச்சடைத்துவிடும்போல இருந்தது. ஆறு பஸ் வந்து போய்விட்டது. அவளுக்கு ஏதாவது உடல் சுகமில்லையோ என்று மனம் தவித்தது. சரியாக 5.15க்கு அவள் வந்தாள். அவள் கையிலே புத்தகங்களுடன் பாட்மிண்டன் விளையாடும் ராக்கெட் டும் இருந்தது. முகம் வியர்த்துத் துடைத்துப் பளிச்சென்று இருந்தது. ரத்தம் கூடியிருந்தது. புத்தகத்துடன் ராக்கெட்டை அணைத்துப் பிடித்து அவள் நடந்து வந்தபோது என் மகிழ்ச்சிக்கு அளவேயில்லை. அன்று பார்த்து பஸ் தரிப்பில் ஒருவருமே இல்லை. அவளுக்கும் எனக்கும் இடையில் இரண்டு அடி காற்று மட்டுமே. ஏதாவது பேசவேண்டுமென்றால் அதுதான் கடவுள் எனக்குத் தந்த சந்தர்ப்பம். 'நீங்கள் பாட்மிண்டன் விளையாடுவீர்களா?' இப்படி ஒரு சின்னக் கேள்வியைக் கேட்டிருக்கலாம். கேட்கவில்லை. அவள் உதடுகளைத் திறந்து பேசும்போது என்ன சத்தம் வரும் என்பதைத் தெரிந்திருக்க லாம். அன்று 20 நிமிடங்கள் வீணாயின. ஒரு சமயம் சற்றுக் குனிந்து சீருடைக்குக் கீழே, சொக்சுக்கு மேலே உள்ள சின்ன இடைவெளியில் கையிலே வைத்திருந்த ராக்கெட்டினால்

சொறிந்தாள். அந்தச் செய்கைகூட எவ்வளவு அழகாக இருந்தது. அழகில்லாத ஒரு வேலைகூட இவளால் செய்யமுடியாதா என்று நான் அந்தத் தருணம் நினைத்தேன்.

வியாழக்கிழமை அவள் பாட்மிண்டன் விளையாடும் நாள். ஆனால் என் மனம் கேட்காது. மற்ற நாட்களைப்போல நாலு மணிக்கே போய்ப் பஸ் தரிப்பில் காத்திருப்பேன். அவள் நாலு மணிக்கு வராமல் *5.15*க்கு அல்லது *5.20*க்கு வருவாள். ஒரு மணிக்கு மேலே அங்கே காத்திருக்கும் என்னைச் சில நேரங்களில் கண்ணெறிந்து பார்ப்பதுபோலத் தோன்றும். ஆனால் ஒரு கண்ணாடியைப் பார்ப்பதுபோல அந்தப் பார்வை என்னைத் துளைத்துக்கொண்டு மறுபக்கத்துக்கு போய்விடும். நான் நிற்பது அவளுக்கு தெரிவதில்லை. எனினும் நான் கடமை தவறாமல் அவளை வீட்டிலே சேர்த்துவிட்டுத் திரும்புவேன்.

அவள் படிக்கும் பள்ளிக்கூடம் எதுவென்று இன்னொரு நாள் கண்டுபிடித்தேன். அவள் கழுத்திலே கட்டித் தொங்கவிட்டிருக்கும் டை அதைச் சொல்லிக்கொடுக்கும். கொழும்பில் உள்ள அத்தனைப் பெண்கள் பள்ளிக்கூடங்களையும் ஒவ்வொன்றாக ஆராய்ந்து, தகவல்களைத் திரட்டித்தான் அதை என்னால் செய்ய முடிந்தது. என்னுடைய புத்திக்கூர்மை அடைவு எண் என்னுடைய செருப்பு சைசைத் தாண்டவில்லை என்று அண்ணர் என்னைப் பலமுறைத் திட்டியிருக்கிறார். அப்படியிருந்தும் என்னுடைய தொடர் விடாமுயற்சியால் அதைக் கண்டுபிடித்தேன். அவளுடைய வீட்டைக் கண்டுபிடித்தேன். அவர்கள் வீட்டில் எத்தனை பேர்கள் என்பதைக் கண்டுபிடித்தேன். அவள் எத்தனையாம் வகுப்புப் படிக்கிறாள், என்ன படிப்புப் படிக்கிறாள், என்ன விளையாட்டு விளையாடுகிறாள் போன்ற சகல விசயங்களும் எனக்குத் தெரிந்தன. அவளுடைய தகப்பன் பெயர்கூடத் தெரியும். அது கேட் பலகையில் எழுதியிருந்தது. அவளுடைய பெயர் மட்டும் தெரியவில்லை. ஒருநாள் அதையும் கண்டுபிடித்தேன்.

அவளுடைய பள்ளிக்கூடத்தில் கார்ணிவல் என்று பேப்பர்களில் விளம்பரம் வர ஆரம்பித்திருந்தது. அந்த நாளுக்காக நான் ஆவலுடன் காத்திருந்தேன். ஏனென்றால் பள்ளிக்கூடத்தில் நடக்கும் கார்ணிவலுக்கு அவள் கட்டாயம் வருவாள். தினம் சீருடையில் வரும் அவளை வேறு உடுப்பில் பார்க்கும் வாய்ப்புக் கிடைக்கும். அவள் கவுண் அணிந்து வரலாம், சேலையில் வரலாம், சுரிதாரில் வரலாம் என்றெல்லாம் கற்பனையில் சோதித்துப் பார்த்தேன். கார்ணிவல் அன்று வாசல்

திறந்ததும் உள்ளே நுழைந்து அங்குலம் அங்குலமாக முழு நிலத்தையும் அளந்து தேடினேன். இரண்டு மணிநேரமாக இப்படித் தேடி அலைந்து களைத்த சமயத்தில் வாத்து கழுத்தில் வளையம் போடும் இடத்தில் சத்தம் வந்தது. அந்த விளையாட்டு நடத்துனர்களாக இரண்டு பெண்கள் இருந்தார்கள். அதிலே ஒன்று இவள். அந்த இடத்துக்கே இவளால் ஒளி கூடியிருந்தது.

அரைத் தாவணியில் அவள் இருந்தாள். நான் அதைக் கற்பனை செய்யவில்லை. அவள் உடல் லாவண்யம் அரைத் தாவணியில் வளைந்து நெளிந்து என்னை வேறு ஒன்றையும் பார்க்கவிடாமல் செய்தது. ஒருத்தி மேசையில் இருந்தாள். இவள் கீழே விழும் வளையங்களை மீட்டு மேசையில் வைக்கும் வேலையைச் செய்தாள். அவள் குனிந்து குனிந்து வளையங்களைப் பொறுக்கியபோது அவள் உடலில் தோன்றிய வளைவுகள் என் மனதில் அழியாதபடி பதிந்தன. 25 சதத்துக்கு ஐந்து வளையங்கள். நான் பஸ் காசை எடுத்துத் தனியாக வைத்துவிட்டு வளையங்களை வாங்கி எறிந்துகொண்டிருந்தேன். இவளுடைய கழுத்தைப் போலவே வாத்துக்கள் கழுத்தை நீட்டுவதும் சுருக்குவதுமாக இருந்தன. அவள் தொட்ட அதே வளையங் களை அதே இடத்தில் நானும் தொட்டேன். காசு முடியுமட்டும் விளையாடினேன். வாத்துக் கழுத்தைப் பார்த்ததிலும் பார்க்க அவள் கழுத்தையே அதிகம் பார்த்தேன். ஒருமுறை வாத்தின் கழுத்தில் விழுந்த வளையம் கீழே இறங்க முன்னர் வாத்து அதைக் கழற்றிவிட்டது. அப்பொழுது அவள் கல்லென்று மெல்லிய ஓசையில் சிரித்தாள். ஒருமுறைதானும் அவள் என்னை நிமிர்ந்து பார்க்கவில்லை. மேசையில் இருந்த பெண் 'ஸ்வேதா' என்று அவளை அழைத்தாள். அப்படித்தான் அவள் பெயரை இரண்டு ரூபா செலவழித்துக் கண்டுபிடித்தேன்.

என் அண்ணர் தேவையில்லாமல் வாய் திறக்க மாட்டார். நல்லாய் அவித்த முட்டையை உண்பதற்கும், என்னைத் திட்டு வதற்கும் மட்டுமே திறப்பார். ஒருநாள் அவர் மச்சாளிடம் சொன்னது கேட்டது. 'இவனில நல்ல மாற்றம் தெரியுது. இப்படிக் கிரமமாக அவன் ஸ்பெசல் கிளாசுக்கு போவான் என்று நான் நினைக்கவில்லை.' அதற்கு மச்சாள் 'அது பெரிசா ஏதோ பிளான் போடுது. இப்போதைக்கு உங்களுக்கு விளங்காது' என்றார். என்னை எத்தனைச் சரியாக அவர் கணக்குப் போட் டிருந்தார் என்பதை நினைக்கத் திகைப்பாயிருந்தது. அன்றைக்கு ஒரு மணி நேரமாக மண்டையைச் சுவரில் உடைப்பதா, மேசை யில் உடைப்பதா என்று தீர்மானிக்க முடியாமல் தவித்தேன்.

சிவப்பு நிற எண்ணங்கள் மனதை நிறைத்தன. கிட்டத்தட்ட ஒருவருட காலம் நான் அவளை ஒருநாள் தவறாமல் வீடு வரைக்கும் பக்குவமாகக் கூட்டிச்சென்று விட்டுவிட்டு வந்தேன். நான் அவளுக்குப் பக்கத்தில் நிற்கவோ இருக்கவோ முயற்சிக்க வில்லை. பார்த்து சிரிக்கவில்லை. பேசவில்லை. கடிதம் கொடுக்க வில்லை. நாளுக்கு ஓர் அணுவாக எங்களிடையே வளர்ந்த காதல் முடிவுக்கு வந்தவிதம்தான் மிகவும் பரிதாபகரமானது.

ஆரம்பத்திலிருந்து ஒரு நாள் நல்லாய்ப் போய்க்கொண் டிருந்தால் அன்றைய நாள் பிழையான திசையில் சென்று கொண்டிருக்கிறது என்பது அர்த்தம். காலையில் அண்ணர் எழும்பி இரண்டு நிமிடமாகியும் என்னிடம் சத்தம் போட வில்லை. பாணில் ஒருவரும் சாப்பிட முடியாத முரட்டுப் பகுதியைச் சாப்பிடுவதற்கு மச்சாள் சுடவைச்ச குழம்பை ஊற்றினார். உதட்டில் கொஞ்சம் சிரித்தது போலவும் கிடந்தது. அன்பொழுக, மெசினில் மா அரைத்துக்கொண்டு வரச் சொன்னார். திரும்பி வந்தபோது நண்பன் ஒருவன் வீட்டிலே காத்துக்கொண்டிருந்தான். என்னைத் தேடி வீட்டுக்கு யாரும் வருவது மச்சாளுக்குப் பிடிக்காது. எம்.ஜி.ஆர். நடித்த மர்மயோகி படத்தை நாலுதரம் பார்த்திருந்தேன். அவர் அப்போது கோல்ஃபேஸ் ஹொட்டலில் வந்து தங்கியிருந்தார். 'அவர் ஹொட்டல் மாடிக்கு வருவார், வா பார்க்கலாம்' என்று நண்பன் அழைத்தபோது நான் நாலு மணிக்கு வேலை இருக்கிற தென்று மறுத்துவிட்டேன். அவன் என்னை ஒருமாதிரி பார்த்த படித் திரும்பினான். இப்படி ஒருவனா என்று அவன் திகைத்துப் போனது தெரிந்தது.

மூக்கில் ரத்தம் ஒழுகுவதுபோல மச்சாள் முகத்தைத் தூக்கி வைத்துக்கொண்டு முன் விறாந்தையில் உலாத்தினார். அன்று மச்சாள் உதடுகள் அசையாமல் கதைக்கும் நாள். இரண்டு கைகளையும் தன் இடுப்பில் வைத்துக்கொண்டு சாரியை அயர்ன் பண்ணித் தந்துவிட்டுப் போகும்படிக் கேட்டார். கைகள் இடுப்பிலே வேலையாக இருந்ததுதான் காரணம் என்று நினைக் கிறேன். எந்த சாரி என்று கேட்டேன். மைசூர் சில்க் என்றார். இதைவிட கொடிய தண்டனையை ஒருவர் உண்டாக்க முடியாது. இன்னும் அவர் குரலை உயர்த்தவில்லை. அதற்கு அரை நிமிடம் இருந்தது. உரஞ்ச உரஞ்ச நழுவிப் போகும் சாரி அது. சாரிக்கு கீழே மச்சாள் இருக்கிறார் என்று கற்பனை செய்ததில் ஒருவாறு அழுத்தித் தேய்க்கக்கூடியதாக இருந்தது. வேறு ஒரு வேலையை மச்சாள் உண்டாக்க முன்னர் ஓடியோடி பஸ் தரிப்புக்கு

வந்தால் பஸ் புறப்பட்டு விட்டது. எப்படியோ ஓடிப்பிடித்து அதில் தொத்தி ஏறிக் கொண்டேன்.

அவளுடைய பின்னலையும் ரிப்பனையும் பார்த்தபடி பின்னால் இருந்தேன். ஸ் என்று தொடங்கும் அவளுடைய பெயரை உச்சரித்தால் அது எப்படிக் கேட்கும் என்று நான் சோதித்துக்கூடப் பார்த்தது கிடையாது. மனதுக்குள் அடிக்கடி சொல்லிப் பார்ப்பேன். ஸ் எழுத்தே ஒரு ரகஸ்யமான எழுத்து தான். அந்த வருடம்தான் என் வாழ்நாளில் ஆகத்திறமான வருடம். பஸ் நிறுத்தத்தில் அவள் இறங்கியதும் நானும் இறங்கி னேன். என்றுமில்லாத மாதிரி அவளுடைய பிறங்கை என் னுடைய பிறங்கையில் மெல்லிசாக உரசியது. அவளை கொஞ்ச தூரம் நடக்கவிட்டு பின்னால் நானும் நடந்தேன். அவள் என்னை கடைக்கண்ணால் திரும்பிப் பார்த்தாள். நான் நம்ப வில்லை. அந்த ஒரு வருடகாலத்தில் அவள் அப்படிச் செய்தது கிடையாது.

அன்று எனக்கு என்ன தோன்றியதோ அவளை மனனம் செய்தேன். அவளுடைய உயரம், பருமன், நிறம், பின்னல், ரிப்பன், கழுத்து, உடல் வளைவு, கால்கள் சகலதையும் மனப் பாடம் பண்ணினேன். வழக்கத்திலும் பார்க்க வேகமாக நடந்தாள். ஏதோ பொது மலசலக்கூடத்தைக் கடப்பதுபோல. நானும் நடந்தேன். அவளுடைய வீடு வந்ததும் பாதி மறைத் திருக்கும் கேட்டைத் திறந்து உள்ளே போனாள். நான் என்பாட்டுக்கு வீதியின் நுனிக்குபோய் மறுபடியும் வந்த வழியால் திரும்பினேன். அவளுடைய வீட்டுக் கேட்டைத் தாண்டும்போது திரும்பிப் பார்த்த நான் திடுக்கிட்டேன். அவளுடைய அப்பாவும் அம்மாவும் நின்றார்கள். அவர் களுடைய மார்பும் தலையும் தடுப்புக்கு மேலால் தெரிந்தன. அவளுடைய பாட்டியும் அவளும் அவளுடைய தங்கச்சியும் கூட அங்கே நின்றது தெரிந்தது. தங்கச்சி கேட்டின் அடியில் குனிந்து என்னைப் பார்த்தாள். முழுக்குடும்பமும் நின்று என்னை வேடிக்கை பார்த்தது. என் நெஞ்சு படக் படக் என்று அடித்தது. அவர்கள் வாய் திறந்து ஒன்றுமே கேட்கவில்லை, பார்வை மட்டும்தான். எப்படிக் கேட்டைக் கடந்து பஸ் பிடித்து வீடு வந்து சேர்ந்தேனோ தெரியாது. வீட்டுக்கு வந்தபிறகும் இருதயம் விலா எலும்பில் விட்டுவிட்டுக் குத்தியது. முகத்தைப் பார்த்த அண்ணர் திடுக்கிட்டு 'என்னடா' என்றார். நான் ஒன்றுமில்லை என்று கத்தினேன். அந்தச் சத்தம் மச்சாளுக்கு கேட்டது. வெள்ளவத்தைக்கு கேட்டது. எம்.ஜி.ஆருக்குக் கேட்டது.

'அப்பா, எறும்பு நைஜீரியாவைக் கடந்துவிட்டது' என்றான் மகன்.

'சரி, நீ அதை ஒன்றும் செய்யாதே.'

மேசையின் ஒரு விளிம்பிலிருந்து மறு எல்லைவரை உலகப்படம் கண்ணாடியில் வரையப்பட்டுக் கிடந்தது. ஆங்கிலேயரின் ஆட்சி உச்சத்தில் இருந்தபோது உண்டாக்கிய வரைபடம் என்பதால் இப்போது இருக்கும் நாடுகள் சில அப்போது இல்லை. அப்போதிருந்த நாடுகள் சில ஒன்றாகச் சேர்ந்துவிட்டன. எறும்பு வரைபடத்தில் ஓடிக்கொண்டிருந்தது. என் மகனின் விரல் அதன் பின்னால் ஊர்ந்தது.

'எறும்பு இத்தாலிக்குப் போய்விட்டது.'

'சரி.'

கிட்டத்தட்ட ஒருவருட காலம் அவள் போன பஸ்சில் நான் அவளைப் பின்தொடர்ந்தேன். யாராவது கணக்குப் போட்டு பார்த்தால் 1600 மைல்கள், 290 மணித்தியாலங்கள். எனக்கு அவள்மேல் பெரிய கோபம் இருந்தது. இப்பொழுது யோசித்து பார்க்கும்போது அந்தப் பெண் வேறு என்ன செய்திருக்கமுடியும் என்று தோன்றுகிறது. நான் சிரித்தால் முகத்தை வேறுபக்கம் திருப்பியிருக்கலாம். பேசினால் தனக்கு அது பிடிக்கவில்லை என்று சொல்லியிருக்கலாம். கடிதம் கொடுத்தால் அதை வாங்கி என் முன்னால் கிழித்துப்போட்டுத் தன் கோபத்தைக் காட்டியிருக்கலாம். நான் மௌனமாகத் தொடர்ந்தேன். அவள் மௌனமாகத் தன் எதிர்ப்பைக் காட்டினாள். அவள் நல்லவளாகத்தான் இருப்பாள்.

'அப்பா, நீங்கள் பயணம் போயிருக்கிறீர்களா?'

'போனது மாதிரித்தான்.'

'எங்கே?'

'ஏதோ இடத்துக்கு.'

'அது எவ்வளவு தூரம் அப்பா?'

'1600 மைல்கள்.'

வார்த்தைகளைக் கண்டுபிடிக்க முன்னர்தான் மனிதன் உண்மையாக இருந்தான். வார்த்தைகள் மனதைச் சொல்லப் பயன்படுவதில்லை; மனதை மறைக்கவே பயன்பட்டிருக்கின்றன.

குதிரைக்காரன் 43

'எப்ப போனனீங்கள்?'

'எனக்கு 17 வயது நடந்தபோது.'

'பயணத்துக்கு எவ்வளவு நேரம் பிடித்தது?'

'290 மணித்தியாலங்கள். அதாவது 12 நாட்கள்.'

'12 நாட்களா?'

'ஓர் உண்மையைக் கண்டுபிடிக்க 12 நாட்கள் என்பது சிறிய கால அவகாசம்தான்.'

எங்கள் சம்பாசணையில் கலந்துகொள்ளாமல் எறும்பு ஒருவர் உதவியுமின்றித் தனியாக அட்லாண்டிக் சமுத்திரத்தைக் கடந்துகொண்டிருந்தது.

பாரம்

அமெரிக்காவில் அவன் தங்கிய முதல் வீட்டுக்கு முன் ஒரு மயானம் இருந்தது. வாடகைக்கு எடுத்தது. மறு நாள் காலை யன்னலைத் திறந்து பார்த்தபோதுதான் அவனுக்கு மயானம் இருப்பது தெரிந்தது. உடனேயே அனோஜாவை நினைத்துக்கொண்டான். மயானத்தைத் தாண்டும்போது அவள் கைவிரல்களை ஒவ்வொன்றாகச் சூப்புவாள். அவனையும் கைவிரல்களை சூப்பச் சொல்லுவாள். அவனுக்குச் சிரிப்பு வந்தது. அமெரிக்காவின் பனிக்காலத்தில் என்ன செய்வாள்? ஒவ்வொரு முறை மயானத்தைக் கடக்கும்போதும் கையுறையைக் கழற்றி ஒவ்வொரு விரலாகச் சூப்பிவிட்டு மறுபடியும் கையுறை அணிவாளா? செய்தாலும் செய்வாள். ஆச்சரியப்படுத்துவதில் அவளை யாரும் வெல்லமுடியாது.

அவனுக்கு வயது 22. பல்கலைக்கழகம் முதுகலைப் படிப்புக்கு உதவித் தொகை வழங்கியிருந்தது. புறப்படும் போது அவன் ஒரு பெயருடன் புறப்பட்டான். அமெரிக்காவில் ஒரு பெயர் போதவில்லை, இரண்டு பெயர் வேண்டுமென்றார்கள். கொடுத்தான். எல்லாமே புதிசாக இருந்தது, போகப்போகப் பழகிவிட்டது. மயானம், மயானம் போலவே இல்லாமல் ஓய்வு நேரத்தை கழிக்கக்கூடிய ஒரு பூங்காபோலக் காட்சியளித்தது. கல்லறை வாசகங்களை வாசித்தபடி நடப்பது அவனுக்குப் பிடிக்கும். ஒருமுறை, 12, 13 வயது சிறுமி பள்ளிக்கூட சீருடையில் ஒரு கல்லறை முன் உட்கார்ந்து அழுதாள். கல்லறை மேடையை வெறும் கையால் துடைத்துவிட்டு அவள் கொண்டு வந்த பூவை வைத்து வணங்கினாள். முழங்காலில் குனிந்து சிறுமி உட்கார்ந்திருந்த காட்சி மனதை உருக்கியது. அந்தச் சின்ன வயதில் என்ன துயரமோ

அவளுக்கு. பிறகு கண்களைத் துடைத்தபடி புத்தகப் பையை தூக்கிக்கொண்டு அவனைக் கடந்து போனாள். அந்த வாசகத்தைக் குனிந்து படித்தான். 'ஓ, இந்தப் பாரம். என்னால் தாங்க முடியவில்லை.' இறந்தவர் என்ன பாரத்தைச் சொல்கிறார் என்பது அவனுக்குப் புரியவில்லை.

விமலன் வாடகைக்கு எடுத்தது வீடு அல்ல, அதில் உள்ள ஓர் அறையைத்தான். அந்தக் குடியிருப்பில் எல்லா வீடுகளும் ஒரே மாதிரி இருந்தன. வித்தியாசப்படுவது யன்னல்களில் தொங்கும் திரைச் சீலைகளின் நிறம்தான். பச்சை திரைச் சீலைகள் தொங்கும் மூன்றாவது வீட்டில் ஒரு பெண்ணும் அவள் குழந்தையும் இருந்தார்கள். அவர்கள் பேசுவதைக் கேட்டிருக்கிறான். ஆங்கிலத்தில் பேசுவார்கள். பின்னர் அதையே தெலுங்கிலும் பேசுவார்கள். ஒருநாள் தோள்கள் முன்னும் பின்னும் அசைய நடந்துவந்து அவள் வணக்கம் சொன்னாள். ஒரு கணம் அவள் அனோஜாவோ எனத் திகைத்துவிட்டான். அத்தனை உருவ ஒற்றுமை. பின்னர் இவன் வணக்கம் சொன்ன போது தலையைப் பின்னால் எறிந்து புன்னகைத்தாள். கத்தைத் தலைமயிரை ஒரு விரலால் தொட்டு இழுத்துக்கொண்டே போனாள். அனோஜாவும் அப்படித்தான்.

அன்றிரவு முழுக்க அவனால் தூங்க முடியவில்லை. அனோஜாவின் நினைவு சுழன்று சுழன்று வந்தது. ஒருசமயம் அவள் தனது இடது கையைத் தூக்கிக் கொண்டையிலே குத்தி யிருந்த ஒரேயொரு ஊசியை இழுத்தாள். அது ஒன்றுதான் அவள் செய்தது. தலைமுடி அருவி கொட்டுவதுபோல அவிழ்ந்து தோளில் விழுந்து வழிந்து கீழே இறங்கியது. அவன் மனதிலே அது பெரும் கிளர்ச்சியை உண்டுபண்ணியது. ஒருவிரலால் முடியை இழுத்தபடி, மெல்லிய சிரிப்புடன் அவள் அசையா மல் நின்றாள். அடுத்த நகர்வை அவன்தான் செய்யவேண்டும் என எதிர்பார்த்தாள். எங்கே ஆரம்பிப்பது என்றுதான் அவ னுக்குத் தெரியவில்லை. குமிழ்போலத் தள்ளிக்கொண்டு நின்ற வெள்ளைத் தோள்களைத் தொட்டான். முதல் பக்கம் கிழிக்கப் பட்ட நாவலைத் தொடங்குவதுபோல. அதன் பின்னர்தான் உருகும் சொக்லட் போன்ற இதழ்களைக் கண்டான். அன்றைய மாலை முடிவுக்கு வந்தபோது ஒரேயொரு முத்தம் மிஞ்சியது. அதனை இருவரும் சமமாகப் பங்குபோட்டுக் கொண்டார்கள்.

நடந்து வந்து வணக்கம் சொன்ன பெண்ணின் பெயர் விகாசினி என அறிந்தான். அவனுடைய வயது அவளுக்கு இருக்கும். ஒன்றிரண்டு வயது கூடவும் இருக்கலாம். அவளுடைய கணவன் ஒருநாள் கடிதம் எழுதி வைத்துவிட்டு ஓடிப்போய்

விட்டான். அவனுடன் வேலை செய்த ஒரு பெண்ணைக் கூட்டிக்கொண்டு அடுத்த மாநிலத்துக்கு. அவனுக்குச் சொந்த மான பொருட்களை எல்லாம் பலநாட்களாகத் திட்டம் போட்டு ரகஸ்யமாகக் கடத்தியிருக்கிறான். அவன் மனைவிக்கு அது தெரியாது. ஓர் இரவுக்குள் அவளுடைய வாழ்க்கை மாறியது. அவளுடைய வருமானத்தில் வீட்டு வாடகை கட்டவேண்டும். ஏனைய செலவுகளைச் சமாளிக்க வேண்டும். குழந்தையைப் பராமரிக்க வேண்டும். அவள் இடிந்துபோனாள். இந்த விவரங் கள் எல்லாம் பின்னாளில் அவள் சொல்லித்தான் விமலனுக்குத் தெரியும்.

ஒருநாள் அவன் மயானத்தைச் சுற்றிப் பார்த்துவிட்டு வெளியே வந்தபோது விகாசினி அவனை எதிர்பார்த்து வாசலில் நின்றாள். ஒரு கையிலே அவளுடைய மகனைப் பிடித்திருந்தாள். உற்சாகமாகச் சிரித்து ‘எப்படி இருக்கிறீர்கள்?’ என்று கேட்டாள். அவள் பற்கள் பளீரென்று வெள்ளையாக ஒளிவீசின. தலை மயிர் வாரி இழுக்கப்பட்டு ஈரமாகப் பளபளத் தது. அவள் முகத்திலிருந்து அவனால் கண்களை எடுக்கமுடிய வில்லை. ‘எனக்கு ஓர் உதவி தேவையாயிருக்கிறது’ என்றாள். விமலன் திகைத்துவிட்டான். ‘உதவியா, என்னிடமா?’ என்றான். வழக்கமாக அவள் கணவன்தான் காலையில் குழந்தைகள் காப்பகத்தில் மித்ரனை விட்டுவிட்டுப் போவான். அவள் வேலை செய்யும் மருந்தகம் எதிர்த்திசையில் இருந்ததால் அவனைக் காப்பகத்தில் விட்டுப் போகும்போது தினம் ஒரு மணிநேரம் லேட்டாகி விடுகிறது. ‘நீங்கள் பல்கலைக்கழகத்துக்கு அதே வழியால் தினம் போகிறீர்கள். நான் வேறு ஏற்பாடு செய்யும் வரைக்கும் உங்களால் மித்ரனைக் காப்பகத்தில் விடமுடியுமா? மாலையில் நான் திரும்பும்போது அவனை அழைத்து வந்து விடுவேன்.’

விமலன் இதை எதிர்பார்க்கவில்லை. தயங்காமல் ‘நிச்சயம்’ என்றான். அவளுக்கு ஓர் உதவி செய்ய முடிகிறதே என்பதில் அவனுக்கு மகிழ்ச்சியாக இருந்தது. மித்ரன் அபூர்வமான குழந்தை. இரண்டு வயதுதான் ஆகிறது. சொல்வதை அமைதி யாகக் கேட்பான். ஆனால் பேசவே மாட்டான். அவனுடைய சேமிப்பில் இருப்பது இரண்டு மூன்று வார்த்தைகள். அவ னுடைய பதில் அநேகமாக ‘ம்ம்ம்ம்’ என்றிருக்கும். சரியாக காலை 7.10 க்கு மித்ரனை வெளிக்கிடுத்தி விமலனின் அறை யில் விட்டுவிட்டு விகாசினி வேலைக்குப் போய்விடுவாள். மித்ரன் அறையில் உட்கார்ந்து டிவி பார்க்கும்போது விமலன் உடைமாற்றி வெளிக்கிடுவான். 7.25க்கு அவர்கள் புறப்பட் டால் காப்பகத்துக்கு 7.55க்கு வந்துவிடுவார்கள்.

அமெரிக்கர்களுக்குப் பிடிக்காத நாள் வியாழக்கிழமை என்று ஆராய்ச்சி சொன்னது. விமலனுக்கும் அந்த நாள் பிடிக்காது. பேராசிரியரிடம் புரஜெக்ட் சமர்ப்பிக்கவேண்டிய நாள். ஒன்றிரண்டு தடவை பிந்திப்போய் பேராசிரியர் அவனை எச்சரித்திருந்தார். முதல்நாள் இரவு அவன் ஆராய்ச்சிக் குறிப்பு களை எழுதி முடித்துப் படுத்தபோது இரவு இரண்டு மணி. காலை விகாசினி வந்து கதவைத் தட்டியபோதுதான் அவன் எழுந்தான். மித்ரனை விட்டுவிட்டு அவள் போய் விட்டாள். விமலன் அவசர அவசரமாக உடை மாற்றி வெளிக்கிட்ட நேரம் வெளியே மெல்லிய பனித்தூறல் போட ஆரம்பித்தது. ஆராய்ச்சி சம்பந்தமான தகவல்கள், வரைபடங்கள், புத்தகங் கள், மடிக்கணினி போன்றவற்றை மறக்காமல் எடுத்து வைத்தான். மித்ரனுடைய மேலங்கி, கையுறை, ஸ்கார்ஃப் எல்லாம் சரியாக இருக்கிறதா எனப் பார்த்தான். மித்ரன் சப்பாத்துகளைக் கழற்றி விட்டான். அவற்றை மறுபடியும் கட்டினான். அவனுடைய உணவு, தண்ணீர்க் குடுவை, புத்தகப்பை ஒவ்வொன்றையும் ஞாபகமாக ஏற்றவேண்டியிருந்தது.

கராஜ் பட்டனை அமத்தி கதவைத் திறந்து காரை வெளியே எடுத்தான். அவன் புறப்படும்நேரம் பார்த்துப் பனிப்பொழிவு கூடியது. பொஸ்டனில் எல்லோரும் காலநிலை பற்றி இறந்த காலத்தில் பேசுவார்கள்; எதிர்காலத்தில் பேசுவதே இல்லை. அப்படித் திடீர் திடீரென மாறும். அவனுடைய பல்கலைக் கழகத்தைத் தொட்டு ஓடும் சாள்ஸ் நதி உறைந்துவிட்டது. அவனுடன் படிக்கும் நண்பன் ஒருவன் தான் கோடையில் 22 மைல் தூரம் அதில் படகு விடுவதாகவும் அதே தூரத்தை அதே உறைந்துபோன ஆற்றில் குளிர் காலத்தில் சைக்கிள் ஓட்டிக் கடப்பதாகவும் சொல்லியிருந்தான். இந்தச் செய்தியை அனோஜாவுக்கு எழுதினால் அவள் என்ன செய்வாள்? முதலில் நம்ப முடியாது என்று கண்களை உருட்டுவாள். மயானத்தைக் கடக்கும்போது கைவிரல்கள் சூப்பாவிட்டால் பேய் பிடிக்கும் என்பதை நம்புகிறவள் இதை ஏன் நம்பக் கூடாது? அவள் அவனுக்குத் துரோகம் செய்யவில்லை. காதலை அவன்தான் முறித்தான், அவளுடைய நன்மைக்காக. வீட்டிலே அவளுக்குப் பெரிய உத்தியோகத்திலிருக்கும் மாப்பிள்ளையை மணம் பேசினார்கள். அப்படியான ஒரு வசதியான வாழ்க்கையை அவனால் ஒருபோதும் கொடுக்க முடியாது.

அவனுக்கு முன்னால் போன கார்கள் எல்லாம் ஊர்ந்து கொண்டு போயின. எப்படியோ காப்பகத்துக்குப் போய்ச் சேர்ந்தபோது மனம் நிம்மதியானது. அந்தக் காப்பகத்தில் ஒரு வழக்கம் இருந்தது. கார்களை ஓட்டிக்கொண்டு ஒன்றன்

பின் ஒன்றாக வந்து தங்கள் முறை வருமட்டும் காத்திருக்க வேண்டும். ஆசிரியைகள் வந்து கதவைத் திறந்து, சீட் பெல்டைக் கழற்றி அவர்களாகவே குழந்தைகளைத் தூக்கி உள்ளே கொண்டு செல்வார்கள். விமலன் தன் முறை வந்ததும் காரின் கதவைத் திறக்கும் பட்டனை அமுக்கினான். பனிக்குளிருக்கு மஞ்சள் மேலங்கி அணிந்த ஆசிரியை அவனுக்குக் கைகாட்டி வணக்கம் தெரிவித்த பின்னர் கார் கதவைத் திறந்தார். திறந்தவர் அப்படியே திகைத்து நிற்பதைக் கண்ட விமலன் என்னவென்று எட்டித் திரும்பிக் காருக்குள் பார்த்தவன் அதிர்ச்சியடைந்தான். அங்கே மித்ரன் இல்லை. பதறியடித்து இறங்கிப் பின்னுக்குப் போய்த் தேடினான். காருக்குக் கீழே பார்த்தான். பூட்ஸைத் திறந்து மூடினான். அவனுக்குப் பேச்சு வரவில்லை. ஆசிரியை அவனை வியப்புடன் பார்க்க ஒன்றுமே பேசாமல் காருக்குள் ஏறி வேகமாகக் காரை எடுத்து வெளியே வந்து வீட்டை நோக்கித் திருப்பினான்.

விமலனின் கை கால் எல்லாம் பதறியது. காருக்குள்ளே மித்ரனுடைய புத்தகப்பை, பானக் குடுவை எல்லாம் இருந்தன. அவன் எடுத்துப் போகவேண்டிய மடிக் கணினி, வரைபடங்கள், குறிப்பேடுகள், சகலமும் இருந்தன. ஆனால் மித்ரனைக் காணவில்லை. என்ன நடந்தது? எப்படித் தவறினான் என்பது அவன் மூளைக்கு எட்டவில்லை. புறப்படும் அவசரத்தில் குழந்தையைக் காருக்குள் ஏற்ற மறந்துவிட்டானா? அவனால் நம்ப முடியவில்லை. கார் கராஜ் கதவைத் திரும்பவும் பூட்டினானா என்பதும் ஞாபகத்தில் இல்லை. ஒருவேளை குழந்தை நடந்து வழிதவறிப் பனியில் உறைந்து போய்விடுவானோ. அல்லது பனிப்பொழிவில் ரோட்டில் போகும் கார் ஏதாவது அவனை அடித்துப் போட்டுவிட்டால் என்றெல்லாம் அவன் மனம் போட்டு வதைத்தது.

பனி கொட்டும் வேகம் சற்று மட்டுப்பட்டிருந்தது. திரும்பு வழியில் பனிப்பொழிவு இரண்டு அங்குலத்தை தாண்டிவிட்டதால் காரை ஓட்டுவது சிரமமாகிக்கொண்டு வந்தது. கார் கண்ணாடித் துடைப்பான் வேலை செய்யவில்லை. தலையை வெளியே நீட்டி ஒரு கையால் அடிக்கடிக் கண்ணாடியைத் துடைக்க வேண்டியிருந்தது. பொலீஸ் கார் ஒன்று சைரன் ஒலிக்க அவனை நோக்கி வந்து தாண்டிப் போனது. வீடு அண்மித்ததும் காரின் வேகத்தைக் குறைத்து ரோட்டின் இரு பக்கங்களையும் உற்றுக் கவனித்துக்கொண்டே ஓட்டினான். மித்ரன் வீதியிலே வழிதவறி அலையக்கூடும் என நினைத்தான். அவன் நெஞ்சுப் படபடப்பு அதிகமாகிக்கொண்டு வந்தது. வீட்டுக்கு சற்று தள்ளி ஒரு குளம் வேறு உறைந்துபோய் கிடந்தது.

அந்த நேரம் பார்த்து செல்போன் அடித்தது. அது விகாசினி தான், அவன் எடுக்கவில்லை. எடுத்து என்ன சொல்வது. வழக்கமாக அவன் மித்ரனைக் காப்பகத்தில் விட்டபின்னர் விகாசினியை அழைத்து அந்தத் தகவலைச் சொல்வது வழக்கம். ஆனால் அன்று விகாசினியைக் கூப்பிடவில்லை அதுதான் அவள் அழைக்கிறாள் போலும் என்று நினைத்தான். இன்னொரு யோசனை வந்தது. ஒருவேளை குழந்தைகள் காப்பகம் அவளை அழைத்திருக்குமோ? மித்ரன் காரில் இல்லாததை யாராவது அவளிடம் சொல்லியிருப்பார்களோ. அதை நினைத்ததும் மேலும் அவனுக்கு நடுக்கம் கூடியது. இருதயம் வெடித்து வெளியே வந்துவிடும்போல நெஞ்சு அடித்தது.

வீட்டை அடைந்ததும் கராஜ் கதவுப் பட்டனை அமத்திக் கதவைத் திறந்தான். அழுது கத்திக்கொண்டு மித்ரன் வெளியே ஓடி வருவான் என்று எதிர்பார்த்தான். ஒரு சத்தமும் இல்லை. நெஞ்சு பதைபதைக்க இங்கும் அங்கும் தேடினான். ஒரு மூலையில் அழுக்குக் கூடைத் துணிகளைச் சுற்றிக்கொண்டு சுருண்டுபோய் மயங்கிய நிலையில் மித்ரன் கிடந்தான். கையுறை மேலங்கி ஸ்கார்ஃப் எல்லாம் அப்படியே இருந்தன. ஆனாலும் குளிரில் விறைத்துப் போயிருந்தான். மெல்லிய மூச்சு வந்து கொண்டிருந்தது. அவனை அள்ளித்தூக்கி வாரியணைத்தான். மித்ரனின் தலை அவனுடைய நெஞ்சில் வழுக்கிக் கீழே சரிந்தது. அறையின் வெப்பத்தைக் கூட்டிவிட்டு கம்பளியினால் அவனைச் சுற்றிப் படுக்கையில் கிடத்தினான். ஒரு சில நிமிடங்களிலேயே மித்ரன் கண் விழித்தான். நல்லாய்ச் சூடாக்கிய பாலை ஒரு கிளாஸில் கொடுத்தபோது அவனுக்குக் குடிக்கத் தெரியவில்லை. மூக்கையும் முகத்தில் பாதியையும் உள்ளே நுழைத்து பாலை முடிந்தமட்டும் குடித்தான். மித்ரன் அவனைப் பார்த்து ஓர் அழகான சிரிப்புச் சிரித்தான். அவன் மனதை அந்தச் சிரிப்பு போட்டு உலுக்கியது. அத்தனை நாட்களிலும் அவனைப் பார்த்து மித்ரன் சிரித்தது கிடையாது. இதுதான் முதல் தடவை.

அடுத்த நாள் காலை விமலன் சீக்கிரமே எழும்பி உடை யணிந்து தயாராக நின்றான். விகாசினி என்ன கேள்விகள் கேட்பாள், அதற்கு என்ன என்ன பதில்கள் சொல்வது என யோசித்து வைத்தான். அந்தக் குழந்தை விறைத்துப்போய் இறந்திருந்தால் அவன் என்ன செய்திருப்பான். அவன் கொலை காரன் ஆகியிருப்பான். அவன் மனம் அதிர்ந்தது. எல்லாச் சாமான்களையும் ஏற்றினான். ஆனால் குழந்தையைக் காருக்குள் ஏற்ற மறந்துவிட்டான். எப்படித்தான் அவளுக்கு முகம் கொடுப் பான்? எத்தனைச் சாக்குச் சொல்லிச் சமாதானம் செய்தாலும் அவன் செய்தது மன்னிக்கமுடியாத குற்றம்.

கதவைத் தட்டிவிட்டு விகாசினி கலகலவென சிரித்துக் கொண்டே கயிற்றுப் பாலத்தில் நடப்பதுபோல ஆடி அசைந்து உள்ளே வந்தாள். என்றும் இல்லாத விதமாக அவள் மெல்லிய சாரி உடுத்து அதற்கு மேலே குளிர் அங்கி அணிந்து பொத்தான்களைப் பூட்டாமல் திறந்து விட்டிருந்தாள். மித்ரன் ஓடிவந்து விமலனின் கால்களைக் கட்டிக்கொண்டான். விகாசினி கையிலே வெள்ளிக் கிண்ணத்தில் ஏதோ வைத்திருந்தாள். அன்று அவள் ஒட்டிய கன்னத்துடனும், நீண்ட இடுப்புடனும் மிக அழகாக இருந்தாள். வெளியே இருந்து அழகு வெளிப்படாமல் உள்ளேயிருந்து அது வெளியே வந்துகொண்டிருந்தது. வெள்ளிக்கிண்ணத்தை அவனிடம் நீட்டியபோது கிளிங் கிளிங் என வளையல்கள் சரிந்து முன் கையில் விழுந்தன. அவளுடைய முகத்தை நேரே பார்க்கமுடியாமல் கட்டிலில் உட்கார்ந்து விமலன் சப்பாத்துகளை அணிந்துகொண்டிருந்தான். பின்னர் அவை ஒரே அளவா என்பதைச் சோதிப்பதுபோலக் கண்ணை எடுக்காமல் உற்றுப் பார்த்தான்.

அவள் கைகளால் அவன் நாடியை நிமிர்த்தி 'என்ன?' என்றாள். அவளை நிமிர்ந்து பார்த்தபோது அவனுக்கு நெஞ்சு சுரீர் என்றது. எப்படியும் அவளிடம் தன் முட்டாள்தனத்தைச் சொல்லிவிட வேண்டும் என்ற தீர்மானத்தில் இருந்தான். அவ்வளவு பக்கத்தில் கிடைத்த உடம்பு வாசனை அவனை நிலைகுலையச் செய்தது. 'என்னுடைய பிறந்த நாள் இன்றைக்கு. இந்தக் காரட் அல்வாவை எனக்கு நானே கிண்டினேன். இந்தப் பெரிய அமெரிக்காவில் என்னுடன் சேர்ந்து இதைச் சாப்பிட ஒருவருமே இல்லை' என்றாள். பளிச்சென்று இருந்த அவள் முகம் ஒரு கணம் கறுத்தது. விமலன் பிறந்தநாள் வாழ்த்துச் சொன்னான். விகாசினி அவனையே துளைப்பதுபோலப் பார்த்துக் கொண்டு நின்றாள். கரண்டியை எடுத்து அல்வாவை அள்ளி ஒரு வாய் சாப்பிட்டு 'இத்தனை அருமையாகச் செய்திருக்கிறீர்களே' என்று ரசித்தான். அந்தச் சொல் அவளை இன்னும் பிரகாசமாக்கியது. அவன் சொல்ல நினைத்ததை அவனால் சொல்ல முடியவில்லை.

விகாசினி போனபின் மித்ரனைத் தூக்கிக் காரின் குழந்தை இருக்கையில் உட்காரவைத்து சீட் பெல்டினால் கட்டினான். 'ஏண்டா, நீ என்னைக் காட்டிக் கொடுக்கவில்லை?' என்று கேட்டபடியே காரை ஓட்டினான். அவனிடம் இருந்து ஒரு சத்தமும் எழவில்லை. விமலனுடைய சீட்டுக்கு சரி பின்னால் அவன் ஆசனம் இருந்ததால் அவனை பார்க்க முடியவில்லை. காப்பகத்திலிருந்து ஒருவர்கூட நடந்த சம்பவத்தை விகாசினியிடம் சொல்லவில்லை. ஆனால் விமலன் எப்படிச் சொல்லாமல்

குதிரைக்காரன்

இருக்கலாம்? குற்றவுணர்வினால் அவன் நசித்துவிடுவான் போலவே இருந்தது. 'என்னடா மித்ரா, நீ என்ன நினைக்கிறாய்?' என்று கேட்டான். அவன் 'ம்ம்ம்ம்' என்று பதில் சொன்னான்.

இதுவெல்லாம் நடந்து கிட்டத்தட்ட எட்டு வருடங்கள் ஓடிவிட்டன. இத்தனை வருடங்களில் அவன் ஒரு கணமேனும் விகாசினியை மறந்தது கிடையாது. பல தடவை அவளிடம் உண்மையைச் சொல்லிவிட வேண்டுமென நினைத்திருக்கிறான். ஆனால் அவளுடைய சிரித்த முகத்தைக் காணும்போது அவன் தைரியம் எல்லாம் ஓடிவிடும். அன்று மித்ரனின் பிறந்த நாள். மயானத்தில் கல்லறைகளைப் பார்வையிட்டபடி விமலன் நடந்தான். மித்ரனின் பிறந்தநாளை அவன் என்றைக்குமே தவறவிட்டதில்லை. விகாசினியும் மித்ரனும் இன்னமும் அதே வீட்டில்தான் குடியிருந்தார்கள். விமலன் பெரிய வீடு ஒன்று சொந்தமாக வாங்கிப் போய்விட்டான். பொஸ்டனில் இயங்கும் தகவல் தொழில்நுட்பக் கம்பனி ஒன்றில் கிடுகிடுவென வளர்ந்து உயர் பதவியில் இருந்தான். பல வருடங்களுக்கு முன்னர் அவன் படித்த கல்லறை வாசகம் ஞாபகத்துக்கு வந்தது. 'ஓ இந்தப் பாரம், என்னால் தாங்க முடியவில்லை.' இப்பொழுது அந்த வாசகம் புரிந்ததுபோல இருந்தது.

விகாசினியின் வீட்டினுள் விமலன் நுழைந்தபோது வீடு எட்டு வருடங்களுக்கு முன்னர் எப்படி இருந்ததோ அப்படியே இருந்தது. ஒரு பொருளும் இடம் மாறவில்லை. அதே பழைய தொலைக்காட்சிப் பெட்டி. தரை விரிப்புகள் கிழிந்து ஆகக் கடைசி நிலையில் இருந்தன. பச்சை நிறத் திரைச்சீலை தன் நிறத்தை முழுவதுமாக இழந்துவிட்டது. சோபாவில் வருடம் வருடமாகச் சேகரிக்கப்பட்ட பலவர்ணக் கறைகள் திட்டுத் திட்டாகக் காணப்பட்டன. கடைசியாக உட்கார்ந்தவரின் பிருட்ட வடிவம் இன்னமும் அங்கே சேமிக்கப்பட்டிருந்தது. வறுமைக் கோட்டுக்குக் கீழே இறங்கிவிடாமல் இருப்பதற்கு விகாசினி கடுமையாகப் பாடுபடுவது தெரிந்து அவன் மனம் சங்கடப்பட்டது.

விகாசினியின் காலடியோசை சமையலறையில் கேட்டது. அந்த ஓசையை வைத்து அவள் என்ன என்ன செய்கிறாள் என்பதை ஊகித்தான். மனம் துடித்தது. அலை அலையாக விழுந்த கூந்தலைக் கையில் ஏந்தியபடி அவள் வெளிப்பட்டாள். நீளமான இடுப்பு. அவள் சிரித்தபோது முக்கோணமான கன்ன எலும்புகள் பளிச்சிட்டன. கண்களை எடுக்க முடியாமல் அவளையே பார்த்தான். திடீரென்று ஒரு சுவாசப்பையை

அ. முத்துலிங்கம்

நிரப்புவதற்கு தேவையான காற்றுக்கூட அறையில் இல்லாமல் போனது. மித்ரன் ஓடிவந்து விமலனைக் கட்டிப் பிடித்தான். மித்ரனுடைய பத்து வயது தோள்மூட்டுகளை இரண்டு கைகளாலும் பிடித்து அவனைத் திறந்துவிட வேண்டும் என்பது போல, எதிரெதிர் திசையில் திருகினான். தூக்கி அணைத்து வாழ்த்துச் சொல்லிவிட்டு தான் கொண்டுவந்த பரிசைக் கொடுத்தான். திறந்து பார்த்துவிட்டு 'ஐபாட்' என்று உரக்கக் கத்தினான். பின்னர் 'எனக்கா?' என்று கேட்டுவிட்டுத் தாளமுடியாத பரவசத்தில் ஒரு நடனம் ஆடினான். அவசரமாகத் தாயாரிடம் பரிசைக் காட்டிவிட்டு நண்பர்களிடம் சொல்ல வெளியே ஓடினான்.

விகாசினி கோப்பி கொண்டுவந்து கொடுத்தாள். அவன் விரல்கள் கோப்பையைப் பற்றியதை உறுதி செய்தபிறகு தன் விரல்களைச் சுட்டதுபோல விடுவித்தாள். கோப்பியைப் பாதி குடித்தவன் கோப்பையின் வெளிப்புறத்தைப் பார்த்துத் திடுக்கிட்டான். அதிலே ஒரு படம் அச்சிடப்பட்டிருந்தது. விகாசினி, அவள் கணவன் அத்துடன் அப்பொழுதுதான் பிறந்த அவர்கள் குழந்தை மித்ரன். கோப்பையைப் பட்டென்று மேசையில் வைத்தான். அந்தக் கணவனைப் பார்க்க அருவருப்பாக வந்தது. பேசவேண்டிய தருணம் அணுகுவதற்குக் காத்திருந்தபோது திடுதிப்பென்று விகாசினி, 'நீங்கள் பரிசு கொடுப்பது இதுவே கடைசியாக இருக்கட்டும். மித்ரனுடைய எதிர்பார்ப்பை வளர்க்கக் கூடாது' என்றாள். 'இதிலே என்ன பிரச்சினை? நான் வருடத்துக்கு ஒருமுறைதானே அவனைப் பார்க்கிறேன். இதற்குகூட எனக்கு உரிமை இல்லையா?' என்றான். 'நான் இக்கட்டான சமயத்தில் இருந்தபோது நீங்கள் உதவினீர்கள். அந்த உதவியை நான் என்றென்றைக்கும் மறக்க முடியாது. உங்களுக்கு எப்படி அதைத் திருப்பி கொடுப்பேன். இவ்வளவு செய்ததே போதும்' என்றாள்.

அவளுடைய குரலில் இருந்த அந்நியம் புதுசாக இருந்தது. இப்படி வார்த்தைகள் அவள் வாயிலிருந்து வரும் என அவன் எதிர்பார்க்கவில்லை. எத்தனை இரவுகள் அவன் பாதித் தூக்கத்தில் 'மித்ரன், மித்ரன்' என அலறியபடிப் பதறிப்போய் எழுந்திருக்கிறான். 'என்ன பேசுகிறீர்கள்? இந்த ஒரு நாளுக்காகத்தான் நான் வருடத்தில் 364 நாட்களும் காத்திருக்கிறேன். நான் ஒருவருக்கும் ஒன்றையுமே திருப்பிச் செய்ததில்லை. ஒருவழிப் பாதையில் எதிர்ப்பக்கமாக ஓடிக்கொண்டிருக்கிறேன். துரோகம் இழைத்தபடி என் வாழ்நாளை ஓட்டுகிறேன். என்ன பரிகாரம் செய்தாலும் என்னால் என் மனப் பாரத்தை இறக்கி வைக்க ஏலாது. அத்தனைப் பாரம் சேர்ந்துவிட்டது. இது ஒன்றுதான் என் மனதை ஆற்றும் வழி.' அவன் உணர்ச்சிவசப்பட்டுக்

கத்தியதை அவள் முன்னொருபோதும் கண்டதில்லை. அவன் கண்கள் கலங்கின. குரல் தழுதழுத்தது. கூகிளில் அவன் பெயரைப் பதிந்தால் விநாடிகளில் அவனுடைய சாதனைகள் பக்கம்பக்கமாக வரும். பல நாடுகளில் பல அதிகாரிகளை வழி நடத்துபவன், குனிந்த தலையுடன் அவன் முன்னால் நிற்பதை ஆச்சரியம் மேலிட்டவளாய்ப் பார்த்துக்கொண்டிருந்தாள். 'நீங்கள் எத்தனைப் பெரிய பதவியில் இருக்கிறீர்கள். இது என்ன?' என்றாள். 'இத்தனைக் காலமாக உங்கள் மதிப்பு எனக்குத் தெரியவில்லை. அமெரிக்கப் பென்னியின் மதிப்பு ஒரு சதம். அதை உருக்கினால் இரண்டரை சதம். நீங்கள் உருக்கிய அமெரிக்கப் பென்னி.' ஒன்றுமே புரியாமல், 'என்ன சொல்கிறீர்கள்?' என்றாள். 'மித்ரனைப் பராமரிக்கும் பொறுப்பு இனிமேல் எனக்கு. இன்று நேற்று யோசித்து இந்த முடிவுக்கு நான் வரவில்லை. பல மாதங்களாக இதைப் பற்றியே சிந்தித்தேன். உங்களை என் மீதி வாழ்நாளில் என்னால் மறக்க முடியாது. மணமுடிக்க ஆசைப்படுகிறேன். சம்மதிப்பீர்களா?' என்றான்.

முதலில் அவள் அதிர்ச்சியில் வாயடைத்துப்போய் நின்றாள். பின்னர் அவளுடைய வாய் அசைந்தபோது அவள் ஏதோ பேசுகிறாள் என்பதை அவன் உணர்ந்தான். அவளுடைய பதில் கீழ்க்கண்டவற்றில் ஒன்றாக இருக்கலாம் என நினைத்தான்.

1) ஆம்
2) இல்லை.
3) உங்களுக்குப் பைத்தியமா?
4) அவகாசம் வேண்டும்.
5) மித்ரனுக்கு சம்மதம் என்றால் எனக்கும் சம்மதம்.

ஆனால் அவளுடைய பதில் மேல் சொன்னவற்றில் ஒன்று அல்ல.

ஐந்து கால் மனிதன்

நான் அமர்ந்திருந்தேன். சுப்பர் மார்க்கெட்டின் வெளியே காணப்பட்ட பல இருக்கைகளில் ஒன்றில். அந்தப் பெண் வந்து பொத்தென்று பக்கத்து ஆசனத்தில் அமர்ந்தார். சீருடை அணிந்திருந்தார். கையிலே பேப்பர் குவளையில் கோப்பி. தான் செய்த வேலையைப் பாதியில் நிறுத்திவிட்டு வந்திருக்கிறார் என்பதும், அவர் துப்புரவுப் பணிப்பெண் என்பதும் பார்த்தவுடன் தெரிந்தது. வயது 50க்கு மேலே இருக்கும். கறுப்பு முடி, நீலக் கண்கள். வெண்மையான சருமம். கிழக்கு ஐரோப்பியப் பெண்ணாக இருக்கலாம். ஒருவேளை ரஸ்யப் பெண்ணாகவும் இருக்கலாம். கோப்பியைச் சத்தம் எழுப்பாமல் உறிஞ்சிக் குடித்தபடி யோசனையை எங்கோ தூரத்தில் செலுத்திவிட்டு அமைதியாக உட்கார்ந்திருந்தார். அந்தக் கண்களில் வெளிப்பட்ட துயரம்போல ஒன்றை நான் முன்னர் கண்டதில்லை. அதுவே அவருடன் என்னைப் பேசத் தூண்டியது.

'இன்றைய வேலையை முடித்துவிட்டீர்களா?' என்று கேட்டேன். 'இல்லை, இன்னும் பாதி வேலை இருக்கிறது. ஓய்வெடுக்கிறேன்' என்றார். அவருடைய அலங்காரம், பேச்சு, நடக்கும் தோரணை, ஆங்கில உச்சரிப்பு இவற்றை வைத்துப் பார்த்தபோது அவர் நீண்ட காலமாக ரொறொன்ரோவில் வசிக்கிறார் என்பதை உணர முடிந்தது. துப்புரவுப் பணியில் அநேகமாகப் புதிதாக குடிவந்தவர்கள் அல்லது அகதிக் கோரிக்கையாளர்கள் தாம் வேலை செய்வது வழக்கம். நீண்டகாலம் வசிப்பவர்கள் சீக்கிரத்தில் வேறு தொழிலுக்கு மாறிவிடுவார்கள். ஆகவே இந்தப் பெண் துப்புரவுப் பணியில் ஈடுபட்டிருந்தது எனக்கு ஆச்சரியத்தைக் கொடுத்தது.

'நீங்கள் கனடாவுக்கு எப்பொழுது குடிபெயர்ந்தீர்கள்?' என்று கேட்டேன். அவர் கிரீஸ் நாட்டைச் சேர்ந்தவர். அவருக்கு 13 வயது நடந்தபோது தனியாகக் கனடாவுக்கு வந்தார். அவருடைய தகப்பன் அவருக்கு ஹெலென் என்று பெயர் சூட்டினார். ஹோமருடைய இதிகாசத்தில் வரும் பேரழகி ஹெலென். பிறந்தபோது அவர் அத்தனை அழகாக இருந்தாராம். புராணத்தில் வரும் ஹெலெனை பாரிஸ் என்ற வீரன் கடல் கடந்து அபகரித்துப் போனான். ஹெலென் என்ற பெயரைக்கொண்ட இந்தப் பெண்ணும் ஏறக்குறைய அம்மாதிரித்தான் கடத்தப்பட்டார். அவரே தன் மீதிக் கதையைக் கூறினார்.

'எங்கள் குடும்பத்தில் நாங்கள் ஏழு பிள்ளைகள். நான் ஆறாவது. என் அப்பாவுக்கு ஒரு கால் கிடையாது. அவர் எப்பொழுதும் குதிரையில் ஆரோகணித்திருப்பார். படுக்கும் நேரம் போக மீதி நேரம் எல்லாம் அப்பாவைக் குதிரையின் மேல்தான் காணலாம். அவருடைய வேலை பிரபுக்களை வேட்டைக்கு அழைத்துப் போவது. அவரும் நன்றாக வேட்டையாடக் கூடியவர். குறிதவறாமல் சுடுவார். எங்கே எந்த நேரம் எந்த எடத்தில் என்ன பறவைகள் கிடைக்கும், என்ன மிருகங்கள் அகப்படும் என அவர் ஒருவருக்கே தெரியும். ஆகவே அப்பாவைத் தேடிப் பிரபுக்கள் வருவார்கள். அதிக வேட்டை கிடைத்தால் அப்பாவுக்கு அதிகப் பணம் கிடைக்கும். நான் பிறந்த பிறகு பிரபுக்கள் வேட்டையில் பெரிதாக முன்னர் போல ஆர்வம் காட்டவில்லை. படிப்படியாக அப்பாவின் வருமானம் குறைந்தது. அப்பாவுக்கு வேறு வேலை தெரியாது. அவராகவே ஆள் சேர்த்துக்கொண்டு வேட்டைக்குப் போவார். அவரை எங்கள் கிராமத்தில் 'ஐந்து கால் மனிதன்' என்றே அழைப்பார்கள். எனக்கு 11, 12 வயது நடந்தபோது நிலைமை மோசமானது. வீட்டிலே நாங்கள் அடிக்கடிப் பட்டினி கிடக்க நேரிட்டது. அப்பா தொடர்ந்து குடும்பத்தைப் பராமரிப்பதற்குப் பெரும் சிரமப்பட்டார்.

நான் படிப்பில் கெட்டிக்காரியாக இருந்தேன். தொடர்ந்து படிக்க வேண்டும் என்ற ஆசை எனக்கு. கிரேக்கக் காவியங்களும் என்னைக் கவர்ந்திருந்தன. பண்டைய கிரேக்க மொழியைப் படிக்க வேண்டும் என்ற ஆர்வத்தையும் என்னால் அடக்க முடியவில்லை. நவீன கிரேக்கம் வேறு, பண்டைய கிரேக்கம் வேறு. எழுத்துக்கள் ஒன்றாக இருந்தாலும் உச்சரிப்பு வேறு. பொருளும் வேறு. பண்டைய இலக்கியங்களை என்னால் வாசிக்க முடியும். ஆனால் பொருள் விளங்காது.

என் அம்மாவின் தங்கை கனடாவில் வசதியாக வாழ்ந்தார். அவர் என்னை அழைத்தார். கனடாவில் என்ன வேண்டுமென்றாலும் படிக்கலாம் என்று ஆசை காட்டினார். ஏனோ நான்

அ. முத்துலிங்கம்

மகிழ்ச்சியில் குதித்தேன். அந்த வறுமையிலும் என் அம்மாவுக்கு நான் புறப்படுவதில் சம்மதம் இல்லை. ஆனால் என் அப்பாவுக்குப் பெருமை பிடிபடவில்லை. நான் கனடாவுக்குப் படிக்கப் போகிறேன் என்பதை நாலு தடவை ஊர் முழுக்கக் குதிரையில் சுற்றியபடி அறிவித்தார். 1969ஆம் ஆண்டு டிசம்பர் மாதக் குளிரில் நான் மொன்ரியல் வந்து சேர்ந்தேன். என்னுடைய சின்னம்மாவுக்கு இரண்டு பிள்ளைகள். நான் வந்த அன்றே என்னை அவர்கள் அறையில் தூங்க அனுமதித்தார். அவர்கள் கட்டிலில் படுத்தார்கள். நான் தரையில் படுத்தேன். அடுத்த நாள் காலையிலேயே எனக்கு உண்மை புரிந்துவிட்டது. நான் வேலைக்காரியாகத்தான் வந்திருந்தேன்.

கிரேக்கப் புராணத்தில் ஒரு கதையுண்டு. திரோய் அரசன் தன் நகரத்தைச் சுற்றிப் பிரம்மாண்டமான சுவர் எழுப்பத் திட்டம் போட்டான். அதற்காக அதிவீரன் அப்பொல்லோவையும் கடல் கடவுளான போஸிடோனையும் நியமித்தான். சுவரைக் கட்டி முடித்தபிறகு அவர்களுக்குத் தகுந்த சன்மானம் தருவதாக வாக்குக் கொடுத்தான். ஆனால் அவர்கள் சுவரைக் கட்டி முடித்த பிறகு அவர்கள் சம்பளத்தைக் கொடுக்காமல் அரசன் ஏமாற்றினான். கிரேக்கப் புராணம் சொல்லும் ஏமாற்றுக்காரர்களில் இவனே அதிகம் சிறப்புவாய்ந்த ஏமாற்றுக்காரன். என் சின்னம்மாவும் அப்படித்தான். சிறு பெண்ணான என்னைத் திட்டமிட்டு ஏமாற்றினார். காலையில் அவர் வேலைக்குப் போய்விடுவார். நான் இரண்டு பிள்ளைகளையும் பார்ப்பேன்; சமைப்பேன்; துவைப்பேன்; தரையைக் கூட்டிச் சுத்தம் செய்வேன். பள்ளிக்கூடம் போகவேண்டும் என்று நான் கேட்டபோது பனிக்காலம் முடியட்டும் என்று சொன்னார். பனிக்காலம் முடிந்தபோது செப்டம்பரில்தான் பள்ளியில் புது ஆட்களைச் சேர்ப்பார்கள் என்றார். இப்படியே புதுப்புது விதமான சாட்டுகளை உருவாக்கினார். என்னைக் கடைசிவரை அவர் பள்ளிக்கு அனுப்பவில்லை.

நான் வீட்டுக்கு எழுதும் கடிதங்களைப் படித்துக் கிழித்துவிட்டுத் திரும்பவும் எழுதச் சொல்வார். அவரே என் கடிதத்தை உறையிலிட்டுத் தபால்தலை ஒட்டி அனுப்புவார். நான் கண்டது காலை, மதியம், மாலை, இரவு, அவ்வளவுதான். என்னை வெளியே கூட்டிப் போனது கிடையாது. எனக்குப் பிரெஞ்சு மொழியும் தெரியாது. நான் ஓர் அடிமை வாழ்க்கை வாழ்ந்தேன். ஆனால் என் அப்பா நான் பெரிய படிப்பு படிக்கிறேன் என்ற ஆனந்தத்தில் மிதந்தார். என்னுடைய சின்னம்மா கடிதத்தில் என்ன எழுதுவாரோ தெரியாது. ஆனால் அப்பா எனக்கு எழுதும் கடிதங்களில் 'நல்லாகப் படி. அடுத்தச் சோதனையிலும் முதல் ஆளாக நீ வரவேண்டும்' என்று எழுதியிருப்பார்.

சின்னம்மாவுக்கு இன்னொரு குழந்தை பிறந்தது. என்னுடைய பல பிறந்த தினங்கள் வந்து போயின. அது என் ஒருத்திக்கு மட்டுமே தெரியும். யாரும் எனக்குப் பிறந்த நாள் வாழ்த்துப் பாடவில்லை. ஒருநாள் இரவு எல்லோரும் உறங்கிய பின்னர் நான் கண்ணாடிக்கு முன் நின்று என்னைப் பார்த்தேன். நான் இளம் குமரியாக நின்றது எனக்கே ஆச்சரியமாகப் பட்டது. என்னையே பார்த்துக்கொண்டு நெடுநேரம் நின்றேன். அன்று மாலை சின்னம்மா அடித்ததில் கைவிரல்கள் பதிந்த அடையாளம் கண்ணாடியில் என் கன்னத்தின் பிழையான பக்கம் தெரிந்தது. அந்த வீட்டுத் தரைவிரிப்பைப் பாதி சுருட்டிய படி விட்டிருந்தேன். அதை மறுபடியும் விரிக்க மறந்துவிட்டேன். அதற்கான தண்டனைதான் என் கன்னத்தில் பதிந்து கிடந்தது. என் நிலையை எண்ணியபோது எனக்கே மிகவும் பரிதாபமாகப் பட்டது.

சின்னம்மாவிடம் விலை மதிக்க முடியாத பொருள் ஒன்று இருந்தது. படிகக்கண்ணாடியால் செய்த ஏழு காம்புகள் கொண்ட மெழுகுத்திரித் தண்டு. அதை நான் துடைத்துக்கொண்டிருந்தபோது அது கை தவறிக் கீழே விழுந்து உடைந்துவிட்டது. என்னுடைய சின்னம்மா எங்கிருந்தோ சத்தம் கேட்டு 'உடைத்து விட்டாயா?' என்று கத்திக்கொண்டு கையை ஓங்கியபடி ஓடி வந்தார். அன்று எனக்கு என்ன நடந்தது என்று தெரியாது. நான் 18 வயது யுவதி. கைகளை இடுப்பில் வைத்துக்கொண்டு அவரை நேருக்கு நேர் பார்த்து 'அதற்கு என்ன இப்போ?' என்று கேட்டேன். அவர் அப்படியே நின்றார். முகத்தில் முதல் தடவையாக ஒருவித அச்சத்தை கண்டேன். புகைப் படம் எடுக்க மெதுவாகப் பின்னுக்கு நகர்வதுபோல நகர்ந்தார். தரையில் இருந்து விளையாடிய கைக்குழந்தையைச் சட்டென்று தூக்கி இடுப்பில் வைத்துக்கொண்டு அந்த இடத்தைவிட்டு அகன்றார். அன்றைக்கு உடைந்த கண்ணாடிச் சில்லுகளை நான் கூட்டி அள்ளவில்லை. அப்படியே போய்ப் படுத்துவிட்டேன். என் வாழ்நாளில் அதுவே நீண்ட இரவு. அடுத்த நாள் அதிகாலை பஸ் கட்டணத்துக்கு வேண்டிய பணத்தைத் திருடிக் கொண்டு ரொறொன்ரோவுக்குப் பஸ் பிடித்தேன்.'

'ரொறொன்ரோவில் சந்தோஷமாக இருந்தீர்களா?'

'ரொறொன்ரோ வந்து இறங்கிய அன்றுதான் வசந்தம் தொடங்கியிருந்தது. வானம் தொடக்கூடிய தூரத்தில் தெரிந்தது. மரங்கள் துளிர்த்துப் புது ஆரம்பத்தை நினைவூட்டின. மனம் மகிழ்ச்சியில் திளைத்தது. ஒரு தொழிற்சாலையில் உடைகளில் பொத்தான் தைக்கும் வேலை கிடைத்தது. மிகவும் சுதந்திரமாக

இருந்தேன். அங்கே வேலை செய்த ஒருவரை மணமுடித்தேன். ஒரு மகன் பிறந்தான். எல்லாம் நல்லாகவே போனது. திடீரென்று ஒரு நாள் என் கணவர் உணவகம் ஒன்று திறக்கலாம் என்று யோசனை சொன்னார். சேமிப்பில் வைத்திருந்த அவ்வளவு பணத்தையும் போட்டுக் கிரேக்க உணவகம் ஒன்றைத் தொடங்கி னோம். சில வருடங்களுக்குப் பின்னர் அது லாபத்தில் ஓடியது. ஆனால் என் கணவர் இறந்தபோது நான் அதை நட்டத்திற்கு விற்க நேர்ந்தது.'

'நீங்கள் உங்கள் சின்னம்மாவைப் பிறகு சந்திக்கவே இல்லையா?'

'நான் மொன்ரியலில் போய் இறங்கிய அன்று சின்னம்மா என் நாடியை பிடித்து இங்கும் அங்கும் திருப்பி ஒவ்வொரு கோணத்திலும் என்னை உற்றுப் பார்த்தார். நான் நினைத் தேன் சின்னம்மா என்மீது அன்பு காட்டுகிறார் என்று. அது அப்படியில்லை. அவர் என் விலையைத் தீர்மானித்தார் என இப்போது தோன்றுகிறது. என்னிடமிருந்து எவ்வளவு வேலை வாங்கலாம் என்றுதான் அவர் கவலைப்பட்டார். எத்தனைக் கொடூரமாக என்னை அவர் நடத்தியிருந்தாலும் அவர் சொன்ன ஒரு வாசகத்தை மாத்திரம் இன்றைக்கும் என்னால் மறக்க முடியாது. 'நீ எதற்காகப் படிக்க வேண்டும், படிக்க வேண்டும் என்று அலைகிறாய். துடைப்பக்கட்டையோடு நிற்கும்போது நீ நல்ல அழகாய்த்தானே தெரிகிறாய்.' இதுதான் சின்னம்மா. இறக்கும் வரைக்கும் என் அப்பாவுக்கு நான் ஏமாற்றப்பட்டது தெரியாது. ரொறொன்ரோ வந்த பின்னர் நான் எழுதித்தான் அம்மாவுக்குத் தெரியும். அவர் சின்னம்மாவை மன்னிக்கவே இல்லை. நான் மன்னித்துவிட்டேன், ஆனால் அந்தக் காயம் இன்னும் ஆறாமலே கிடக்கிறது.

எங்கள் நாட்டில் ஒரு பழமொழி உண்டு. 'சப்பாத்து விற்பனைக்காரன் முழங்காலில் உட்கார்ந்து ஆகவேண்டும்.' வேலைக்காரியாக என்னைச் சின்னம்மா ஆக்கிய பின்னர் நான் அவரிட்ட கட்டளையை நிறைவேற்றாமல் இருக்க முடியுமா? சின்னம்மா தன்னைப் பெரிய அழகியாக நினைத் திருந்தார். அப்படியல்ல, அவர் தண்ணீரில் ஊறவைத்தது போல ஊதிப்போய் இருப்பார். ஆனால் திறமையான எசமானி. அவர் கண்கள் பூச்சியின் கண்கள்போலச் சுழன்றபடி இருக்கும். என்னுடைய வேலைகளில் குறைகண்டபடி இருப்பது அவர் பொழுதுபோக்கு. தவறுசெய்தால் வசவு கிடைக்கும். என் னிடம் சாதாரணமாகக் கிரேக்க மொழியில் பேசுவார். ஆனால் திட்டும்போது ஆங்கிலத்துக்கு மாறிவிடுவார். நான் ஆங்கிலம் கற்றுக்கொண்டது அப்படித்தான்.'

'உங்களுக்கு மகன் இருக்கிறான் அல்லவா?' என்றேன்.

'நான் படிக்க முடியாத பெரிய படிப்பை என் மகன் படிப்பான் என நினைத்தேன். ஆனால் அவன் பள்ளிக்கூட படிப்பைக்கூட முடிக்கவில்லை. பத்து நாள் பழக்கமான ஒரு பெண்ணை எனக்குத் தெரியாமல் மணமுடித்தான். அந்தப் பெண் சிரிக்கும்போது சிகரெட் புகை வெளியே வரும். அவளைக் கூட்டிக்கொண்டு அமெரிக்காவின் ஐடஹோ மாநிலத்துக்குப் போய்விட்டான். ஏன் அங்கே போனான் என்ற காரணத்தை யாராவது கேட்டால் சிரிப்பார்கள். அங்கே தான் வாத்து சுடலாம் என்கிறான். ஏர்னெஸ்ட் ஹெமிங்வே என்ற எழுத்தாளர் வாத்து சுட்ட மாநிலமாம். நான் ஒரு வாத்திலும் கீழாகிவிட்டேன். தாயை விட்டு ஒரு மகன் பிரிவதற்கு இது நல்ல காரணமா? என்னோடு ஒருவித தொடர்பும் அவனுக்குக் கிடையாது. எனக்கு ஒருவருமே இல்லை, நான் தனியாகத்தான் வாழ்கிறேன். அடிக்கடி என் அப்பாவை நினைத்துக்கொள்வேன். அவர் இறக்கும்வரை உழைப்பதை நிறுத்தியதே இல்லை. ஊரிலே 'ஐந்து கால் மனிதன்' என்று அவரைப் பழித்தபோது அவர் அதைப் பொருட்படுத்தவில்லை. சோர்ந்து போனதும் கிடையாது. ஒருநாள் குதிரையில் அமர்ந்த படியே இறந்துபோனார். ஒரு கால் மட்டுமே இருந்தாலும் அவர் அயராமல் உழைத்தார். ஆனால் எனக்கு இரண்டு கால்கள் இருக்கின்றனவே' என்று சொல்லி மெல்லச் சிரித்தார்.

ஹெலென் என்று அருமையாகப் பெயர் சூட்டப்பட்ட கிரேக்கப் பெண் சட்டென்று எழுந்து நின்று தன் ஆடையைத் தட்டிச் சரி செய்தார். ஒரு காலத்தில் அவர் பேரழகியாய் இருந்திருப்பார் என்றுதான் தோன்றியது. கடுதாசிக் கோப்பிக் குவளையை, சற்றுமுன் அவர் சுத்தமாக்கிய குப்பைத் தொட்டி யில் எறிந்தார். துடைப்பக்கட்டை, தண்ணீர்க் கலம், சோப் வாளி, கிருமி நாசினி ஆகியவை நிறைந்த வண்டிலைத் தள்ளிக் கொண்டு புறப்பட்டார். புறப்படும் முன்னர் அவர் கடைசி யாகச் சொன்ன வாசகம் ஒரு சிறுகதையின் முடிவுக்குரிய லட்சணத்தோடு வெளிவந்தது. 'நான் 13 வயதில் துடைப்பத்தைக் கையிலெடுத்துச் சுத்தம் செய்தேன். இன்று 55 வயதிலும் அதையே செய்கிறேன், இன்னும் மோசமாக.' கொஞ்சம் நின்று யோசித் தார். 'துடைப்பக்கட்டையோடு நிற்கும்போது நான் அழகாகத் தான் இருக்கிறேன், இல்லையா?'

ஜகதலப்ரதாபன்

முன்னொரு காலத்தில் யாழ்ப்பாணப் பட்டினத்துக்கு ஒரு புதுப்படம் வந்தால் அதைக் கிராமங்களில் விளம்பரப்படுத்துவதற்கு மாட்டு வண்டில்களைப் பயன்படுத்துவார்கள். வண்டிலின் இரண்டு பக்கங்களிலும் தொங்கும் விளம்பரத் தட்டிகளில் எம்.கே.டி. பாகவதரோ, டி.ஆர். ராஜகுமாரியோ, எம்.எஸ். சுப்புலட்சுமியோ, பி.யு. சின்னப்பாவோ காட்சியளிப்பது வழக்கம். மேளம் அடித்தபடி வண்டில் கிராமத்து ஒழுங்கைகளில் ஓடும். அப்படி ஓடும்போது விளம்பரத்துண்டுகளை அள்ளி வீசுவார்கள். வாழ்நாள் முழுக்க இந்த ஒரு தருணத்துக்காகவே காத்திருந்ததுபோல நானும் தம்பியும் பாய்ந்து புழுதியில் விழுந்து புரண்டு அந்த துண்டுகளைப் பொறுக்குவோம்.

முன்னொரு அதே காலத்தில் எங்கள் வீட்டில் பெரிய அண்ணரும் சின்ன அண்ணரும் அடிக்கடிச் சண்டை போட்டார்கள். பெரிய அண்ணர் எம்.கே.டி. பாகவதர் பக்தர். அவர் நடித்த அத்தனைப் படங்களையும் பார்த்திருந்தார். சில படங்களைப் பல தடவை. சின்ன அண்ணர் பி.யு. சின்னப்பா பக்கம். அவருடைய முழுப் பாடல்களையும் மனப்பாடம் செய்திருந்தார்; பாடவும் செய்வார். எம்.கே.டியின் ஒரு பாடலைக்கூடப் பாடமாட்டார். அப்படி ஒரு வன்மம். எங்கள் ஊர் கடையொன்றின் கிராமபோன் பெட்டியில் தியாகராஜ பாகவதரின் பாட்டுக்களை வைப்பார்கள். என்னுடைய பெரிய அண்ணர் குழாய்க்குள் தலையை விட்டுப் பாட்டுக்களைக் கேட்பார். கடைக்காரர் பி.யு. சின்னப்பா பாடல்களையும் போடுவார். அப்போது இரண்டாவது அண்ணர் விழுந்தடித்துக் கடைக்கு ஓடுவார். நானும் தம்பியும்

சிலசமயம் பெரிய அண்ணர் பக்கமும் சிலசமயம் சின்ன அண்ணர் பக்கமும் சாய்ந்து அவர்களை மகிழ்விப்போம். சினிமா என்கிற சமாச்சாரத்தை நாங்கள் பார்த்தது கிடையாது. பெரிய அண்ணரும் சின்ன அண்ணரும் தாங்கள் பார்த்த படக்கதைகளை அளக்கும்போது நாங்கள் ஒரு கற்பனை உலகைச் சிருஷ்டித்து அதற்குள் மூழ்கிக்கிடப்போம்.

ஜகதலப்ரதாபன் விளம்பரத் துண்டுகளைப் பொறுக்கிய நாளிலிருந்து எனக்கும் தம்பிக்கும் எப்படியாவது அந்தப் படத்தைப் பார்த்துவிட வேண்டும் என்ற ஆசை பெருகத் தொடங்கியது. அந்த ஆசை இன்னும் தங்கச்சிக்கு வரவில்லை. பிறந்ததிலிருந்து அவள் நோஞ்சானாக இருந்தாள். உடம்பில் எந்தப் பகுதியைத் தொட்டாலும் அங்கே ஓர் எலும்பு இருக்கும். சிரித்து விளையாடுவாள், திடீரென்று படுத்துவிடுவாள். பெலன் காணாது என்று பரியாரியார் சொன்னதால் ஓர் ஆடும் குட்டியும் அவளுக்காக வாங்கி வீட்டில் விட்டார்கள். அவள் ஆட்டுப்பால்தான் குடிப்பாள். ஆட்டிலும் பார்க்க ஆட்டுக்குட்டி தான் அவள் ஆரோக்கியமாக வளர்வதற்குக் காரணம். ஆட்டுக் குட்டிக்குச் செங்கமலம் என்று பெயர். தங்கச்சி 'செங்கி, செங்கி' என்று கத்துவாள், அது துள்ளினால்தான் வாயைத் திறப்பாள். அம்மா ஒரு வாய் தீத்தி விடுவார். இப்படித் தங்கச்சி தேறி வந்தாள்.

ஒருநாள் நாங்கள் எல்லோரும் வீட்டில் இருந்தோம். அது பள்ளி விடுமுறை நாளாக இருந்ததால் தங்கச்சி நடுவிலே நின்று எல்லோருக்கும் விளையாட்டுக் காட்டினாள். ஒரு வீட்டில் எத்தனை பேர் இருந்தாலும் ஒருவரைச் சுற்றித்தான் அது இயங்கிக்கொண்டிருக்கும். எங்கள் வீட்டில் அது தங்கச்சி தான். இடுப்பிலே கைகளை வைத்து, இரண்டு வயதுப் பின்னல் எழும்பி எழும்பி அதே இடத்தில் விழ, அவள் ஆட நாங்கள் விழுந்து விழுந்து சிரித்தோம். அந்த நேரம் கதவை யாரோ தட்டினார்கள். 'நில், நில்' என்று வீட்டிலிருந்த அத்தனை பேரும் கத்த கத்த குடுகுடுவென்று ஓடிச்சென்று நாதாங்கியை இழுத்துக் கதவைத் திறந்துவிட்டாள் என் தங்கச்சி. கதவைத் திறக்க அவளால் முடியும் என்பது முதல் ஆச்சரியம். வாசலில் நின்ற அந்தப் பெண்மணியை பார்த்தது எங்களுக்கு இரண்டாவது ஆச்சரியம்.

எங்கள் ஊர்ப் பணக்காரருடைய மனைவி அவர். அம்மாவைக் கண்டால் பல்லுக் கொதி வந்தமாதிரி முகத்தை மாற்றி

விடுவார். அம்மாவுக்கு அவரைப் பிடிக்காது. சாதாரணமாக எங்கள் வீடுகளுக்கெல்லாம் அவர் வரமாட்டார். அன்றைக்கு மஞ்சள் சேலை உடுத்தி, தலை மொட்டையடித்து பெரிய பொட்டு வைத்து வாயை திறந்து ஒன்றுமே பேசாமல் சேலை மடியை விரித்துப் பிடித்துக்கொண்டு நின்றது துயரமான காட்சி. அம்மா உள்ளே வரும்படி உபசாரத்துக்கு அழைத்தும் அவர் ஒரு சொல் சொல்லாமல் அசையாது நின்றார். நத்தை ஊர்ந்த தடம்போல முகத்திலே கண்ணீர் காய்ந்த கோடு. அம்மா உள்ளே போய் ஒரு கைப்பிடி அரிசி கொண்டுவந்து அவர் மடியில் போட்டார். தலையை ஆட்டிவிட்டு அவர் அடுத்த வீட்டுக்குப் புறப்பட்டார்.

அம்மா அவர் மடிப்பிச்சை எடுக்கிறார் என்று சொன்னார். ஏழு வீடுகளுக்குப் போய்ப் பிச்சை எடுத்துக் கஞ்சி காய்ச்சிக் குடிப்பார். அது மிகத் தீவிரமான நேர்த்திக்கடன். ஊரிலே நெருப்புக் காய்ச்சல் பரவி வந்த நேரம் அது. அவர்களுடைய ஒரே மகனுக்கு நெருப்புக் காய்ச்சல் கண்டு அவன் படுத்த படுக்கையாகக் கிடந்தான். அதற்காகத்தான் விரதம் என்றார் அம்மா. அதன் பிறகு அவர் சொன்னதுதான் எங்களுக்கு அதிர்ச்சியைக் கொடுத்தது. 'அவர்கள் வீட்டிலே மூட்டை மூட்டையாக அரிசி அடுக்கி வைத்திருக்கு. மடிப்பிச்சை எடுக்கிறது எவ்வளவு வெட்கக்கேடு.' அம்மாவின் வாயிலிருந்து இப்படியான வார்த்தைகள் எப்படி வந்தன என்றே தெரியவில்லை. இரண்டு நாள் கழித்து அழுதுகொண்டே அம்மா அவர்கள் சாவீட்டுக்குப் போனார்; அழுதுகொண்டே திரும்பி வந்தார். அப்படியும் அவருக்கு அழுகை முடிவடையவில்லை.

பி.யு.சின்னப்பா நடித்த ஜகதலப்ரதாபன் படம் விண்ட்சர் தியேட்டரில் ஆறுமாதம் ஓடிவிட்டது. அந்தப் படத்தைப் பார்க்காமல் வாழ்வதில் ஒருவிதப் பிரயோசனமும் இல்லை என்பது என்னுடைய இரண்டாவது அண்ணரின் முடிவான எண்ணம். அம்மாவிடம் போய்ப் 'படத்தை மாத்தப் போறாங்கள். படம் மாறினால் பின்னர் பார்க்கவே முடியாது' என்றெல்லாம் கெஞ்சினார். நாங்களும் 'முன்வீட்டு மாமி எங்களுக்கு அம்மாவாகப் பிறந்திருக்கலாம் அல்லது பக்கத்து வீட்டு அக்கா அம்மாவாகப் பிறந்திருக்கலாம்' என்றெல்லாம் சொல்லி அம்மாவின் மனதைப் புண்படுத்தினோம். கடைசியில் சின்ன அண்ணர் சொன்னதைக் கேட்ட அம்மாவின் வாய் அப்படியே பிளந்து போய் நின்றது. 'நான் வயித்திலே இருந்தபோது நீங்கள் என்னைக் கரைக்கப் பார்த்தது எனக்குத் தெரியும். நான் பிறந்திருக்கவே

கூடாது. என்னிலே உங்களுக்குப் பட்சமே இல்லை' என்றார். அது வேலை செய்தது.

அம்மா ஒருவரும் எதிர்பாராத காரியம் ஒன்று செய்தார். தங்கச்சியின் ஆட்டுக்குட்டியை முன்பின் யோசிக்காமல் விலை பேசி விற்றார். படத்துக்கு அளவான காசைப் பெரிய அண்ணரிடம் எண்ணிக் கொடுத்து எங்களைப் பட்டினத்துக்குக் கூட்டிப் போய்ப் படத்தைக் காட்டிவிட்டு வரச்சொன்னார். அதுதான் நானும் தம்பியும் பார்க்கப்போகும் முதல் படம். நாங்கள் தியேட்டருக்குக் கிட்டத்தட்டப் பறந்துதான் போய்ச் சேர்ந்தோம். அங்கே ஏற்கனவே வரிசை நீண்டுபோய்க் கிடந்தது. அத்தனைச் சனங்களும் ஆடுகளை விற்று வந்திருக்கிறார்கள் என்பதை நினைத்தபோது எனக்கு மலைப்பாயிருந்தது. கேட் திறந்தது தான் தாமதம் நாங்கள் நின்ற வரிசை மறைந்து புதிதாக வரிசைகள் முளைத்தன. சிலர் ஆட்களுக்கு மேல் ஏறி வந்து டிக்கட் வாங்குவதை அன்றுதான் பார்த்தேன்.

ஒடுக்கமான வாங்குகளில் முதுகுகளை நேராக்கிக்கொண்டு நெருக்கியடித்தவாறு நாங்கள் உட்கார்ந்தோம். வலது பக்கத்தில் கயிறு கட்டிச் சிறைக்கூடம்போலச் செய்து அதற்குள் பெண்கள் உட்கார்ந்திருந்தார்கள். சோடா, சிகரெட், கடலை என்று தோளிலே தொங்கியப் பெட்டியிலிருந்து சின்னப் பெடியன்கள் விற்றார்கள். பிரம்மாண்டமான வெள்ளைத் திரை முன்னே இருந்தது. சும்மா அந்தத் திரையைப் பார்த்துக்கொண்டு இருப்பதே புளகாங்கிதம் தரக்கூடியது. அத்தனைக் கண்களும் அதையே பார்த்தன. எங்கே தங்களுக்குத் தெரியாமல் படம் ஆரம்பமாகிவிடுமோ என்ற பயத்தில் அடிக்கடித் திரையில் ரோர்ச் லைட் அடித்துச் சோதனை செய்தார்கள். முதல் மணி அடித்து இரண்டாவது மணியும் ஒலித்தபோது விளக்குகள் அணைந்தன. என்னுடைய இருதயம் என்றைக்கும் இல்லாத மாதிரி ஏன் அவ்வளவு வேகமாக அடித்தது என்பது புரியாத புதிர்தான். என் நெஞ்சு எலும்பு தடுத்திருக்காவிட்டால் இருதயம் வெளியே வந்து விழுந்திருக்கும் என்று நான் அப்போது பயந்தேன்.

இப்பொழுது நினைவில் இருப்பதெல்லாம் பிரமிப்புதான். அன்றைக்கும் இன்றைக்கும் மறக்கமுடியாத ஆச்சரியத்தைத் தந்தது பி.யு.சின்னப்பா பல வேடங்களில் ஒரு காட்சியில் தோன்றியது. அவரே மிருதங்கம், அவரே கடம், அவரே வயலின், அவரே வாய்ப்பாட்டு, அவரே கொன்னக்கோல். சின்ன அண்ணர் சீட்டில் இருக்கமுடியாமல் துள்ளினார். நான்

என்னை உயரமாக்குவதற்கு என் கை மேலேயே உட்கார்ந் திருந்தேன். அதனால் துள்ளவில்லை. படம் முடிந்தபிறகும் கூட எங்களுக்கு வெளியே போகத் தோன்றவில்லை. சின்ன அண்ணர் பி.யு.சின்னப்பாவின் பாட்டுகளைப்பாட, நாங்கள் ஊரை நோக்கி நடந்தோம். அங்கே எந்த வீதியில் எந்த நாய் என்பது எங்களுக்குத் தெரியும். அவைக்கும் எங்களைத் தெரியும். ஒரு நாய் குலைத்துக்கொண்டே எங்கள் பின்னால் எல்லை முடியும்வரை வரும். அதன்பின்னர் அடுத்த நாய் எங்களைத் தொடரும். இப்படியாக ஒருவாறு வீடு வந்து சேர்ந்தோம்.

அம்மா எங்களுக்காகச் சோற்றை வைத்துக்கொண்டு காத்திருந்தார். படக்கதையைச் சின்ன அண்ணர் உணர்ச்சி யோடு, ஒரு சொல் மற்றச் சொல்லை இடித்துக்கொண்டு வெளியே வர, சொன்னார். மிதமிஞ்சிய ஆர்வத்தில் உருட்டிய சோற்றை வாய்க்குள் வைக்காமல் கையிலே பிடித்துக்கொண்டு நீண்ட நேரம் காட்சியை வர்ணித்தார். சின்ன அண்ணருக்கு ஆகப் பிடித்த சீன் பி.யு.சின்னப்பாவின் சாகசங்கள் நிறைந்த வாள்சண்டைகளும், கம்புச்சண்டைகளும்தான். அம்மா 'சோறு காயப்போகுது, முதலில் வாய்க்குள் வை, பிறகு கதையைச் சொல்லு' என்றார். பெரிய அண்ணர் வாயைத் திறந்தால் சின்ன அண்ணர் முழுசிப் பார்த்தார். பி.யு.சின்னப்பா அவருக்குத் தான் சொந்தம், அவர்தான் கதையைச் சொல்லவேண்டும் என்று நினைத்தார். தங்கச்சி நித்திரையாகி விட்டாள் என்று மட்டுமே அம்மா சொன்னார். அவள் 'செங்கி, செங்கி' என்று ஆட்டுக்குட்டியைக் கேட்டு நீண்ட நேரம் அரற்றியதையும், எவ்வளவு முயன்றும் சாப்பிடாமலே அழுதபடித் தூங்கச் சென்றதையும் எங்களுக்குச் சொல்லவில்லை.

அடுத்தநாளும் தங்கச்சி சாப்பிட மறுத்துவிட்டாள். முதலில் அவள் உடம்பு பொட்டுப்பொட்டாகச் சிவந்து தடித்தது. அம்மா எண்ணெய் தடவிவிட்டார். கொஞ்சம் காய்ச்சல்தனமாக இருந்ததால் கைமருந்து கொடுத்தார். நாள் செல்லச் செல்ல காய்ச்சல் நிற்காமல் ஏறிக்கொண்டே போனது. பரியாரியாரைக் கூட்டி வந்ததும் அவர் கையைப் பிடித்துப் பார்த்துவிட்டு நிமிடம்கூட யோசிக்காமல் நெருப்புக் காய்ச்சல் என்றார். அவ்வளவு எச்சரிக்கையாய் இருந்தும் தப்பமுடியவில்லை. வைத்தியர் கொடுத்த குளிசையை முலைப்பாலில் கரைத்து அம்மா பருக்கினார். காய்ச்சல் விடவில்லை, வரவரக் கூடிக் கொண்டே போனது. காய்ச்சலின் உச்சத்தில் தங்கச்சி 'செங்கி, செங்கி' என்று பிதற்றத் தொடங்கினாள். நோயின் கடைசிக்

குதிரைக்காரன்

கட்டம் அது என்று பேசிக்கொண்டார்கள். பரியாரியார் வந்து கையைப் பிடித்துப் பார்த்துவிட்டு இரண்டு நாளைக்குப் பிறகுதான் சொல்லலாம் என்றார்.

பல வருடங்களுக்குப் பின்னர் இந்தச் சம்பவத்தை நினைத்துப் பார்க்கும்போது என் மனக்கண்ணில் மீண்டும் மீண்டும் ஒரு சித்திரமே வந்து போகும். ஜகதலப்ரதாபன் படத்தில் பௌர்ணமி வெளிச்சத்தில் அரசன் தன் மகன்களைக் கூப்பிட்டு, அப்படியான ஓர் அற்புத இரவில் என்ன செய்யத் தோன்று கிறது என்று கேட்பான். எல்லா புதல்வர்களும் அரசனுக்கு பிடித்த காரியத்தையே சொல்வார்கள். ஜகதலப்ரதாபன் மாத்திரம் துணிச்சலோடு தான் மஞ்சத்தில் படுத்திருக்க இந்திராணி, நாககுமாரி, அக்னிகுமாரி, வருணகுமாரி ஆகிய நால்வரும் வெண்சாமரம் வீசியும், இசைபாடியும், நடனமாடியும் பணிவிடை செய்து தன்னை மகிழ்விக்க வேண்டும் என்று மன்னனிடம் சொல்வான். அரசன் அவனைத் துரத்திவிடுவான். இறுதிக் காட்சியில் ஜகதலப்ரதாபன் சொன்னதைச் செய்து சபதத்தை முடிப்பான். அவனுடைய வெற்றியைப் பார்த்து நாங்கள் மகிழ்ந்திருந்த அதே வேளை எங்கள் தங்கச்சி 'செங்கி, செங்கி' என்று வீட்டிலே கத்தி அழுதுகொண்டிருந்திருப்பாள். அன்றிலிருந்து ஜகதலப்ரதாபன் படத்தை எங்கே, எந்தச் சமயத்தில் நினைத்தாலும் என் தங்கச்சியின் நினைவும் சேர்ந்தே வரும்.

சில நாட்களாக தங்கச்சி படுத்திருக்கும் அறைக்குள் போகக்கூடாது என்பது அம்மாவின் கட்டளை. கயிற்றுக் கட்டிலின் நடுவே அவள் தனியாகப் படுத்துக் கிடந்தாள். எலும்பான உடம்பு என்றபடியால் அவள் கட்டிலில் கிடப்பதே சிலவேளை கண்ணுக்குத் தெரியாது. நாங்கள் யன்னல் வழியாக வேடிக்கை காட்டுவோம். வீடு நிறைய இருந்த தங்கச்சி படுத்தவுடன் வீடு ஸ்தம்பித்த நிலைக்கு வந்திருந்தது. அவள் படுக்கையில் கிடக்க என் தம்பி நாகலோகத்தில் பேபி கமலா ஆடிய பாம்பு நடனத்தை அப்படியே நெளிந்து நெளிந்து ஆடினான். தங்கச்சி வழக்கத்தில் கைதட்டி விழுந்து விழுந்து சிரிப்பாள். அன்று மெல்லிய உதடுகளைச் சற்று அசைத்துத் தான் சிரிப்பதாகக் காட்டினாள். சில நேரங்களில் அதைக்கூட செய்யாமல், சோர்ந்துபோய் தூங்கிவிடுவாள். நாங்கள் ஒவ்வொருவராகப் படுக்கச் செல்வோம். அம்மா விளக்கைக் குறைத்துவிட்டுத் தங்கச்சிக்குப் பக்கத்தில் அமர்ந்து கொள்வார்.

இரவு முழுக்க அப்பாவும் அம்மாவும் தூங்கவில்லை என்றுதான் தோன்றியது. கிரமமாக மருந்து கொடுத்துக்கொண் டும், தங்களுக்குள் ஏதோ பேசிக்கொண்டும் இருந்தார்கள். அதிகாலையில் சத்தம் கேட்டு விழிப்பு ஏற்பட்டபோது மங்க லாக உருவங்கள் அசைந்தன. ரகஸ்யமான குரலில் பேச்சு நடந்தது. அப்பா கதவுக்குப் பக்கத்தில் நிற்பது புகைபோலத் தெரிந்தது. சத்தம் செய்யக்கூடாது என்ற கவனத்துடன் கதவு நாதாங்கி உருவப்பட்டபோது ணங் என்ற மெல்லிய ஒலி எழும்பி வீட்டை நிறைத்தது. கதவை மெள்ளத் திறந்து, மஞ்சள் சேலை உடுத்தி மொட்டையடித்திருந்த என் அம்மா வெளியே போனார்.

புளிக்கவைத்த அப்பம்

இப்படித்தான் நடந்தது. யூதப் பெண்மணி ஒருவர் எங்களை மாலை விருந்துக்கு அழைத்திருந்தார். இதிலே என்ன அதிசயம். நான் பலவிதமான கொண்டாட்டங்களுக்கு அழைக்கப்பட்டுச் சென்றிருக்கிறேன். விருந்துகளும் அனுபவித்திருக்கிறேன். இந்துக்கள், இஸ்லாமியர், புத்தர்கள், கிறிஸ்துவர்களின் சகலப் பண்டிகைகளிலும் விருந்துகளிலும் பங்கேற்றிருக்கிறேன். யூத வீட்டுக்கு மட்டும் போனது கிடையாது. பெரும் எதிர்பார்ப்பில் நானும் மனைவியும் விருந்து நாளுக்காகக் காத்திருந்தோம்.

விருந்துக்கு அழைத்தப் பெண்மணியின் கணவர் ஓர் எழுத்தாளர். அவர் எழுதிய பெரிய நாவலின் எழுத்து நல்லாக இல்லையென்றாலும் கதை சுவாரஸ்யமானது. சினிமாவாக எடுத்தால் வெற்றிபெறும். முழுக் கதையும் சைபீரியாவில் ஒரு ரயில் வண்டியில் நடைபெறுகிறது. அதை எடுப்பதற்கு ரொறொன்ரோவிலுள்ள பல தயாரிப்பாளர்களை அவர் அணுகியிருந்தாலும் ஒருவரும் துணிந்து முன்வரவில்லை.

விருந்துக்குப் போன அன்று ஓரா (அதுதான் அவர் பெயர்) தன் கணவர் ஊரில் இல்லையென்றார். வீட்டிலே அவரும் அவர் தாயார் மட்டுமே இருந்தனர். அதுவும் நல்லதுதான். இலக்கியம் கதைக்கும் சங்கடத்திலிருந்து விடுதலை கிடைத்திருந்தது. ஓரா எங்களை அமரச் செய்து, தாயார் சமையல் அறையில் வேலையாக இருப்பதாகவும், விரைவில் எங்களுடன் வந்து சேர்ந்துகொள்வார் என்றும் சொன்னார். நாங்கள் பார்க்கக்கூடிய தூரத்தில் உணவு மேசை இருந்தது. அதிலே பலவிதமான உணவு வகைகள் பளிச்சென மின்னும் பாத்திரங்களில்

அ. முத்துலிங்கம்

அலங்காரமாக அடுக்கிவைக்கப்பட்டிருந்தன. அவற்றைப் பார்த்ததும் அன்று குறைந்தது இருபது விருந்தாளிகளாவது வருவார்கள் என நினைத்தோம். ஆனால் ஓரா நாங்கள் மட்டுமே விருந்தாளிகள் என்று சொன்னபோது நானும் மனைவியும் ஒருவரை ஒருவர் பார்த்தோம். இரண்டு பேருக்கு இத்தனை உணவா என்று திகைப்பை அடக்க நாங்கள் தனித்தனியாகச் சிரமப்பட்டுக்கொண்டிருந்தோம்.

ஓரா கிளைக்குக் கிளை தாவி உட்காரும் குருவிபோலச் சுறுசுறுப்பாக இருந்தார். அவருடைய தாயார் சமையலறையில் இருந்து வெளிப்பட்டார். கூழாங்கற்களை வாய்க்குள் நிறைத்துக்கொண்டு 'குலேபகாவல்லி' என்று சொன்னால் ஒரு சத்தம் உண்டாகுமே அதுதான் அவர் பெயர். அது என் வாயில் நுழையாது; எழுத்திலும் எழுதமுடியாது. ஆகவே வசதிக்காக அவர் பெயரைச் சாரா எனச் சுருக்கியிருக்கிறேன். அவருக்கு வயது எண்பதுக்கு மேலே இருக்கும். சாந்தமான முகம். ஆனால் எதையோ ஞாபக மறதியாக வைத்துவிட்டது போன்ற கண்கள். இரண்டு கைகளிலும் இரண்டு பாத்திரங்களில் மேலும் புதிய பதார்த்த வகைகள். அவற்றை மேசையில் வைத்துவிட்டு எங்களுக்கு வணக்கம் சொல்லி வரவேற்றார். 'நான் இப்பொழுது கொண்டுவந்த பதார்த்தம் அபூர்வமானது. புது விருந்தாளிகளுக்குப் புளிக்க வைத்த மாவில் தயாரிப்பது யூத கலச்சாரத்தில் முக்கியமானது. இதன் பெயர் அரணிகலுஸ்கா. கறுவா போட்டுத் தயாரித்த இழுபடும் கேக். இப்பொழுதுதான் சூட்டடுப்பில் இருந்து இறக்கினேன். இது சுடச்சுட உண்ண வேண்டியது. வாருங்கள், வாருங்கள்' என்று எங்களை மேசைக்கு அழைத்தார். மஞ்சள் கோடு போட்டுச் சரி பாதியாக வீதியை பிளப்பதுபோல கேக்கின் நடுவில் கோடு வரைந்திருந்தது. 'இது என்ன?' என்று பீதியுடன் கேட்டேன். 'உங்களுக்கு ஒரு பாதி, மீதி மனைவிக்கு' என்றார். நாங்கள் முந்திப் பிந்திப் பார்த்திராத உணவு வகைகள். ஒரு கிராமமே உண்டு பசியாறக் கூடிய அந்தப் பதார்த்தங்களின் பெயர்களைக் கேட்டோம். எப்படிச் சமைப்பது, எப்படி அவற்றை உண்பது என வினவியபடியே உண்டோம். 'தாராளமாகக் கூச்சப்படாமல் சாப்பிடுங்கள், இன்னும் உள்ளே இருக்கிறது' என்றார் சாரா.

சாராவுக்கு விதம் விதமான உணவு வகைகளில் ஒருவிதமான மோகம். அவர் உண்ணவே தேவையில்லை, உணவின் மணத்தை வைத்தே தரத்தைச் சொல்லிவிடுவார். மகளுக்கு வேலை சந்தையிலிருந்து சாமான்களை வாங்கி வந்து போட்டுக்கொண்டேயிருப்பதுதான். சாரா தினமும் சமைப்பார். ஏதாவது புதிதாக யோசித்தால் உடனே அவருக்கு அதைச் சமைத்துப்

பார்க்க வேண்டும். சில சமயம் நடு இரவு ஏதாவது யோசனை தோன்றினால் அடுத்த நாள் காலைவரைக் காத்திருக்கும் பொறுமை கிடையாது. அந்தக் கணமே சமைக்கத் தொடங்கி விடுவார். அவர் சமைக்கும் அனைத்துமே ருசியாகத்தான் இருக்கும். ஆனால் சமைக்கும்போது ஆராவது குறுக்கிட்டால் அவர் மனம் வெதும்பிவிடுவார். ஆகவே அவர் விசயத்தில் எல்லோரும் எச்சரிக்கையாக இருப்பார்கள் என மகள் சொன்னார்.

சாராவுக்குக் கிரேக்கம், இத்தாலியன், ரஷ்யன், ஸ்பானிஷ், பிரெஞ்சு, ஹீப்ரு மற்றும் ஆங்கில மொழிகள் தெரியும். அவர் எந்த மொழியிலும் எங்களுடன் பேசத் தயாராக இருந்தார். எங்களுக்கு ஆங்கிலம் மட்டுமே தெரியும் என்பதால் எங் களிடம் ஆங்கிலத்திலும், மகளிடம் ஹீப்ருவிலும் பேசினார். அவர் பிறந்து வளர்ந்தது கிரீஸ் நாட்டில் சலோனிக்கா என்ற நகரத்தில். அவர் சிறுமியாக இருந்தபோது இரண்டாம் உலக யுத்தம் வந்தது. ஜேர்மன் படைகள் சலோனிக்காவுக்குள் நுழைந்துவிட்ட நாளிலிருந்து யூதர்களின் வாழ்க்கை நரகமாக மாறியது. சாராவின் தகப்பன் அவர்களிடமிருந்த பணம், நகை எல்லாவற்றையும் மதகுரு மூலம் ஜேர்மன் படையின ரிடம் ஒப்படைத்தார். அப்படித்தான் ஜேர்மன் ராணுவத்திட மிருந்து கட்டளை வந்திருந்தது. அங்கே வசித்த 60,000 யூதக் குடும்பங்களும் அப்படியே செய்தன. பணம் கொடுத்ததால் பாதுகாப்புக் கிடைக்கும் என நம்பினார்கள். ஆனால் நிலைமை நாளுக்கு நாள் மோசமானது.

நான் சாராவைப் பார்த்து ‘அப்போது உங்களுக்குச் சின்ன வயதாக இருந்திருக்கும். உங்களுடைய ஆகப் பழைய ஞாபகம் என்ன?’ என்றேன். சாரா சொன்னார். ‘என்னுடைய தகப்பன் ஒரு மருந்தகத்தில் வேலை பார்த்தார். போர் தொடங்கிய நாள் எனக்கு நன்றாக நினைவிருக்கிறது. அது 1941, ஏப்ரல் மாதம். அம்மா முழங்காலில் உட்கார்ந்து அக்கா அணிந்திருந்த பாவாடை மடிப்பை அவிழ்த்து நீளமாக்கினார். எங்கள் சம்பிரதாயத்தில் ஒருவர் அணிந்திருக்கும் உடையில் தையல் வேலை செய்யக்கூடாது. பிணத்தைச் சுற்றும் துணியை மட்டும் தான் அப்படித் தைக்கலாம். பறந்து கொண்டிருக்கும் மரண தேவதை, யாராவது ஒருவர் உடை அணிந்திருக்கும்போதே அதை தைப்பதைக் கண்டால் அந்த ஆள் இறந்துபோக வேண்டியவர் என நினைத்து உயிரை எடுத்துவிடும். ஆகவே அம்மா அக்காவிடம் ஒரு அப்பிளைக் கொடுத்து அதை வாயை ஆட்டிச் சாப்பிடச் சொன்னார். வாயை ஆட்டினால் மரண தேவதைக்கு அந்த ஆள் உயிரோடு இருப்பது தெரிந்து

ஒன்றும் செய்யாமல் விட்டுவிடும். நானும் ஓர் அப்பிள் கேட்டு அம்மாவிடம் சண்டை பிடித்தேன். அந்த நேரம் அப்பா வாசல் கதவை உடைப்பதுபோலத் திறந்து உள்ளே ஓடி வந்து 'அவர்கள் வந்துவிட்டார்கள்' என்று கத்தினார். அவர்கள் என்று சொன்னது ஜேர்மன் ராணுவத்தை. அன்றிலிருந்து நாங்கள் வேளியே போவதைக் கணிசமாகக் குறைத்து, மறைந்து வாழப் பழகிக்கொண்டோம். அது உலகச் சண்டை என்பது எனக்குத் தெரியாது; ஆனால் பயப்பட வேண்டும் என்பது தெரிந்திருந்தது.

யூதர்கள் வெளியே போகும்போது ஒரு மஞ்சள் நட்சத் திரத்தை நெஞ்சிலே குத்திக்கொண்டு போகவேண்டும் என்பது புதுச் சட்டம். ஒரு நாள் அம்மா வெளியே புறப்பட்டபோது மஞ்சள் நட்சத்திரத்தை மறந்துவிட்டார். நான் வீதியில் உருண்டு புரண்டு அழுதேன். அம்மா வீட்டுக்குப் போய் மறுபடியும் நட்சத்திரத்தை அணிந்து புறப்பட்டார். ஏன் அப்படி அன்று செய்தேன் என்பது எனக்குப் புரியவில்லை. பல வருடங்கள் கழித்து நான் அமெரிக்க எழுத்தாளர் நதானியல் ஹாவ்தோர்ன் எழுதிய *The Scarlet Letter* நாவலைப் படித்தேன். அதிலே வரும் கதாநாயகிக்குத் தவறான முறையில் குழந்தை ஒன்று பிறக்கிறது. ஊர் அவரைத் தள்ளி வைத்ததும் அல்லாமல் அவர் வெளியே புறப்படும்போது ஊதா நிறத்தில் A எழுதிய துணிப்பட்டையை நெஞ்சிலே அணிந்து செல்லவேண்டும் என்றும் தண்டனை பிறப்பிக்கிறது. ஒருநாள் அவர் துணிப் பட்டையை அணியவில்லை. அவருடைய மகள் தாயார் பட்டையை அணியவேண்டும் என்று அழுது முரண்டு பிடிப் பாள். அதைப் படித்தபோது எனக்குக் கண்ணில் நீர் நிறைந்தது. என்னுடைய தாயாரின் மனம் எவ்வளவு புண்பட்டிருக்கும் என்பதைப் பல வருடங்கள் கழித்து உணர்ந்தேன். அந்தச் சம்பவம் நடந்த சில மாதங்களிலேயே என் தாயாரை விட்டு நான் பிரிய நேர்ந்தது. பின்னர் அவரை நான் காணவே இல்லை.'

'யுத்தம் முடிவுக்கு வரும்வரை சலோனிக்காவில்தான் இருந்தீர்களா?'

'ஒவ்வொரு நாளும் நிலைமை மோசமாகிக்கொண்டு வந்தது. உணவுக்குப் பெரும் தட்டுப்பாடு என்றபடியால் ரேசன் நடைமுறைக்கு வந்துவிட்டது. என் அப்பா நீண்ட நேரம் வரிசையில் நின்று ரொட்டி வாங்கி வருவார். ஒருநாள் அப்பா என்னையும் தன்னுடன் கூட்டிப் போனார். அவர் அப்படி என்னை வெளியே அழைத்துப் போவதே கிடையாது. ஆனால் முதல் தடவையாக அன்று அப்படிச் செய்தார். ஏன் அப்படிச்

செய்தாரோ நானறியேன். நானும் அப்பாவுடன் வரிசையில் நின்றேன். திடீரென்று ஜேர்மன் ராணுவத்தின் நீண்ட ட்ரக் வண்டி வந்து நிமிடத்தில் அங்கே வரிசையில் நின்ற யூதர்களை எல்லாம் சுற்றிவளைத்துப் பிடித்து வண்டியில் ஏற்றிக்கொண்டு புறப்பட்டது. நான் திகைத்துப்போய் நின்றதில் ஓவென்று கத்தி அழுவதற்குகூட மறந்துவிட்டேன். அந்தக் கூட்ட நெரிச லிலும் அப்பா வண்டியின் கம்பித் தடுப்பு வழியாக இரண்டு விரல்களை நீட்டி என்னை ஓடிவிடச்சொல்லி சைகை காட்டி னார். அந்த முகத்தை என்னால் மறக்க முடியாது. அதுதான் நான் என் அப்பாவைக் கடைசியாகப் பார்த்தது. இப்பொழுது கனவு காணும்போதும் அந்த முகம்தான் வரும். அந்தச் சம்பவம் நடந்து 70 வருடங்கள் ஆகிவிட்டன. இன்றும் என்னால் வரிசையில் நிற்க முடியாது, மயக்கம் வந்து விழுந்து விடுவேன். நான் வரிசையில் நின்றது அன்றுதான் கடைசி.

'அம்மாவும் அண்ணாவும் அக்காவும் நானும் ஒரு கிரேக்கக் குடும்பத்தினர் வீட்டில் போய் ரகஸ்யமாகத் தங்கினோம். அவர்கள் அப்பாவின் நண்பர்கள், அப்பாவுக்கு விசுவாசமாக இருந்தவர்கள். எங்கள் முக்கியப் பிரச்சினை உணவுதான். கிடைக் கும் உணவு அவர்களுக்கே பற்றவில்லை. அதை எங்களுடன் அவர்கள் பகிர்ந்துண்ணும் கட்டாயத்தில் இருந்தார்கள். அண்ணரோ அம்மாவோ வீட்டைவிட்டுப் புறப்பட மாட்டார் கள். நானும் அக்காவும் வெளியே சென்று ஏதாவது உணவு கிடைக்கிறதா என்று தேடி வருவோம். ஒருநாள் அப்படிப் போய்த் திரும்பியபோது எங்கள் வீதியை நிறைத்து சனங்கள் நின்றார்கள். அம்மாவையும் அண்ணாவையும் ஜேர்மன் ராணுவம் கைது செய்து போனதாகப் பேசிக்கொண்டார்கள். நாங்கள் அந்த வீட்டுக்குத் திரும்பவும் போகவில்லை. என் னுடைய அக்கா அந்த வீட்டுக்காரர்தான் ராணுவத்துக்கு தகவல் கொடுத்திருக்கிறார் என நம்பினாள். முதல் தடவை யாக அன்று இரவு நாங்கள் வீதியிலே படுத்து உறங்கினோம்.

'இப்படிப் பல மாதங்களைக் கழித்தோம். பகலிலே காட்டுக் குள் போய் ஒளிந்து கொள்வோம். இரவானதும் வெளியே வந்து பணக்காரக் குடியிருப்புகளுக்குச் சென்று குப்பைத் தொட்டி களில் தேடுவோம். சில நாட்கள் திருடுவோம். அந்தக் காலங்கள் மிகவும் கொடுமையானவை. ஏழை விவசாயிகள் உருளைக் கிழங்கு பயிர் செய்வார்கள். நாங்கள் விதைகளைக் கிண்டி யெடுத்துப் பச்சையாக உண்டுவிடுவோம். எங்கள் சப்பாத்துகள் கிழிந்து போனதால் இடது காலுக்கு ஒரு சப்பாத்தை அக்கா வும், வலது கால் சப்பாத்தை நானும் அணிந்துகொண்டோம். மற்றக் காலுக்கு இலை தழைகளைச் சுற்றிக் கட்டிவிடுவோம்.

இரவு பகலாக எங்களை விரட்டியது பசிதான். இந்த நாட்களில் ஒரு மறக்க முடியாத சம்பவம் நடந்தது. நாங்கள் ஒளித்து வாழ்ந்த காட்டில் ஒரு தேன்சிட்டும் வசித்தது. சாம்பல் வண்ணத்தில், மென்சிவப்புத் தொண்டை கொண்டது. அதன் அலகு அதன் உடம்பிலும் நீளமாக இருக்கும். எந்நேரமும் வேகமாகச் சிறகசைத்துப் பறந்து தேன் குடிக்கும். ஒரு நாளைக்கு அதன் எடையளவு தேனை உண்டே ஆகவேண்டும். அல்லது உயிர் தரிக்காது. ஒரு நிமிடம்கூட ஓய்வெடுக்காமல் அது பறந்து தேடுவதைப் பார்க்க எனக்குத் திகிலாக இருக்கும். அதன் நிலையும் என் நிலைபோலத்தான் இருந்தது. உயிர் வாழ்வதற்காக ஒவ்வொரு கணமும் பாடுபட்டது. எங்களில் யார் முதல் இறக்கக்கூடும் என நினைப்பேன். ஒவ்வொரு நாள் காலையிலும் எழுந்தவுடன் அது உயிருடன் இருக்கிறதா என்று பார்ப்பேன். நான் முதலில் இறந்து அது என் உடலைப் பார்ப்பதாகச் சில நாள் கற்பனை செய்வேன்.

'அந்த நாட்களில் எங்கள் உடம்பில் இருந்த அத்தனை உறுப்புகளிலும் நாங்கள் ஒரு கணமும் விடாமல் நினைத்த உறுப்பு வயிறுதான். பட்டினியால் நாங்கள் இறந்துபோயிருக்க வேண்டும். எப்படியோ சாகாமல் போனதற்கு ஒரு காரணம் இருந்தது. ஜேர்மனிக்கு எதிராகப் போரிடும் ரகஸ்யக் குழு ஒன்றுடன் நாங்கள் இணைந்துகொண்டோம். அவர்களுக்கு உதவி செய்தோம். தகவல் கொண்டு போவது, அவர்கள் பொருட்களைக் காவுவது, கண்காணிப்பது, வேவு பார்ப்பது போன்ற வேலைகள். அணிவதற்குப் பழைய கோட்டும் சப்பாத்துகளும் கிடைத்தன. அதுவும் சில மாதங்கள்தான்.

'ஒரு பணக்காரக் கிரேக்க வீட்டில் வேலையாட்களாகச் சேரும் வாய்ப்புக் கிடைத்தது. இரண்டு நேரம் சாப்பிடக் கிடைத்ததில் சொல்லிக் கொள்ளமுடியாத மகிழ்ச்சி அடைந்தோம். வீட்டைத் துப்புரவாக வைத்திருப்பது, துணி துவைப்பது, பிள்ளைகளைப் பார்ப்பது, இப்படி வேலை. ஆனால் ஒரு பிரச்சினை இருந்தது. காலையில் எழும்பியதுமே வீட்டுக்கார அம்மா மாடியிலிருந்து இறங்கிவந்து, இரட்டைச் சோபாவின் நடுவே உட்கார்ந்து அதை நிறைப்பார். எல்லாக் கட்டளைகளையும் உட்கார்ந்தபடியே பிறப்பிப்பார். நாங்கள் அவற்றை நிறைவேற்றுவோம். அவர் கைப்பையை மேசைமேலே வைத்திருப்பார். நாங்கள் அறைக்குள் நுழைந்ததும் அதை எடுத்துத் தன் மடிமீது வைத்துக் கொள்வார். தினமும் துடைப்பத்தால் வீட்டைக் கூட்டிக் குப்பையை அவர் கண்களுக்கு முன்னால் காட்டிவிட்டுத்தான் வீசுவோம். வீசுவதற்கு அனுமதி கேட்டோமா அல்லது குப்பையின் அளவை அங்கீகரிக்கும்படி

வேண்டினோமா என்பது எனக்குத் தெரியவில்லை. ஒரு குளிர் நாள் அதிகாலை அங்கேயிருந்து வெளியேற்றப்பட்டோம். என்னுடைய அக்காவைப் பொலீஸ் கைதுசெய்து கொண்டு போனது. அவர் ஒரு நகையைத் திருடிவிட்டார் என்ற குற்றச் சாட்டு. நகையைத் திருடி என்ன செய்வது. உணவைத் திருடி னார் என்றால் நம்பமுடிந்திருக்கும். பொலீஸ் நிலையத்தில் அக்காவைக் கொடுமைப்படுத்தினார்கள். அவர் எழுந்து நின்ற போது அவர் கால்களைச் சுற்றி ரத்தம் தேங்கிக் கிடந்தது. இப்பொழுது நான் நினைக்கிறேன் அவரைப் பலாத்காரம் செய்திருக்கிறார்கள் என்று. ஆனால் அக்கா அதுபற்றி என்னிடம் மூச்சுவிடவில்லை. சில நாட்களில் ஜேர்மனி தோற்று இரண் டாம் உலகப் போர் முடிவுக்கு வந்தது.'

பழைய கதைகளைச் சொல்லிக்கொண்டு தாயும் மகளும் எங்களை உபசரித்தபடியே இருந்தார்கள். நாங்கள் சாப்பிட்டது மாலை உணவுக்கும், இரவு உணவுக்கும், அடுத்தநாள் காலை உணவுக்கும் போதுமானதாக இருந்தது. மூன்று விதமான பிஸ்கட், இரண்டு விதமான கேக். மாமலிகா என ஒன்று. பார்ப்பதற்குப் பாயசம்போலவும் இருந்தது, பால்கஞ்சிபோல வும் இருந்தது. ஆனால் ருசி இரண்டுமே அல்ல. விவரிக்க முடியாத ஒரு புதிய ருசி. உலர்ந்த பழங்களில் தேனை ஊற்றிச் சூடாக்கிய ஓர் உணவு வகை. என்றுமே அனுபவித்திராத அந்த இனிப்புச் சுவையில் என்னுடைய சொண்டுகள் ஒட்டிக் கொண்டதால் உடனே அடுத்தக் கேள்வியைக் கேட்க முடிய வில்லை.

ஏதாவது கேள்வி கேட்டால் சாரா அதை முதலில் தலைக் குள் உள்வாங்கி, பரிசுச்சீட்டு குலுக்குவதுபோலத் தலையைக் குலுக்கி, பின்பு பதில் இறுப்பதுதான் வழக்கம் என்பதை அவதானித்திருந்தேன். 'அதன் பின்னர் என்ன செய்தீர்கள்?' என்றேன். தலையை ஆட்டிவிட்டு அவர் பதில் சொல்லத் தொடங்கினார். 'நானும் அக்காவும் தினமும் ரயில் நிலையத் தில் போய்க் காத்திருக்கத் தொடங்கினோம். எங்களைப்போன்ற இன்னும் சிலரும் வந்து அங்கே நெடுநேரம் நின்றார்கள். வதை முகாம்களுக்குக் கொண்டு செல்லப்பட்ட யூதர்கள் சிலர் திரும்பி வந்தார்கள். அண்ணன், அம்மா, அப்பா இவர் களில் யாராவது வருவார்கள் என்ற நம்பிக்கை. ஒருநாள் எலும்புக்கு மேல் பெரிய தலை நிற்கும் ஓர் உருவம் வந்து இறங்கியது. எங்கள் அண்ணன்தான். நாங்கள் அவரைக் கட்டிக் கொண்டு அழுதோம். அவர்தான் எங்களை முதலில் அடை யாளம் கண்டார். அவரை நாங்கள் அடையாளம் கண்டிருக்கவே முடியாது. அவர் முன்னங் கையிலே அவர் கைதியாக வதை

அ. முத்துலிங்கம்

முகாமில் இருந்ததற்கான ஆதாரமாக ஓர் எண் பச்சைக் குத்தப்பட்டிருந்தது.

'எங்கே அவரைக் கொண்டுபோனார்கள்? அவர் மட்டும் தப்பி எப்படித் திரும்பினார்?'

'என் அம்மாவையும் அண்ணாவை அழைத்துப்போனது போலந்தில் புதிதாக உருவாக்கிய பேர்க்கனோ ஆஸ்விட்ஷ் இரண்டாவது வதை முகாமுக்கு. அங்கேதான் என் அப்பாவை யும் வைத்திருந்தார்கள். அப்பா ஆரோக்கியமாக இருந்ததால் அவரை வேலைக்குப் பயன்படுத்தினார்கள். அவருடைய வேலை விஷ வாயுக் கூடத்துக்குள் யூதர்களை அனுப்பும்போது அவர்கள் களையும் ஆடைகளைப் பத்திரப்படுத்துவது. கூடத்துக் குள் போகும் அத்தனை பேரும் இறந்துபோவார்கள். அப்பா வுடைய வேலை அந்த உடுப்புகளை ஆராய்ந்து ஏதாவது மதிப்புள்ள பொருள்கள் இருந்தால் அவற்றை ஜேர்மன் அதிகாரி களிடம் ஒப்படைப்பது. என் அம்மா வதை முகாமுக்குப் போய்ச் சேர்ந்தபோது ஜேர்மன் அதிகாரிகளிடம் கெஞ்சிப் பேசி அவருக்கும் ஒரு வேலை கொடுக்கவைத்தார் அப்பா. அது நீடிக்கவில்லை. ஒவ்வொரு நாள் காலையிலும் எல்லோ ரும் வரிசையாக நிற்கவேண்டும். என் அம்மா ஊசியால் விரலில் குத்தி ரத்தத்தை எடுத்து முகத்தில் பூசிக் கன்னத்தை கொஞ்சம் சிவப்பாக்கி உசாராக நிற்பார். ஜேர்மன் அதிகாரி ஒரு தடியினால் தொட்டுக்கொண்டே போவார். அப்படித் தொடப்பட்டவர்கள் விஷவாயுக் கூடத்துக்கு அனுப்பப் படுவார்கள். என் அம்மாவையும் அவர் தொட்டுவிட்ட தால் வதைமுகாமுக்கு சென்ற ஒரு வார காலத்திலேயே அம்மா விஷவாயுக் கூடத்தில் கொல்லப்பட்டார். அவர் செய்த ஒரே குற்றம் அவர் யூதராகப் பிறந்ததுதான்.

'என்னுடைய அண்ணனுக்குப் பிணங்களை எரிக்கும் இடத் தில் வேலை. அண்ணனும் அப்பாவும் அடிக்கடி ரகஸ்யமாகச் சந்தித்துக் கொண்டார்கள். அப்பாவுக்குப் போதிய உணவு இல்லாததால் நாளுக்கு நாள் மெலிந்து பலகீனமாக இருந்தார். காலையில் வரிசையில் பார்வைக்காக நிற்கும்போது நல்ல வலுவான உடம்பு இருப்பதுபோல நிமிர்ந்து நின்று நடிப்பார். ஆனால் போர் முடிவதற்கு சரியாக ஒரு வாரம் இருந்தபோது என் அப்பாவை ஜேர்மன் அதிகாரி தடியினால் தொட்டு விட்டான். அவரையும் விஷவாயுக் கூடத்துக்குள் கொண்டு சென்றார்கள். அவருடைய ஆடைகளை இன்னொரு இளம் யூதன் சோதித்துப் பிடுங்கிக்கொண்டான். ஒரு வாரம் கடந் திருந்தால் அப்பா தப்பியிருப்பார். அவர் உடலையும் என் அண்ணன்தான் எரித்தார்.'

'நீங்கள் எப்போது ஹீப்ரு படித்தீர்கள்?'

'நான் எங்கே பள்ளிக்கூடத்திற்குப் போனேன். எல்லா மொழிகளையும் நானாகவே கற்றுக்கொண்டேன். போர் முடிந்த பின்னர் யூதர்கள் ஒவ்வொருவராகப் புறப்பட்டு வெளிநாடுகளுக்குக் குடிபெயர்ந்தார்கள். அநேகம் பேர் அமெரிக்காவுக்குப் போயினர். எனக்கு ஒருவரும் அங்கே இல்லை. அத்துடன் இளவயது வேறு. ஒரு முதியவருடன் சென்றால்தான் ஒரு நாடு என்னை ஏற்றுக்கொள்ளும். அண்ணரும் அக்காவும் அங்கேயே தங்குவதாக முடிவு செய்துவிட்டார்கள். ஒரு மீன்பிடிப் படகில் சிலர் பாலஸ்தீனத்துக்குக் கள்ளமாகப் போய்க் குடியேறுவதற்கு புறப்பட்டார்கள். பல யூதர்கள் அப்படி ஏற்கனவே போயிருந்தார்கள். அப்பொழுது இஸ்ரேல் என்ற நாடு பிரகடனம் செய்யப்படவில்லை. எனக்கு எப்படியாவது கிரீஸ் நாட்டை விட்டுத் தப்பிப் போய்விட வேண்டும் என்று பட்டது. என்னுடன் அந்தப் படகில் *500* பேர் நெருக்கியடித்துக்கொண்டு பயணம் செய்தார்கள். புறப்பட்ட பதினோராவது நாள் பிரிட்டிஷ் காவல் படை எங்களைத் தடுத்து விசாரித்துக் குடியேற அனுமதி தந்தது.

'நான் பாலஸ்தீனத்தில் போய் இறங்கியது *1947*ஆம் வருடம் யூன் மாதம். அங்கே ஆயிரக்கணக்கானோர் ஏற்கனவே வந்து குவிந்தபடி இருந்தனர். எல்லோரும் தனித்தனிக் குழுக்களாக இயங்கினர். அது ஒரு புதிய வாழ்வு முறை. அதை கிப்புட்ஸ் *(kibbutz)* என்று அழைத்தார்கள். நான் ஒரு குழுவைத் தேர்ந்தெடுத்தேன். அந்தக் குழுவில் *63* பேர் இருந்தோம். அந்தக் குழு பெரிய கூட்டுக் குடும்பம்போல இயங்கியது. எங்களுக்கு ஒரு தலைவர் இருந்தார். நாங்கள் எல்லோரும் காலையில் எழுந்ததும் எங்களுக்குக் கொடுக்கப்பட்ட வேலையைச் செய்ய வேண்டும். அங்கே ஒரு பொருளும் ஒருவருக்கும் சொந்தமானதில்லை. ஆனால் எல்லாப் பொருள்களும் எல்லோருக்கும் சொந்தம். வேலைக்குச் சம்பளமில்லை. படுக்க இடமும், சாப்பிட போதிய உணவும் கிடைக்கும்; அணிவதற்கு உடை கிடைக்கும். மருத்துவ வசதி உண்டு. எல்லாத் தேவைகளையும் குழு கவனித்துக்கொண்டது. நான் அங்கு வாழ்ந்த காலங்களில் மிகவும் மகிழ்ச்சியாக இருந்தேன்.

ஒரு வருடம் முடிவதற்கிடையில் இஸ்ரேல் என்ற நாடு பிரகடனம் செய்யப்பட்டது. அப்பொழுதுதான் நான் ஹீப்ரு படிக்க ஆரம்பித்தது. ஹீப்ரு மொழி வலது பக்கத்தில் தொடங்கி இடது பக்கத்தில் எழுதப்படுவது. உயிர் எழுத்து இல்லை. உச்சரிப்புக்காக மேலும் கீழும் புள்ளிகளும் கோடுகளும்

இடுவார்கள். ஆறுமாதத்திலேயே நன்று பேசவும் எழுதவும் கற்றுக்கொண்டு விட்டேன். அங்கேயே ஒருவரைக் காதலித்து மணம் முடித்தேன். எல்லாத் தாய்மாரும் வேலைக்குப் போன படியால் குழந்தைகளுக்கான பொதுக் காப்பகம் ஒன்று இயங்கியது. ஒன்றிரண்டு தாய்மார் காப்பகத்துக்குப் பொறுப்பாக இருந்தார்கள். எல்லாப் பிள்ளைகளுக்கும் எல்லாத் தாய்மாரும் பால் கொடுப்பர். நான் ஆரம்பத்தில் வயலில் வேலை செய்தேன். பின்னர் என்னைக் குழந்தைகள் காப்பகத்துக்கு மாற்றினார்கள். அப்பொழுது எந்தப் பிள்ளை பசித்து அழுகிறதோ அதற்குப் பால் கொடுப்பேன். ஓரா முழுக்க முழுக்கப் பொது காப்பகத்தில் தான் வளர்ந்தாள்.'

நான் ஓராவிடம் 'உங்களுக்குக் குழந்தையாகக் கிபுட்ஸில் வளர்ந்தது ஞாபகத்தில் இருக்கிறதா? அந்த வாழ்க்கை எப்படி இருந்தது?' என்று கேட்டேன்.

'மிகச் சந்தோசமான நாட்கள். விளையாடுவதற்கு நிறைய பிள்ளைகள் இருந்தார்கள். என்னுடைய அம்மா உன்னுடைய அம்மா என்ற வித்தியாசம் தெரியாமல் வளர்ந்தோம். பணக்காரர் ஏழை என்பது கிடையாது. எல்லோரிடமும் எல்லாம் இருந்தது. என்னுடைய அம்மாவும் காப்பகத்திலே வேலை பார்த்ததால் நான் ஒருவித வித்தியாசமும் உணரவில்லை. ஆனால் பின்னர் அம்மாவைச் சமையல்கூடத்துக்கு மாற்றிவிட்டார்கள்.'

'சமையலறை உங்களுக்குப் பிடித்ததா?'

'சொர்க்கம் பிடிக்குமா என்று யாராவது கேட்பார்களா? சமையலறை என் வாழ்க்கையை முற்றிலும் மாற்றியது. நான் அப்பொழுதுதான் முதல் முறையாக ஒரு சமையல் அறையைப் பார்க்கிறேன். என் வாழ்நாளில் நான் சமைத்தது கிடையாது. உணவை இரந்து அல்லது திருடி அல்லது பணம் கொடுத்து வாங்கிச் சாப்பிட்டுத்தான் பழக்கம். சமையல் அறையில் சொந்தமாகச் சமைக்கத் தொடங்கிய அந்த நாளை மறக்க முடியாது. இனந்தெரியாத ஆனந்தத்தில் மிதந்தேன். இந்தப் பூமியில் நான் பிறந்தது இதற்காகத்தான் என்ற உணர்வு எனக்குள் எழுந்தது. எப்பொழுது பார்த்தாலும் ஏதாவது சமைத்தபடி இருப்பேன். அல்லது புதிதாக எதையாவது உண்டாக்குவேன். தலைமைச் சமையல்காரர் என்னைப் பல தடவைக் கண்டித்திருக்கிறார்.

'அங்கே பல நாடுகளில் இருந்து யூதர்கள் வந்திருந்தார்கள். பிரான்ஸ், ஜேர்மனி, இத்தாலி, அமெரிக்கா, கிரீஸ், ஸ்பெய்ன், எதியோப்பியா எனப் பல நாடுகள். அந்த நாட்டுச் சமையல் பதார்த்தங்களை எல்லாம் சமைக்கப் பழகினேன். என் சிறு

வயதில் நான் இழந்த அனைத்தையும் மீட்டுவிட வேண்டும் என்பதுபோலச் சமையல் கலையில் ஆர்வமாக ஈடுபட்டேன். அங்கிருந்த எல்லோரும் என் சமையலை ஆவலோடு எதிர் பார்த்து ருசித்துச் சாப்பிட்டார்கள்.'

இப்பொழுது ஓரா பேசினார். 'என்னுடைய அம்மாவுக்கு இன்றைக்கும் சமையல் என்றால் ஒருவிதப் பற்றுத்தான். சமையல் அறைக்குள் நுழைந்தால் அவரை இலகுவில் வெளியே கிளப்ப முடியாது. சின்ன வயதில் குப்பைத்தொட்டி உணவைப் பொறுக்கியபோது என்ன உணவு என்று அவர் பார்க்கவில்லை. 'உண்ணக் கூடியதா?' என்றுதான் பார்த்தார். அந்த இழப்பை ஈடுசெய்யத்தான் இப்படி ஒரு வெறியோடு சமைக்கிறார் என்று நினைக்கிறேன். நான் அவரைத் தடுப்பதில்லை. சமையலுக்கு என்ன கேட்டாலும் வாங்கிக் கொடுக்கிறேன். நீங்கள் வருவதைச் சொன்னதும் மூன்றுநாள் முன்னரே திட்டமிடத் துவங்கி விட்டார். என்னென்ன விசேஷமாகச் சமைக்கலாம் என்பதை அவரே தீர்மானித்தார். யூதர்களின் புளிக்கவைத்த உணவான அரணிகலுஸ்கா செய்யவேண்டும் என்று பிடிவாதம் பிடித்தார். அதற்கான கூட்டுப்பொருள்களை வாங்குவதற்காக நான் இரண்டு நாள் அலைந்தேன். அது இல்லாமல் அவர் விருந்து படைக்கவே மாட்டார்.'

இவ்வளவு நேரமும் சரியாகத்தான் போனது. என் மனைவி வாயைத் திறந்தபோது எல்லாமே மாறியது. 'எங்களுடைய தோசை சாப்பிட்டிருக்கிறீர்களா? அதுவும் புளித்த மாவில் செய்வது. வட்டமாக இருக்கும். அதற்காகத் தயார் செய்யும் ஒரு வகை *medley* சாம்பாருடன் சேர்த்து உண்ணும்போது மிகவும் சுவையாக இருக்கும்.'

'அப்படியா? அப்படியா? அதை எப்படிச் செய்வது? என்றார் சாரா. அவர் கண்கள் மின்னின. என் மனைவி தோசை செய்வதற்கு வேண்டிய கூட்டுப்பொருள்களை ஒவ் வொன்றாகக் கைவிரல்களை மடித்து மடித்து கூறினார். என் னுடைய மனைவியின் தோசை சுடும் திறன் பற்றி நான் நீண்ட காலமாக அறிவேன். அதன் வடிவம் சதுரமாகவும், முக்கோணமாகவும் சில சமயம் வட்டமாகக்கூட வருவதுண்டு. முதலில் தோசைக் கல்லை விட்டுக் கிளப்பின பிறகுதான் வடிவம் என்னவென்று பிடிபடும். பிடிவாதமாக என்னை ஒரு கண்ணால் பார்த்தபடி எப்படி உளுந்தை ஊறவைப்பது, அரைப்பது, புளிக்க வைப்பது என்றெல்லாம் விளக்கினார்.

ரோஜர் ஃபெடரருக்கு எப்படி டென்னிஸ் மட்டையைப் பிடிப்பது என்று சொல்லிக்கொடுத்ததுபோல ஆகிவிட்டது.

சாரா உடனேயே பிடித்துக்கொண்டார். சிறந்த இசைக் கலைஞரின் மூளையில் இசைக்குறிப்புகளைப் படிக்கும்போதே இசை ஓடும் என்று சொல்வார்கள். அப்படியே சாராவின் மூளையில் தோசை எப்படி உருவாகும், அதன் ருசி எப்படியிருக்கும் என்பதெல்லாம் வெளிச்சமாகிவிட்டது. சாரா 'உங்கள் தோசையை இப்படியும் செய்யலாமே. தோசைக் கல்லில் வேகும் போது முட்டை மஞ்சள் கருவை பரப்பி, வால்நட் துகள்களையும் கோவா இலையையும் பொடிசெய்து அதன் மேல் தூவி சுருட்டிக் கொடுத்தால் அது அலாதியான ருசியாக இருக்கும். அல்லது கல்லிலே இருந்து எடுத்த பிறகு மேப்பிள் சிரப்பைத் தடவிச் சாப்பிடலாம். அதுவும் சொல்லப்பட்ட பக்குவமாக வரும். ஆனால் இதைக் கேளுங்கள். கோழி இறைச்சியின் எலும்பை நீக்கி, நீராவியில் வேகவைத்துச் சின்னச் சின்னதாக வெட்டி, கறுப்பு பீன்ஸ், தக்காளி, கொத்தமல்லிக் கீரையுடன் சேர்த்துத் தோசைமேல் பரப்பி, பாதி சூட்டில் உருட்டிச் சாப்பிட்டால் அது இன்னும் ருசியாக இருக்குமே' என்றார். மனைவி என்னைப் பார்த்தார். அவர் நினைப்பது என்னவென்று எனக்குத் தெரிந்தது. அத்தனையும் குறுஞ் செய்திகளாக நேரே என் மூளைக்கு வந்துகொண்டிருந்தன.

'அடுத்த சனிக்கிழமை நீங்கள் தோசை விருந்துக்கு வர முடியுமா?' என்றார் மனைவி. அது சூரியன் எட்டிப் பார்க்கத் தொடங்கிய ஓர் ஏப்ரல் மாதம். சாரா தன் மகளைப் பார்க்க, அவர் உள்ளே சென்று யூதக் காலண்டரை எடுத்து வந்தார். அதைப் பார்த்துவிட்டு சாரா 'நாங்கள் வரமுடியாதே, பாஸோவர்' என்றார். என் மனைவி 'அது என்ன பாஸோவர்?' என்று கேட்க ஓரா சொன்னார், 'யூதர்கள் ஒரு காலத்தில், அதாவது 3400 வருடங்களுக்கு முன்னர், எகிப்திலே பார்வோன் அரசன் ஆட்சிக்காலத்தில் அடிமைகளாக இருந்து கஷ்டப் பட்டனர். அவர்களின் தலைவன் மோசே அவர்களை அடிமைத் தளையிலிருந்து விடுவிக்கப் போராடினான். ஒருநாள் அரசன் வெறுத்துபோய் 'சரி போய்விடுங்கள், உடனே உடனே' என்று ஆணையிட்டான். அடிமைகள் அவசர அவசரமாகப் புறப்பட்ட போது அப்பத்துக்காகப் புளிக்க வைத்த மா புளிக்கவில்லை. வேறு வழியின்றி புளிக்காத அப்பத்தைச் சுட்டுத் தின்றபடியே வெளியேறினர். அந்தக் கொடுமையையும், அந்த நாளையும் அவர்கள் மறக்கவில்லை. எகிப்தைவிட்டு வெளியேற எடுத்துக் கொண்ட ஏழு நாட்களும் அவர்கள் புளிக்காத உணவை உண்டனர். இன்றைக்கும் அந்தச் சம்பவத்தின் நினைவாக ஏழு நாட்கள் புளிக்கவைத்த உணவை யூதர்கள் உண்பதில்லை. தோசை புளிக்கவைத்த உணவு. அது பாஸோவரில் தடுக்கப் பட்டது' என்றார்.

மகள் தாயாரைப் பார்த்தார். சாரா சொன்னார். 'இந்த நாள் எனக்கு முக்கியமானது. நான் சலோனிக்காவில் பட்டினியாக அலைந்தபோது ஒருநாள் பாஸோவர் தினத்தில் புளிக்க வைத்த அப்பம் கிடைத்தது, ஆனால் நான் உண்ண மறுத்து விட்டேன். 3400 வருடங்களுக்கு முன்னர் விரட்டப்பட்ட மக்களை அந்த ஏழு நாட்களிலும் நினைக்கிறேன். அன்று துடங்கிய ஓட்டம் சலோனிக்கா வரைக்கும் என்னைத் துரத்தியது. உலகமெங்கும் அலைந்துழன்று மடிந்தவர்களை நினைக்கிறேன். விஷவாயுக் கூடத்தில் இறந்தவர்களை நினைக்கிறேன். எல்லாம் மாறக்கூடியது. ஆனால் நேற்று நடந்தது மாறக்கூடியது அல்லவே? நான் உலகத்து நேற்றைய துயரங்களுக்காகவும், நாளைய நம்பிக்கைகளுக்காகவும் விரதம் காக்கிறேன்' என்றார். அவர் உணர்ச்சிவசப்பட்டு மேசையை நோக்கி வளைந்து போய் இருந்தார். சமைத்த அத்தனை உணவும் மேசையில் அவருக்கு முன் இருந்தன. மகள் மெதுவாக தாலாட்டுவது போல அவர் முதுகில் தட்டினார்.

இதுவெல்லாம் நடந்து ஒரு மாதம் ஆகிவிட்டது. பாஸோவர் முடிந்து வரும் முதல் சனிக்கிழமை இன்று. சமையலறையில் காலையில் இருந்து பலவிதமான சத்தங்கள் கிளம்பிய வண்ணம் இருக்கின்றன. மனைவிதான் அவற்றை எழுப்புகிறார். இன்றுதான் அவர்கள் எங்கள் வீட்டு விருந்துக்கு வரும் நாள்.

புதுப் பெண்சாதி

கொழும்பிலே ரயில் ஏறும்போது பத்மலோசனிக்குத் தன்னுடைய பெயர் இனிமேல் பயன்படாது என்பது தெரியாது. அவள் கணவனைத் தேடினாள். அவன் மும்முரமாக இரண்டு பெரிய பெட்டிகளையும் அவனுடைய வயதிலும் பார்க்க கூடிய வயதான ஒரு சூட்கேசையும் ஏற்றிக்கொண்டிருந்தான். அவர்களுக்குக் கல்யாணம் முடிந்து ஒருநாள்தான் ஆகியிருந்தது. அவளுடைய தாலி வட்டமாகத் தொங்கியது. கண்ணுக்கு மை பூசியிருந்தாள். தலையிலே மல்லிகைப்பூ. பெருவிரலைப் பார்த்தபடி இருந்தாலும் அடிக்கடித் தலையை நிமிர்த்திக் கணவன் என்ன செய்கிறான் என்பதையும் பார்த்தாள்.

அவன் கறுப்பாக, நெடுப்பாக முறுக்கியக் கயிறுபோல இருந்தான். அவளுக்கு மீசை பிடிக்காது ஆனால் அவனுடைய மீசை வசீகரமாக இருந்தது. மெல்லிய பச்சை நீளக்கை சேர்ட்டைச் சுருட்டி சுருட்டி புஜத்தின் தசைநார்கள் உருளும் இடத்தில் விட்டிருந்தான். அவளுடைய அம்மா அவளுக்குச் சொல்லிவிட்டது ஞாபகத்துக்கு வந்தது. 'உன்னுடைய புருசனுக்குப் பெரிய படிப்பொன்றும் இல்லை. கிராமத்தில் கடை வைத்திருக்கிறான். நீ எந்தச் சமயத்திலும் உனக்கு படிப்பு இருக்கு என்றோ, இங்கிலீஷ் தெரியும் என்பதையோ காட்டிவிடாதை.' ஸ்டேசனில் டிக்கட் கொடுத்த ஆள் மீதிப்பணத்தைச் சரியாகத்தான் எண்ணிக் கொடுத்திருக்கிறார். எட்டத்தில் நின்ற அவளுக்கே அது தெரிந்தது. ஆனால் கணவன் சரியில்லை என்று கணக்கைத் திரும்பவும் கேட்டு அவன் விளக்கவேண்டியிருந்தது. இவன் எப்படிக் கடை வியாபாரத்தைக் கவனிப்பான் என்று நினைத்தபோது அவளுக்கு மலைப்பாகவிருந்தது.

அடுத்தநாள் காலை கொக்குவில் ஸ்டேசனில் அவர்கள் இறங்கியபோது அவர்களை வரவேற்க ஒருவருமே இல்லை. துண்டு துண்டாகச் சிதறிய வானம்; வட்டு முறிந்த பனைமரங்கள்; மஞ்சள் நிறப் புற்கள்; உடைந்துபோன மரவேலி. அந்த இடத்திற்கு முற்றிலும் பொருத்தமில்லாமல் அவள் செங்குத்தாக நின்றாள். கீழே குனிந்து செருப்பு வாரை பின் குதியில் இழுத்துவிட்டாள். மறுபடியும் குனிந்து அடுத்தகால் வாரையும் சரியாக்கிவிட்டு நிமிர்ந்தபோது அந்த ஊர்ச் சிறுவர்கள் அவளைச் சூழ்ந்துகொண்டார்கள். எல்லோரும் அவளையே அதிசயமாகப் பார்த்தார்கள். ஒரு சிறுவன் கத்தினான். 'ராமனாதனுக்குப் புதுப் பெண்சாதி.' அவ்வளவுதான். அந்தக் கணத்திலிருந்து அவளுடைய முழுப்பெயரைச் சொல்லி அழைப்பதற்கு யாருமே இல்லையென்று ஆகிவிட்டது.

விற்போரில் வென்ற அரசகுமாரியை அழைத்துவருவது போல ராமனாதன் முன்னே நடக்க அவள் பின்னே தொடர்ந்தாள். சாமான் தூக்கிகள் அவளுக்கு முன்னாலும், சிறுவர்கள் பின்னாலும் போனார்கள். அது பெரிய ஊர்வலம்போல அமைய ஊர்ப்பெண்கள் வேலிக்கு மேலால் எட்டிஎட்டிப் பார்த்து அதிசயித்தார்கள். குதிச்செருப்பு பெண் ஒருத்தி அவர்கள் கிராமத்து ஒழுங்கையில் ஏதோ சகாயம் செய்யப்போவது போல நடந்து வந்தது அதுவே முதல் தடவை. அவர்கள் ஊரில் இப்படி அழகான பெண் இல்லை. அவளுடன் படித்த ஒரு மாணவன் அடிக்கடிச் சொன்னதை நினைத்துப் பார்த்தாள். 'இவ்வளவு அழகையும் நீ ஒருத்தியே வைத்துக்கொண்டு என்ன செய்யப் போகிறாய்?' மெல்லச் சொண்டுக்குள் வந்த சிரிப்பை அடக்கினாள்.

ராமனாதன் இரண்டு நாட்களாகக் கடையைத் திறக்கவில்லை. புதுப் பெண்சாதி மயக்கத்தில் இருக்கிறான் என்று ஊரில் பேசிக்கொண்டார்கள். மூன்றாம் நாள் கடையைத் திறந்து பழையபடி வியாபாரம் செய்ய ஆரம்பித்தான். அந்தக் கிராமத்தில் அது ஒன்றுதான் பலசரக்குக் கடை. அத்துடன் பள்ளிக்கூடச் சாமான்கள், சோடா, சிகரெட், பத்திரிகைகள் என்று எல்லாம் அங்கே கிடைக்கும். காலை ஆறுமணிக்குப் பலகைகளை ஒவ்வொன்றாக அகற்றி அவன் கடையைத் திறந்தால் இரவு எட்டுமணிக்குப் பூட்டிவிட்டு வீட்டுக்குப் போவான். வீடு வசதியாகக் கடைக்குப் பின்னால் இருந்தது.

முதல் ஆறுமாதம் புதுப் பெண்சாதியைப் பார்க்க அந்த ஊர்ப் பெண்கள் வந்தபடி இருந்தார்கள். அவள் வார்த்தைகளை விழுங்கி விழுங்கிப் பேசும் அழகைப் பார்க்கச் சிலர்;

விரித்த அவள் தலைமுடி காற்றில் தேசியக்கொடி போல பக்கவாட்டில் பறக்கும் அழகைப் பார்க்கச் சிலர். பக்கத்து வீட்டுக்காரி அவளை 'புதுப்பெண்சாதி' என்றுதான் கூப்பிட்டாள். சாமான் விற்க வருபவர்கள் 'புதுப்பெண்சாதி அம்மா' என்றும், சிறுவர்கள் 'புதுப்பெண்சாதி அக்கா' என்றும் அழைத்தார்கள். அவளுக்குத் தன் பெயர் மறந்துகொண்டு வந்தது.

வந்த சில மாதங்களிலேயே புருசனுடைய கடை நட்டத்தில் ஓடுவது அவளுக்குத் தெரிந்துவிட்டது. அவனுக்கு ஒரு கணக்கும் எழுதிவைக்கத் தெரியாது; வாசிப்பதுகூட எழுத்துக் கூட்டித்தான். பட்டணத்துக்கு மினக்கெட்டுப்போய் சாமான்கள் வாங்கிவந்து கொள்விலையிலும் குறைந்த விலைக்கு விற்பதைப் பார்த்து அவள் திகைத்திருக்கிறாள். ஒருநாள் கதையோடு கதையாக 'நானும் உங்களுக்கு கடையில் உதவியாக இருக்கிறனே' என்று கேட்டாள். புருசன் பாம்பு கொத்தியது போல திடுக்கிட்டு 'சீச்சீ, அப்படியெல்லாம் செய்யக்கூடாது, உமக்கு ஒன்றும் தெரியாது' என்று சொல்லிக் கதையை முடித்துவிட்டான்.

ஒருநாள் அதிகாலை முன் வீட்டுக் கிழவிக்கு ஒரு தந்தி வந்தது. கிழவி தந்தியை உடைக்காமல் அதை தலைக்குமேல் பிடித்துக்கொண்டு செட்டை முளைத்த கறையான்போல அங்குமிங்கும் ஓடினாள். இங்கிலீஷ் தெரிந்த ஒருத்தரும் அகப்படாததால் பள்ளிக்கூடம் திறக்கட்டும், யாராவது வாத்திமார் வந்ததும் படிக்கலாம் என்று சொன்னார்கள். கிழவி ஆவென்று அழுது புலம்பத் தொடங்கினாள். இவள் புருசனிடம் 'நான் படித்துப் பார்க்கட்டா?' என்று கேட்டாள். 'நீரா, உமக்கு வாசிக்கத் தெரியுமா?' என்றான் கணவன். 'கனக்கத் தெரியாது, ஆனால் முயற்சி பண்ணலாம்' என்றாள். அவன் அனுமதி கொடுத்ததும் தந்தியைப் பிரித்து வாசித்துவிட்டுச் சிரித்தாள். 'ஆச்சி, பயப்பிடாதை. உன்ரை மகளுக்கு ஆண்குழந்தை பிறந்திருக்கு, நீ பாட்டியாகிவிட்டாய்' என்றாள். பிள்ளை பிறந்த புதினத்தை விடப் புதுப்பெண்சாதிக்கு ஆங்கிலம் தெரியும் என்பதுதான் அன்று ஊர் முழுக்கப் பேச்சு. ராமனாதன் ஆச்சரியத்தோடும் பெருமையோடும் அவளைப் பார்த்தான். அவள் படித்த பள்ளிக்கூடத்தில் ஆங்கிலத்திலும் கணிதத்திலும் அவள் முதல் பரிசு பெற்றதை அப்பவும் அவனிடம் சொல்லவில்லை.

மணமுடித்து இரண்டு வருடங்களாகியும் ராமனாதனுக்கு ஏதோ பிரச்சினை இருந்தது. அவள் அழகு அவனைக் கூச வைத்தது. அவளுக்கு அவன் ஏற்றவனில்லை என்ற எண்ணம் ஆரம்பத்திலிருந்தே அவனிடம் இருந்தது. அவளை நெருங்கிய

அடுத்தகணமே சிறுபையன்போல உணர்வான். கறுப்பாகத் திரண்டு கிடக்கும் அவள் கண்களை அவனால் நேராகப் பார்க்கமுடியாது. சற்றுமுன் பூச்சிக் கடித்ததுபோல வீங்கியிருக் கும் உதடுகளை அவள் செல்லமாகத் திறந்து பேசும்போதெல் லாம் மனதைக் கிளறும். சிலவேளைகளில் அவனுக்கு அடிக் காலில் தொடங்கி நடுக்கம் ஏறிக்கொண்டு வரும். அவனால் அவளை அணுகமுடியவில்லை.

ஒருநாள் இரவு அவள் சொன்னாள். 'நான் உங்களுக்குப் புத்தி சொல்லுறன் என்று நினைக்கக் கூடாது. கடையிலே விற்கிற சாமான்களுக்கு சங்கேத எழுத்தில் விலைக்குறிப்பு எழுதி வைப்பம். விற்கும்போது பொருளில் எழுதிய விலை யிலும் கூடிய விலைக்கு விற்கவேணும். இந்த முறையில் நட்டமே வராது.' பேசி முடிந்த பிறகும் அவள் வாய் மெல்லிசாய் திறந்து அவன் சொல்லும் பதிலை உள்வாங்கக் காத்திருந்தது. அன்று ராமனாதன் களைத்துப்போய் இருந்ததால், பிச்சைக் காரர்களுக்கு தர்மம் செய்யும் முகத்தை அணிந்து 'சரி, செய்யும்' என்று சொல்லிவிட்டுப் படுத்துத் தூங்கினான்.

அன்றிரவு விளக்கைக் கொளுத்திவைத்து அந்த வெளிச்சத் தில் உட்கார்ந்து ஒவ்வொரு சாமானாக எடுத்து விலைக்குறிப்பு எழுதினாள். அந்தக் குறிப்புகள் 'கத்ண்' என்றும் 'இதுள' என்றும் இருந்தன. ஒவ்வொரு சங்கேத எழுத்துக்கும் ஓர் எண் இருந் தது. எந்த எழுத்துக்கு எந்த எண் என்பதை ஞாபகம் வைப்பதற் காகப் பத்து எழுத்து வாசகம் ஒன்றையும் தயாரித்தாள். இரவு ஒரு மணிக்கு ராமனாதன் உருண்டு படுத்தபோது தன் மனைவி கைவிளக்கு வெளிச்சத்தில் குனிந்து குனிந்து எழுதிக்கொண் டிருப்பதைப் பார்த்து மறுபடியும் திரும்பிப் படுத்தான்.

காலை எழும்பியவன் திடுக்கிட்டுவிட்டான். அவன் மனைவி மாற்றமில்லாமல் அதே இடத்தில் அமர்ந்து, அதே மாதிரிக் குனிந்து, கீழேவிழுந்த தலைமுடியை ஒருகையால் பிடித்தபடி எழுதிக்கொண்டிருந்தாள். ஒரு முழு இரவு அவள் தூங்கவில்லை. அவனால் நம்ப முடியவில்லை. மனதில் ஏதோ உருகி ஓடியது. அருகே வந்து அவள் கன்னத்தை தொட்டு 'பத்மி' என்றான். அவன் அவளை அப்படி என்றுமே அழைத்த தில்லை. அவள் நிமிர்ந்துகூடப் பார்க்கவில்லை. அவளுக்கு வெடித்து அழுகை வந்தது. கார் கண்ணாடித் துடைப்பான்போல இரண்டு கைகளாலும் மாறி மாறி கன்னத்தை துடைத்தாள். அப்படியும் நிற்காமல் கண்ணீர் பெருகி வழிந்து கன்னத்தை நனைத்தது. 'அழாதேயும், அழாதேயும்' என்று ராமனாதன் அவளை அணைத்தான். அன்றைக்கு இரண்டு மணி நேரம்

தாமதமாகக் கடையைத் திறந்தவன், வீரகேசரி பேப்பர் முன் பக்கத்தில் பெரிய எழுத்தில் அவன் பெயர் அச்சாகியதுபோல அன்று முழுக்க மகிழ்ச்சியில் திளைத்தான்.

மத்தியான நேரங்களில் அவன் சிறிது கண்மூடி இளைப் பாற அவள் வியாபாரத்தைக் கவனித்தாள். அந்தக் கடையில் அதிகமாக விற்றது யானை மார்க் சோடாவும், த்ரீரோசஸ் சிகரெட்டும்தான். அவள் விலைச்சீட்டைப் பார்த்து விலை சொல்லி வியாபாரத்தை சுறுசுறுப்பாகக் கவனிப்பாள். அவளைப் பார்க்கச் சுழட்டிவிட்ட பம்பரம்போல இருக்கும். கடை பூட்டும் நேரம் மறுபடியும் அவள் வந்து உதவி செய்வாள். விளம்பரத் தட்டிகளை மடித்து, சிகரெட் பற்றவைக்கும் நெருப்புக் கயிற்றை அணைத்துச் சுருட்டி உள்ளே வைப்பார்கள். ஒவ்வொரு பலகை யாக முறை தவறாமல் அடுக்கி, கடையை மூடி ஆமைப் பூட்டைப் போட்டுப் பூட்டுவார்கள். ஒருநாள் அவள் கணக்குப் பார்த்துவிட்டு 'இன்றைக்கு லாபம் ரூபா 50.40. ஆகக்கூடிய லாபம் கிடைத்த நாள்' என்று சொல்லிச் சிரித்தாள். 'எப்படி அத்தனை சரியாகச் சொல்கிறீர்?' என்று ஆச்சரியமாகக் கேட் டான். ஏதோ பழைய காலத்து சினிமா கதாநாயகி பெயரை நினைவுக்குக் கொண்டுவருவதுபோலக் கண்களைச் சொருகி, இரண்டு கைகளையும் ஒரு கன்னத்தில் வைத்து யோசித்தாள். பின்னர் 'எண்ணும் எழுத்தும் தெரிந்தால் எதுவும் செய்யலாம்' என்றாள். அவள் வார்த்தைகளை விழுங்கி விழுங்கிப் பேசும் போது அவனுக்கு அவளையே விழுங்கிவிடலாம்போலத் தோன்றும்.

மணமுடித்துச் சரியாக 13 வருடம் கழித்து அவர்களுக்கு ஒரு பெண்குழந்தை பிறந்தது. அற்புதமாகப் பிறந்த குழந்தைக்கு அற்புதம் என்று பெயர் சூட்டினார்கள். அப்பொழுதுகூட அவளைப் புதுப்பெண்சாதி என்றே அந்த ஊர்ச்சனங்கள் அழைத்தார்கள். அற்புதத்துக்கு 10 வயது நடந்தபோது ஒருநாள் கணவன் மாரடைப்பில் இறந்துபோனான். அவள் சோர்ந்து போகவில்லை. பொறுப்புகள் கூடியபோது விவேகமும் கூடியது. அவளுடைய ஒரே பெண்ணைப் படிப்பித்து வளர்த்து ஆளாக்க வேண்டும் என்பதுதான் அவளுடைய லட்சியமானது.

கடையில் வியாபாரம் முன்னெப்பொழுதும் இல்லாத மாதிரி நல்லாய் நடந்தது. வாத்திமாரும் அந்தப் பள்ளிக்கூடத் தில் படித்த பிள்ளைகளும், பிறத்தியாரும் கடைப் பொருட்களில் எழுதி ஒட்டியிருக்கும் சங்கேத வார்த்தைகளை உடைக்கப் பார்த்தார்கள். முடியவில்லை. அற்புதத்தைக் கேட்டுத் தொந்திரவு

செய்தார்கள். அது அவளுக்குக்கூடத் தெரியாது. பள்ளிக்கூடத் தில் கணிதம் படிப்பிக்கும் வாத்தியார்கூட முயன்று பார்த்துத் தோல்வியடைந்தார். புதுப்பெண்சாதி மிகத் திறமையாக சங்கேத வார்த்தைகளை உண்டாக்கியிருக்கிறாள் என்று பேசிக் கொண்டார்கள்.

ஒருநாள் காலை அற்புதத்தைக் காணவில்லை. தாயைப் போலவே மகளும் அழகாக வருவதற்குத் திட்டம் போட்டிருந் தாள். பின்னலைப் பின்னித் தொங்கவிட்டு அதற்குமேல் அரைத் தாவணியை எறிந்திருப்பாள். ஒரு பிணம் பொதுக்கிணற்றிலே மிதப்பதாக செய்தி வந்தபோது ஒருவரும் நம்பவில்லை. 17 வயது நடந்துகொண்டிருந்த அற்புதம் தற்கொலை செய்திருக் கிறாள். சோதனைக்காக அதிகாலை எழும்பி மும்முரமாகப் படித்துக்கொண்டிருந்தவளுக்கு 'இன்னொரு வாய்' 'இன்னொரு வாய்' என்று சொல்லி இரண்டுநாள் முன்புகூட அந்தத் தாயார் சோறு தீத்தியிருக்கிறாள். எதற்காகத் தற்கொலை செய்துகொண் டாள் என்பது அவளுக்கு விளங்கவில்லை. அற்புதம் ஓர் இயக்கப் பெடியனைக் காதலித்தாள். அவன் வடமராட்சிப் போரில் இறந்துவிட்ட செய்தி கிடைத்து அவள் உயிரை விட்டிருக்கிறாள். ஊரிலும், அவள் படித்த பள்ளிக்கூடத்திலும் இந்தக் கதை எல்லோருக்கும் தெரிந்திருந்தது. பெற்ற தாயாருக் குத் தெரியவில்லை. 13 வருடம் காத்திருந்து, 17 வருடம் வளர்த்த மகளுக்குத் தாய் ஒரு பொருட்டாகத் தோன்றவில்லை. மூன்று மாதமே பழகிய ஒரு போராளிக்காகக் கிணற்றிலே குதித்துவிட்டாள்.

மகள் இறந்தபிறகு அவள் கடையைத் திறக்க மறுத்து விட்டாள். இனி யாருக்கு என்ன சீவியம் என்று அரற்றினாள். ஊர்ச் சனங்கள் வற்புறுத்தியபடியால் மறுபடியும் கடையைத் திறந்த அன்று அது எதிர்பாராதவிதமாக மறக்க முடியாத ஒரு நாளாக அமைந்தது. 30 ஜூலை 1987. லெப் ஜெனரல் திபேந்தர் சிங் தலைமையில் இந்திய அமைதிப் படை இலங்கை யில் இறங்கிய நாள். அவளுடைய கடை விழாக்கோலம் பூண்டது. வந்தவர்களுக்கெல்லாம் யானை மார்க் சோடா உடைத்துக் கொடுத்தாள். ஆண்களுக்கு த்ரீரோசஸ் சிகரட்டு களும், பள்ளிப்பிள்ளைகளுக்கு இனிப்பு, பென்சில், அழிரப்பர் களும் இலவசமாக வழங்கப்பட்டன. புதுப்பெண்சாதி கடையில் அன்று கொண்டாட்டம் இரவு நடுநிசிவரை நீண்டது.

ஊரடங்குச் சட்டம் நடைமுறையிலிருந்த ஒருநாள் அவள் அன்றைய கணக்குகளை அவசரமாக முடித்துவிட்டுக் கடையைப் பூட்டிய சமயம் திடுதிப்பென்று இந்திய ராணுவ வாகனம்

ஒன்று வந்து நின்றது. ஒரு பட்டாளக்காரன் மாத்திரம் தொப் பென்று குதித்து எட்டு வாழைப்பழங்களைப் பிடுங்கிக்கொண்டு, நாலு ரொட்டியும், ஒரு த்ரீரோசஸ் பக்கட்டும் வாங்கினான். முட்டைப் படம் போட்ட போத்தலைச் சுட்டிக்காட்டினான். அடித்தொண்டையில் விநோதமான சத்தம் உண்டாக்கும் ஒரு மொழியில் ஏதோ வினவ இவளும் யேஸ் யேஸ் என்று தலையாட்டினாள். அவன் காசு எவ்வளவு என்று சைகையில் கேட்க, இவள் அதே சைகையில் வேண்டாமென்றாள். அவன் மறுத்துக் காசை நீட்டியதும் அவள் விலைக்குறிப்புகளைப் படித்து ஒரு துண்டுக் காகிதத்தில் கணக்கு எழுதிக் காட்டி சரியான காசைப் பெற்றுக்கொண்டாள். சாமான்களுக்குக் காசு கொடுத்தது இந்திய ராணுவத்தின் மதிப்பை அவளிடம் உயர்த்தியது. அந்த மதிப்பு 24 மணிநேரம்கூடத் தாக்குப்பிடிக்க வில்லை.

அடுத்தநாள் அவள் கடையை மூடும் நேரம், முதல் நாள் போல ஒரு வாகனம் வேகமாக வந்து பிரேக்போட்டு நின்றது. ஆனால் வாகனத்தில் இருந்து குதித்தவன் நேற்று வந்தவன் அல்ல. அதிகாரம் செலுத்திப் பழகிய முகம். நீலத் தலைப்பாவும் மீசையும் வைத்த ராணுவ அதிகாரி. அவளைப் பேசவிடாமல் பகையுணர்வுடன் இழுத்து வாகனத்தில் ஏற்றிக்கொண்டு புறப்பட்டார்கள். அதற்கிடையில் ஊர்ச்சனம் கூடிவிட்டது. தன்னை ஏன் பிடிக்கிறார்கள், எதற்காகக் கூட்டிச் செல்கிறார் கள் என ஒன்றும் அறியாது திகைத்துப்போய் நின்றவள் பக்கத்துவீட்டுக்காரியிடம் கத்திச் சொன்னது 'ராசம்மாக்கா, என்ரை ஆடு, என்ரை கோழிகள், பத்திரம்' என்பதுதான்.

முட்டைப்படம் போட்ட ஷம்பூவைச் சாப்பிடலாமா என்று பட்டாளத்துக்காரன் கேட்டிருக்கிறான். மொழி புரியா மல் இவள் ஓம் என்று பதில் சொல்லியதைக் கேட்டு அவன் அதைச் சாப்பிட்டுப் பேதியாக்கிப் படுத்த படுக்கையாகக் கிடந்தான். அதற்காக அவளை விசாரணைக்குப் பிடித்துச் சென்றார்கள். மொழிபெயர்த்தவர் சொல்லித்தான் இது அவ ளுக்குத் தெரியும். தான் நிரபராதி என்பதை அவள் பலதடவை விளக்கிக் கூறியும் அது பலனளிக்கவில்லை.

ஆறுமாதமாகியும் புதுப்பெண்சாதி ஊருக்குத் திரும்ப வில்லை. அவளுடைய கடையும் திறக்கவில்லை. ராணுவம் பிடித்துப் போனவளுக்கு என்ன நடந்ததென்பது ஒருத்தருக் கும் தெரியாது. கோழிக்கு உணவு போட்டவர்கள் ஒருநாள் கோழியை உணவாக்கினார்கள். ஆட்டுக்கு உணவு போட்ட வர்கள் ஒருநாள் ஆட்டை உணவாக்கினார்கள். ஒரு நாள்

இரவு யாரோ பின் கதவை உடைத்துக் கடைக்குள்ளே புகுந்து அரிசி, பருப்பு என்று திருடிப்போனார்கள். அதைத் தொடர்ந்து மா, உப்பு, சர்க்கரையும் மறைந்தது. விரைவில் சோடா, த்ரீரோசஸ், சுருட்டு, முட்டைப்படம்போட்ட ஷம்பூ, பென்சில், கொப்பி, அழிரப்பர் எல்லாமே களவு போயின. கடைசியில் எஞ்சியது கணக்குப் புத்தகம். அற்புதம் இறந்தபோது பேப்பரில் வந்ததை வெட்டிச் சுவரில் ஒட்டிவைத்த படம். கைதான அன்று கடைசியாகக் கிழித்த நாள்காட்டி. அது திங்கட் கிழமை, 1989 மார்ச் 20 என்று காட்டியது.

தெற்கே ஒரு பெயர் தெரியாத ஊரிலிருந்து 32 வருடங் களுக்கு முன்னர் மணமுடித்து இந்தக் கிராமத்துக்கு வந்த புதுப்பெண்சாதியை எல்லோரும் மறந்துவிட்டர்கள். ஒருநாள் போரிலே வீட்டை இழந்த இளம் தம்பதியினர் கடையினுள் புகுந்து அதைச் சொந்தமாக்கினர். ஈரத் துணியால் தரையைத் சுத்தம் செய்த பெண் ஒவ்வொரு பலகையிலும் 1, 2, 3, 4, 5, 6, 7, 8, 9, 0 என்ற எண்ணும் அதற்குக் கீழே எழுத்தும் எழுதியிருப் பதைப் படித்தாள். பத்துப் பலகைகள், பத்து எழுத்துக்கள். எ ண் ணெ ழு த் து இ க ழே ல். சிறிது தயங்கிவிட்டு அந்த இளம் மனைவி கையிலிருந்த துணியால் அதை அழுத்தமாகத் துடைத்து அழித்தாள்.

22 வயது

ஒரு நிமிடம் கழிந்திருந்தால் அவன் அந்தச் சிக்க லில் இருந்து தப்பியிருக்கலாம். இது அவனுடைய முதல் வேலை. இன்னும் இரண்டு நாட்களில் அவனுக்கு 22வது வயது பிறக்கிறது. வேலையில் சேர்ந்த ஒரு வருடத்தில் அலுவலகத்தில் அவன் ஓடம்போல மிதந்துகொண்டிருந் தான். யாரும் எவரும் எதற்கும் எப்பவும் அவனை உபயோகித்துக்கொள்ளலாம். அவனுக்கு ஒதுக்கப்பட்ட அடைப்புக்குள் இருந்து யன்னல் வழியே பார்த்தால் ரொறொன்ரோவின் சிஎன் கோபுரம் தெரியும். துக்க மான சமயங்களில் அப்படிப் பார்ப்பான். அவனுடைய அன்றைய துக்கம் வெள்ளிக்கிழமை விடுப்பு எடுப்பது எப்படி என்பதுதான். அவனுடைய 22வது பிறந்த நாளை நண்பர்களுடன் கழிப்பதாக அவன் வாக்குக் கொடுத் திருந்தான்.

அவன் மின்தூக்கி வாசலை அணுகவும் அவனுடைய கம்பனி தலைவர் மின்தூக்கியிலிருந்து வெளியேறவும் சரியாக இருந்தது. அவனுடைய தோளைப்பிடித்துத் தன் னுடைய அலுவலக அறைக்கு அழைத்துப் போனார். பிரம்மாண்டமான மேசை, பிரம்மாண்டமான கம்பளம், பிரம்மாண்டமான திரைச்சீலை. மேசையில் வட்டமாக ஒளிவீசும் பாரமான விளக்கு. இருபது வருடங்களுக்குப் பின்னர் அப்படியான ஓர் அறையிலிருந்து வேலை பார்க்க வேண்டும் என்பதுதான் அவனுடைய வாழ்க்கை லட்சியம். தலைவர் அவனுக்குப் பெரிய உபகாரம் செய்வதுபோல மெல்லிய சிரிப்போடு அவனிடம் பொறுப்பான ஒரு வேலையை ஒப்படைப்பதாகச் சொன்னார். உண்மை யில் அது ஒரு தூதுவனின் பணிதான், அதுவும் கொஞ்சம் அதிகம். ஒரு சேவகன் என்றும் சொல்லலாம். அரசர்

காலம் என்றால் ஒரு புறாவின் வேலை. பிரச்சினை என்ன வென்றால் அவனுடைய பிறந்த தினம் ஏற்கனவே அவனை நோக்கித் தன் பயணத்தைத் தொடங்கிவிட்டதுதான்.

பெய்ஜிங் விமானநிலையத்தில் போய் இறங்கியதும் அட்லாண்டிக் சமுத்திரத்திற்கு மேல் பறந்தபோது ஏதோ ஒரு தருணத்தில் அவன் வயது 21இலிருந்து 22க்கு மாறிவிட்டது ஞாபகத்துக்கு வந்தது. அது ஒருவருக்கும் தெரியாது. பக்கத்து இருக்கை நடுத்தரவயதுப் பெண்மணிகூட அறியவில்லை. ஒரு வாழ்த்தும் இல்லை. வரவேற்பில், நீளமான கறுப்பு ஓவர்கோட் அணிந்த ஒருத்தர் அவனுடைய பெயர் எழுதிய அட்டையைத் தூக்கிப் பிடித்துக்கொண்டு காத்து நின்றார். முதல் பார்வை யில் அது ஒரு பெண் என்பது அவனுக்குத் தெரியவில்லை. ஹலோ என்று சொன்னான். வரவேற்க வந்த பெண்ணுக்கு அவனாகவே அவளைக் கண்டுபிடித்ததில் மகிழ்ச்சி. மெல்லிசாகச் சிரித்துக்கொண்டு வியர்வையில் ஈரமான கையை நீட்டிக் கைகொடுத்தாள். அவன் சந்திக்க வந்த நிறுவனம் எப்படியோ தேடிப்பிடித்து ஒரு சொல்கூட ஆங்கிலம் பேசாத சீனப் பெண்ணை அவனுக்குச் சாரதியாக நியமித்திருந்தார்கள். அவன் என்ன சொன்னாலும் அந்தப் பெண் சத்தம் எழுப்பாமல் எல்லாப் பற்களையும் காட்டி ஒரு சிரிப்புச் சிரித்தாள். அதுதான் பதில். காரில் இரண்டு மணிநேரப் பயணம். அந்தச் சிரிப்பை தவிர சாரதியின் வாயிலிருந்து வேறு ஒரு சத்தமும் கிளம்பவில்லை.

சீனாவில் எங்கே பார்த்தாலும் ஆளை வசீகரிக்கும் விளம் பரங்கள் காணப்பட்டன. கிட்டத்தட்ட ஒரு விளம்பர உலக மாகவே அது மாறிக்கொண்டு வந்தது. நவீன ஆடையலங்காரங் கள், காலணிகள், ஆபரணங்கள், கார்கள், டிவிக்கள், கம்ப்யூட் டர்கள் என்று சகலதுக்கும் விளம்பரம்தான். சீன ஆண்களும், பெண்களும் இந்த விளம்பரங்களில் தோன்றவில்லை. வெள்ளைக்கார ஆண்களும், பெண்களும்தான் காணப் பட்டார்கள். வெள்ளைக்காரத் தம்பதிகள் ஒரு பொருளை பாவிக்கிறார்கள் என்றால்தான் அது விற்பனையாகும் போலும். ஆகவே சீனா முழுக்கப் பொன்கூந்தல் வெள்ளைக்காரிகள் கூந்தலை விரித்தும் சிரித்தும் விளம்பரத் தட்டிகளை நிறைத்தார்கள்.

கார் வேகம் பிடித்து ஓடியது. அந்தப் பெண் மிகவும் அனுபவப்பட்ட சாரதிபோல லாவகமாகவே காரை ஓட்டி னாள். மூன்று நாலு மைல் கடந்ததும் காருக்குள்ளிருந்து ‘கிர்ர்க் கிர்ர்க்’ என்று ஒரு சத்தம் எழுந்தது. சுற்றுமுற்றும் பார்த்தான், ஒன்றுமில்லை. திடீரென்று சத்தம் நின்று இரண்டு நிமிட அமைதிக்குப் பிறகு மீண்டும் கிர்ர்க் கிர்ர்க் என்ற

சத்தம் கேட்டது. இப்படியே சத்தம் நிற்பதும் தொடங்குவது மாக இரண்டு மணிநேரப் பயணத்தை இம்சையாக்கியது. காரிலே ஏதோ பழுது என்று அவன் நினைத்துக்கொண்டான். சாரதியைக் கேட்டால் அவளுக்குப் பதில் தெரிந்திருக்கும். ஆனால் அதை எந்த மொழியில் அவளிடம் கேட்பது?

அன்று அவன் முக்கியமாகச் சந்தித்தது கம்பனி நிர்வாகி களை. அதற்கு கர்ஸன் லீ என்பவர் உதவியாக இருந்தார். அவரே மற்றச் சம்பந்தப்பட்ட அதிகாரிகளை அறிமுகப் படுத்தினார். அவர்களுடைய அலுவலகங்கள் வெவ்வேறு இடங்களில் இருந்ததனால் சாரதிப்பெண் அங்கேயெல்லாம் அவனை அழைத்துச் சென்றாள். கூடவே கிர்ர்க் கிர்ர்க் சத்தமும் விடாமல் துரத்தியது. இரவு களைத்துப்போய் ஹொட்டலுக்கு வந்து உணவருந்தியபோது அந்த சாரதிப் பெண்ணை நினைத்துக்கொண்டான். அழுக்கு மேலங்கியை அணிந்தபடி ஒரு சின்னச் சிரிப்புடன் அவள் தன் கடமையைச் செய்தாலும் அந்தச் சத்தத்தை நினைத்தபோது அவனுக்குக் கிலி பிடித்தது. அடுத்தநாள் மேலும் சிலரை மரியாதைக்காக அவன் சந்தித் தாகவேண்டும். அவர்களுடைய முகவரிகளை ஏற்கனவே சாரதிப் பெண்ணிடம் கொடுத்திருந்தான். காலை நல்லாக அமையவேண்டும் என மனதுக்குள் வேண்டிக்கொண்டு கணினியைத் திறந்து தலைவருக்கு அன்றைய அறிக்கையை மின்னஞ்சலில் அனுப்பிவிட்டுப் படுத்துத் தூங்கினான்.

மறுநாள் சாரதிப்பெண் சொன்ன நேரத்துக்கு வந்தாள். காரிலே பிரயாணம் செய்தபோது மறுபடியும் கிர்ர்க் கிர்ர்க் சத்தம் எழும்பி அவனுககு எரிச்சலை உண்டுபண்ணியது. அந்த மர்மத்தை எப்படியும் துலக்கவேண்டும் என்று நினைத் தான். பெரிய அதிகாரியைச் சந்தித்து ஒப்பந்தத்தில் கையெழுத்து பெற்று அதைப் பத்திரப்படுத்திவிட்டான். லீயைத் தன்னுடன் மதிய உணவு அருந்தும்படி அழைத்தபோது அவர் ஒப்புக் கொண்டார். உயர்தரமான உணவகத்துக்குச் சென்று உண வுக்கு ஆணை கொடுத்தார்கள். அவனுக்கும் சேர்த்து லீ உணவை ஓடர் பண்ணியதும் அல்லாமல் 'அதைச் சாப்பிடுங் கள், இதைச் சாப்பிடுங்கள்' என்று வேறு உபசாரம் செய்தார்.

பரிசாரகன் முன்னே வர, சாரதிப்பெண் தயக்கமாகப் பின்னே வந்தாள். தன் மொழியில் லீயிடம் என்னவோ சொன் னாள். லீ அதை மொழிபெயர்த்தார். அவளுக்குப் பத்து நிமிடம் அவகாசம் வேண்டுமாம், மதியம் சாப்பிடவில்லை என்கிறாள். அவனுக்குப் பெரிய அவமானமாகிவிட்டது. அந்தப் பெண்ணைப் பற்றிய நினைப்பே இல்லாமல் அவன் தன்னுடைய மதிய

உணவை முடித்தது குற்றமாகப் பட்டது. அந்த அநீதியைச் சரிக்கட்டும் விதத்தில் அவளையும் உண்பதற்கு அழைத்தான். அவள் மறுப்பு சொல்வாள் என்று எதிர்பார்த்தான். மாறாக அந்தப் பெண் உடனே சம்மதித்து நீண்ட மேசையின் ஓரத்தில் அமர்ந்து தனக்கு வேண்டிய உணவு வகைகளுக்கு ஆணை கொடுத்தாள்.

லீ கைப்பெட்டியைத் தூக்கிக்கொண்டு விடைபெற்றுப் போய்விட்டார். இப்பொழுது எதிர்பாராத ஒரு விபத்தாக அவனும் அவளும் மட்டுமே அங்கே இருந்தார்கள். அவன் உணவை முடித்துவிட்டாலும் அதே மேசையில் அதே நாற்காலி யில் அவளைப் பார்த்தபடி அமர்ந்திருந்தான். சாரதிப்பெண் குச்சிகளினால் விளையாட்டுப்போல உணவை அள்ளி உண்ட வள் பாதியில் எழுந்து மேலங்கியைக் கழற்றினாள். அப்பொழுது அவனுக்குக் கிடைத்த அதிர்ச்சி அவனுடைய 22 வயது வாழ்க்கை யில் முன்னொருபோதும் கிடைக்காதது. அவள் மெல்லிய புகைபோன்ற ஆடை அணிந்திருந்தாள். பளபளவென்று மினுங்கிய மென்மயிர் தெரியும் கைகள். அவளுடைய ஆடை இடையில் ஒட்டிச் சுருங்கி, தொடையிலே பிரிந்து, சட்டென்று கீழே அருவிபோல விழுந்தது. சின்ன உருண்டையான மார்புகள் என்றாலும் விசையானவை. அவள் அசையும்போது அவை ஒன்றையொன்று இடித்துக்கொண்டன. ஓர் அழுக்கு மேலங்கி இப்படித் துரோகமான காரியம் செய்ததை நினைத்து ஆச்சரியப் பட்டான். அது அவள்தானா என்பதை உறுதிசெய்வதுபோல அவள் முகத்தை மீண்டும் பார்த்தான். அவள் பேரழகி. அவனுக்கு வயது 22.

வழுவழுப்பான முழங்கால்கள் தெரியக் கால்களை மடித்து நாற்காலியில் நிமிர்ந்து உட்கார்ந்தாள். நீண்ட குதிச் சப்பாத்து களில் ஒன்றைக் கழற்றிவிட்டு மற்றதை நீட்டியிருந்த காலில் அணிந்திருந்தாள். தேர்ந்த இசை நடத்துனர் குச்சி பிடிப்பது போலக் கைகளில் உணவுக் குச்சிகளைப் பிடித்திருந்தாள். அவன் மனதுக்குள் என்னவோ பொங்கி வெளியே வரமுயன்றுகொண் டிருந்தது. சும்மா இருந்த இருதயம் நோவு எடுக்கத் தொடங்கி யது. அவனுடைய கண்கள் திடீரென்று இவ்வளவு பெரிதாகி யதைப் பார்த்து அந்தப் பெண் சற்றுத் தடுமாறினாள். உணவை எடுக்காமல் வாய்க்கு கிட்ட வெறும் குச்சிகளைப் பிடித்துக் கொண்டு இவனை நோக்கி என்ன என்பதுபோலப் பார்த்தாள். அந்தத் தருணத்தைச் சமாளிக்க அவன் கைகளினால் 'அவள் அழகாயிருக்கிறாள்' என்றான் சைகையால். பெண்ணுக்கு அது புரிந்துவிட்டது. பலபேர் அவளிடம் அதைச் சொல்லி யிருக்கலாம். நெஞ்சிலே கைவைத்துக் குனிந்து நன்றி என்றாள்.

'உனக்கு மணமாகிவிட்டதா?' என்று கேட்டான். அவள் 'இல்லை' என்றாள்.

'காதலன்?'

'இல்லை.'

'ஏன்?' என்று கேட்டான்.

பழுப்பு கண்களை கொஞ்சம் கீழே நிறுத்தி அவள் மெல்லிய சிரிப்பு சிரித்தாள். 'என்னை ஒருவரும் விரும்பவில்லை.'

சீனப்பெண் வேகமாகச் சாப்பிடுவதுகூடப் பார்ப்பதற்கு அழகுதான். இரண்டு குச்சிகளை வைத்துக்கொண்டு சிந்தாமல் இத்தனை உணவு வகைகளிலும் ஒன்றை ஒழுங்காகத் தெரிவு செய்து வாய்க்குள் லாவகமாக வைத்தபடி அந்தப் பெண் இவனைப் பார்த்தாள். அவளுடைய தலைமுடி தோள்களுடன் நின்றுவிடும்படி வெட்டப்பட்டிருந்தது. அவள் அழகு ஒவ்வொரு நிமிடமும் கற்பனை செய்யமுடியாத விதமாகக் கூடிக் கொண்டே போனது.

அவள் இனிப்புப் பதார்த்தத்தை ருசிக்க ஆரம்பித்ததும், தான் அமர்ந்திருக்கும் முறையை மாற்றினாள். ஒருகாலைத் தூக்கி மற்றக் காலை குறுக்காக வெட்டிப்போட்டு இருக்கையில் பின்னால் சாய்ந்து அமர்ந்து கிண்ணத்தில் இருந்த இனிப்புடன் விளையாடிக்கொண்டு, அன்று முழுக்க அவளுக்கு நேரம் இருப்பதுபோல, சாவதானமாக உண்ண ஆரம்பித்தாள். அவள் தொடைகள் வெட்டிய இடத்தில் முக்கோணமாக வெண்மை நிறைந்திருந்தது. அவனால் கண்களை அங்கிருந்து எடுக்க முடியவில்லை. அவை மீண்டும் மீண்டும் அங்கே போய் அதே இடத்தில் நின்றன. அவன் உடம்பு முழுவதும் இச்சை நிறைந்துவிட்டது. அவனே ஆச்சரியப்படும்படி, ஆரோ சொல்லித் தந்ததைச் செய்வதுபோல 'நீ தேவலோகத்துப் பெண் போல இருக்கிறாய்' என்று சைகையில் சொன்னான். அவள் சிரித்துவிட்டு 'நீ பொய் சொல்கிறாய்' என்றாள். ஒரு சின்னக் கரண்டியால் இனிப்பைக் குட்டி குட்டியாக வெட்டிச் சாப்பிட்டுக் கொண்டிருந்தாள். இவன் மறுபடியும் சைகையால் அவள் சாப்பிடுவது அவனுக்கும் வேண்டும் என்றான். அவள் எழுந்தாள். அவளுடைய கால்கள் ஓவர்கோட் இல்லாமல் நீண்டு தெரிந்தன. கழற்றிவிட்ட நீண்ட குதிச் சப்பாத்தைக் கால்களால் தேடி அணிந்துகொண்டாள். கரண்டியால் தான் சாப்பிட்ட இனிப்புவகையை அள்ளிக்கொண்டு ஓர் உலகச் சாதனைக்குப் புறப்பட்டதுபோல மேசையை ஆகக்கூடிய தூரமாகச் சுற்றி வந்து அவனுக்கு முன்னால் நின்றாள். அவன் தன்னுடைய

குதிரைக்காரன்

22 வயது வாயைத் திறக்க அவள் கரண்டியால் ஊட்டி விட்டாள். மறுபடியும் ஒன்றுமே நடக்காததுபோல அவள் நடந்து போய் தன் ஆசனத்தில் அமர்ந்தாள்.

அவன் நினைத்ததிலும் பார்க்க கூடிய ஆச்சரியம் அடைந் தான். மொழி இல்லாமல் ஒரு பெண்ணுடன் பழகுவது எத்தனைச் சுலபம். ஒருவிதத் தயக்கமும் இல்லாமல் பேசவும் முடிந்தது. உண்மையில் மொழி ஒரு தடைதான். அதன் உச்சத்தை உடனேயே பரிசோதிப்பது என்று தீர்மானித்தான். ‘எனக்கு நீ வேண்டும்’ என்றான். அவள் நாணமாகப் புன்னகைத்து விட்டு நகராமல் இருப்பாள் அல்லது புரியாததுபோல நடிப் பாள் என்று நினைத்தான். அவள் மெதுவாக எழுந்து தன் உடையை இழுத்து நேராக்கினாள். அவன் நாற்காலியில் அப்படியே நிலைமாறாமல் உட்கார்ந்திருந்தான். தன்னையறி யாமல் தான் பறந்துவிடக்கூடும் என்று பயந்ததுபோல நாற்காலி யின் கைப்பிடிகளை இறுகப் பற்றிக்கொண்டான். குதிக்கால் சப்பாத்து அணிந்திருந்தாலும் சீனப் பெண்கள்போல கால் விளிம்புகளால்தான் அவள் நடந்தாள். அவனுடைய இருதயம் நெஞ்சு எலும்புகளை இடிக்கத் தொடங்கியது. உதட்டுச் சாயம் பூசும்போது கண்ணாடிக்குமுன் சாய்வதுபோல அவள் இடை யில் வளைந்து தயங்கி தயங்கி அவனை நெருங்கினாள்.

இருவருமே எதிர்பாராத ஒன்று அப்போது நடந்தது. கழற்றிவைத்த அவளுடைய பழைய கோட்டிலிருந்து ‘கிர்ர்க் கிர்ர்க்’ என்ற சத்தம் எழுந்தது. இவன் திடுக்கிட்டுத் துள்ளி எழுந்தான். முதலில் யாரோ புகைப்படம் எடுக்கிறார்கள் என்று சந்தேகித்தான். ‘என்ன, என்ன சத்தம்?’ என்று கேட் டான். அவன் குரல் அவனுக்கே கொஞ்சம் வெட்கத்தைத் தந்தது. அவனைப் பார்த்து அவள் ஆச்சரியப்பட்டாள். சரியாக அந்த நேரம் பரிசாரகன் சாப்பிட்டு முடித்த பிளேட்டுகளை அகற்ற வந்திருந்தான்.

சற்று ஆங்கிலம் தெரிந்த பரிசாரகனிடம் அந்தச் சத்தம் எங்கேயிருந்து வருகிறது, ஏன் தன்னை துரத்துகிறது என்று கேட்டான். அவன் குரலில் இருந்த பதற்றம் இருவரையும் ஆச்சரியப்படுத்தியது. பரிசாரகன் அந்தப் பெண்ணுடன் பேசத் தொடங்கினான். அவளும் ஏதோ சொன்னாள். அவனுக்குத் திருப்தியில்லை, மீண்டும் ஏதோ கேட்டான். அவள் சொன்ன பதில் பரிசாரகனை முற்றிலும் மாற்றியது. அவன் குரலில் முந்தியில்லாத மரியாதை ஏறியது. அவள் வேறுவழியின்றி நாற்காலியில் மடித்து வைத்த மேலங்கியைத் தூக்கி அதன் பைகளுக்குள் கையை நுழைத்து இரண்டு போத்தல்களை

வெளியே எடுத்து மேசைமேல் வைத்தாள். அதற்குள்ளே இரண்டு ஆரோக்கியமான பளபளக்கும் சிள்வண்டுகள் இருந்தன.

சீனாவில் சிள்வண்டுகளைப் பழக்கிச் சண்டைக்கு விடுவார்கள். ஆயிரம் வருடங்களாகச் சிள்வண்டுச் சண்டைகள் பிரபலம். சில விடுதிகளில் இந்தச் சண்டையை நடத்துவார்கள். நிறைய வாடிக்கையாளர்கள் போட்டி போட்டுக்கொண்டு பந்தயம் கட்டுவார்கள். சாரதிப்பெண் புகழ் பெற்ற சிள்வண்டு வளர்ப்புக் கிராமத்திலிருந்து வருபவள். அவற்றை வளர்த்துச் சண்டைக்கு விடுவதுதான் அவளுடைய தொழில். அவள் சிள்வண்டு வளர்ப்பில் சீனாவில் அறியப்பட்ட நிபுணர். இவை எல்லாவற்றையும் பரிசாரகன் சொன்னான்.

அந்த உணவகத்தில் வேலை செய்தவர்களும், விருந்தினரும், சும்மா நின்றவர்களும் அந்த சண்டைக்கார சிள்வண்டுகளைச் சுற்றி நின்று வேடிக்கை பார்க்க ஆரம்பித்தார்கள். நிறையக் கேள்விகள் கேட்டார்கள். ஒரு பத்திரிகைக்காரர் நாலைந்து காமிராக்களை கழுத்தில் தொங்கவிட்டபடி படங்கள் எடுக்க வந்தார். அவரைத் துரத்தவேண்டியிருந்தது. மிகச் சொற்ப நேரத்தில் அவள் ஒரு சினிமா நடிகையைப் போலப் பிரபலமாகிவிட்டாள். பரிசாரகன் சுற்றி நின்றவர்களைக் கலைந்து போகும்படி வேண்டிக்கொண்டான்.

விமான நிலையத்துக்கு அவனைச் சாரதிப்பெண் ஓட்டிப் போனபோது அசௌகரியமான மௌனம் சூழ்ந்தது. மேலங்கி தரித்தவுடன் அவள் ஒரு சாதாரண பெண்ணாக மாறிவிட்டாள். அடிக்கடிக் கண்ணாடி வழியாக அவனைப் பார்த்தாள். அந்த அருமையான தருணம் தாண்டிவிட்டது. அவளை அழகியாகக் கருதுவதா, சாரதியாகக் கருதுவதா அல்லது சிள்வண்டு நிபுணியாகக் கருதுவதா என்பதில் அவனுக்குக் குழப்பம். ஒரு காலத்தில் அவன் வேலை செய்யும் கம்பனிக்கு அவன் தலைவர் ஆகலாம், அல்லது கனடாவின் பிரதமர் ஆகலாம், அல்லது இன்னும் உயர்ந்த உலக ஸ்தாபனத்தில் ஒரு பெரிய பதவிகூட வகிக்கலாம். ஆனால் இனி ஒரு காலத்திலும், அவன் என்ன பதவி வகித்தாலும் ஒரு பெண் எழுந்து வந்து கொடுக்க நினைத்த, ஆனால் வீணாகிப்போன முத்தத்தை அவன் மிஞ்சிய வாழ்நாளில் திரும்பப் பெறப்போவதில்லை. அந்த எண்ணம் அவனைச் சங்கடப்படுத்தியது. காரிலிருந்து அவன் இறங்கியபோது அவளும் இறங்கினாள். கனடாவிற்குக் கொண்டு போவதற்காகப் பத்திரப்படுத்திய இரண்டு 100 யுவான் நோட்டுகள் அவனிடம் இருந்தன. அவளுக்கு ஏதாவது செய்ய வேண்டும் போலத் தோன்றியது. ஒரு 100 யுவான் நோட்டை அவளிடம்

கொடுத்து நன்றி என்றான். அவள் இடுப்பு வரைக்கும் குனிந்து அவர்கள் மொழியில் என்னவோ சொன்னாள்.

மூன்றாவது முனை டிக்கட் கவுண்டர் பெண் ஆங்கிலத்தில் சாதாரண விசயத்தையும் நீண்ட நீண்ட வசனங்களில் பேசினாள். நேரம் இருந்ததால் குடிவரவுக்குள் நுழையாமல் பிருட்ட வளைவுகளுக்கு ஏற்றமாதிரி வடிவமைத்த ஆசனம் ஒன்றில் அமர்ந்து சற்று நேரம் அந்த பெண்ணைப்பற்றி நினைத்தான். அப்பொழுது அவனுக்கு இரண்டாவது முறையாக ஓர் ஆச்சரியம் கிடைத்தது. சாரதிப்பெண், ஓட்டமும் நடையுமாகக் கண்களால் யாரையோ தேடியபடி நீண்ட மேலங்கி அசைய வேகமாக நடந்தாள். இவனைக் கண்டதும் சிறிது நின்று மூச்சுவாங்க அழகான ஆங்கிலத்தில் 'உங்களைப் பார்க்கத் தான் வந்தேன்' என்றாள். அவன் வாய் அவனையறியாமல் திறந்துகொண்டது. எழுந்து நின்று 'உங்களுக்கு ஆங்கிலம் தெரியுமா?' என்றான். 'தெரியும், மன்னிப்பு கேட்க வந்திருக்கிறேன்' என்றாள். தாயினுடைய சப்பாத்தை அணிந்து டக்குடக்கென்று நடக்கும் சிறுமியின் நடைபோல அவளுடைய ஆங்கிலம் கனமானதாக இருந்தது; அதே சமயம் கவர்ச்சியாகவும் இருந்தது. அவளுடைய மார்பு மேலும் கீழுமாக அசைந்து கொண்டிருந்ததை அவள் அணிந்திருந்த ஓவர்கோட்டினால் கூட மறைக்கமுடியவில்லை. 'அமருங்கள்' என்றான். எதிரில் பல இருக்கைகள் வெறுமனே இருந்தாலும் அவள் பக்கத்திலே நெருக்கமாக அமர்ந்தாள்.

'உங்கள் பெயர் என்ன?' என்றான். அவள் 'பார்பறினோ' என்றாள்.

'ஆங்கிலம் பேசத் தெரிவது குற்றமா? எதற்காக அதை மறைக்க வேண்டும்?'

'கம்பனி விதி அது. நான் கம்பனி ரகஸ்யங்களைச் சொல்லி விடக்கூடும் என்று பயந்தார்கள்.'

'அவ்வளவுதானா?'

'உங்களைப்போன்ற வாடிக்கையாளரிடம் எதாவது உபயோகமான தகவல் அகப்படலாம். அவர்களிடம் அதைச் சொல்லவேண்டும் எனவும் எதிர்பார்க்கிறார்கள்.'

'என்னிடமிருந்து உங்களுக்கு ஏதாவது விசயம் கிடைத்ததா?'

'கிடைத்தது, ஆனால் நான் அதை அவர்களிடம் சொல்லப் போவதில்லை.'

'ஏன்?'

'நீங்கள் எனக்கு ஓர் உபகாரம் செய்யவேண்டும். நான் சிள்வண்டு வைத்திருந்ததை அவர்களிடம் சொல்லக்கூடாது.'

'சொன்னால்?'

'என் வேலை போய்விடும். சாரதி வேலை இல்லாவிட்டால் என் எதிர்காலம் நின்றுவிடும்.'

'உங்களுக்குத்தான் சிள்வண்டு வருமானம் இருக்கிறதே.'

'சாரதி வேலையை வைத்துத்தான் என்னுடைய வாடிக்கையாளர்களைப் பிடிக்கிறேன். இது போனால் இரண்டுமே போய்விடும்.' அவள் முகம் உண்மையில் கலவரமானதாக மாறியது.

'ஓ அப்படியா? என்னுடைய விமானத்துக்கு போதிய நேரம் இருக்கிறது. ஓவர்கோட்டைக் கழற்றிவிட்டுச் சாவகாசமாக உட்காரலாமே.' கட்டளையை நிறைவேற்றுவதற்காக அவள் எழுந்து நின்று ஓவர்கோட்டைக் கழற்றினாள். அவள் கை மென்மயிர்கள் வியர்வையில் பளபளத்தன. மெல்லிய ஆடை துடையின் ஈரத்தில் ஒட்டிப்பிடித்து நின்றது. அவள் பேரழகி. அவனுக்கு வயது 22. கண்களை அவனால் மற்றப் பக்கம் திருப்ப முடியவில்லை. பக்கத்து ஆசனத்தில் பட்டென்று முட்டுவதுபோல உட்கார்ந்தாள். அவனுடைய மார்புச் சத்தம் அவளுக்குக் கேட்டுவிடுமோ என்ற பயம் அவனுக்கு ஏற்பட்டது.

'ஒரு வழி இருக்கிறது' என்றான்.

அவளுடைய வாய் அவனுடைய முகத்துக்குச் சமீபமாக இருந்தது.

'உணவகத்தில் நீங்கள் எனக்கு ஏதோ தருவதற்காக எழுந்து நடந்துவந்தீர்கள். வளைந்தீர்களே ஒழிய ஒன்றுமே தரவில்லை. அதைத் தந்தால் நான் முறைப்பாடு செய்யமாட்டேன்.' அவன் வசனத்தை முடிக்கக்கூட இல்லை. அவள் அப்படியே சாய்ந்து அவன் மார்பை தன் பக்கவாட்டு மார்புகளால் அழுத்திக் கைகளால் கழுத்தை வளைத்து அவன் உதட்டில் நீண்ட முத்தம் ஒன்றைப் பதித்தாள். அவளுடைய நாக்கு தபால்தலை ஒட்டப்போவதுபோல கொஞ்சம் வெளியே வந்திருந்தது. அந்த முத்தம் ஒரே சமயத்தில் கன்னத்தையும், மேல் உதட்டையும், காதையும் தொட்டது. அவனுக்குச் செய்வது என்னவென்று தெரியவில்லை. பிருட்ட வளைவில் செய்த இருக்கையில் அவன் உட்கார்ந்திருந்தாலும் அவன் அங்கே உட்காரவில்லை.

ஒரு சிறுகுழந்தை செய்வதுபோல கண்களைக் கைகளால் மூடிக்கொண்டு அவள் எழுந்து நின்றாள். பின்னர் தன் பழைய கோட்டை மாட்டினாள். அப்படி மாட்டியதும் அவள் சாதாரண தோற்றம் கொண்டவளாக மாறிப்போனது அதிசயமாகத் தான் இருந்தது. கொசுறு கொடுப்பதுபோல இன்னொரு சின்ன முத்தம் தந்துவிட்டுப் புறப்படுவதற்குத் தயாரானவள் சற்று நின்று யோசித்தாள். இறுதியில் ஏதோ வார்த்தைகளுக்கு விடுதலை கொடுப்பதுபோல தயங்கி 'எனக்குக் கனடாவுக்கு வர விருப்பம்' என்றாள். ஏன் என்றான் அவன். 'அங்கே எத்தனைப் பிள்ளைகள் வேண்டுமென்றாலும் பெற்றுக்கொள்ள லாம் என்று சொல்கிறார்கள்.' அவன் ஒன்றுமே பதில் சொல்ல வில்லை. நடந்துகொண்டே திரும்பிக் கையசைத்தபோது அவள் ஓவர்கோட்டில் இருந்து 'கிர்ர்க் கிர்ர்க்' என்ற சத்தம் எழுந்தது. இருவரும் ஒருவரை ஒருவர் பார்த்துப் பக்கென்று சிரித்தார்கள். அவன் நெஞ்சிலிருந்து ஒரு கையளவு சதையை அவள் பிய்த்துக் கொண்டு போனாள்.

பூமியின் மறுபாதியிலிருந்து ரொறொன்ரோவுக்கு விமானத் தில் பயணம் செய்த அத்தனை மணி நேரத்திலும் அவன் நாவில் ஓர் இனிப்புக் கரைந்துகொண்டிருந்தது. புறப்பட்டுப் போனபோது இருந்த அவன் இப்போது இல்லை. இருபது குதிரைகள் ஓடிமுடித்த தரை போல இருதயம் சற்று அமைதி யானது. அவன் மனமோ விமானம் பறந்த உயரத்திலும் மேலாகப் பறந்தது. ஏனென்றால், அவனுக்கு 22 வயது தொடங்கி மூன்று நாட்கள் கழிந்துவிட்டன. ஏனென்றால், அவனுடைய கோட் பையில் மாவோவின் படம்போட்ட நூறு யுவான் சிவப்பு நோட்டு ஒன்று மிச்சமாக இருந்தது. ஏனென்றால், உடுத்தி முடித்த அழுக்கான உடைகள் எல்லாம் தாறுமாறாக அடைக்கப்பட்ட அவனுடைய பெட்டியில் கையொப்பமிடப் பட்ட 30 மில்லியன் டொலர் அணு உலை ஒப்பந்தத்தின் மூலமும், மூன்று நகல்களும் இருந்தன. ஏனென்றால், அவன் உதட்டிலே சூடான சீன முத்தம் ஒன்று இருந்தது, கொஞ்சம் குளிர்ந்துபோய்.

எங்கள் வீட்டு நீதிவான்

ஐயாவுக்குப் பெரும் எதிர்பார்ப்பு இருந்தது. அதனால் பிள்ளைகள் பிறந்ததும் அவர்கள் சாதகத்தை எங்களூரில் பிரபலமான சாத்திரியாரைக் கொண்டு எழுதுவித்தார். நாங்கள் ஏழு பிள்ளைகள். எங்கள் ஒவ் வொருவருக்கும் ஒவ்வொரு கொப்பியில் முழுச் சாதக மும் எழுதப்பட்டிருந்தது. அந்தச் சாதகங்களை ஐயா ஒரு கட்டாகக் கட்டிப் பெட்டகத்துக்குள் வைத்துப் பூட்டிவிடுவார். அவற்றைப் பார்ப்பதற்கோ ஆராய்வதற்கோ எங்களுக்கு அனுமதியில்லை.

அம்மா எங்கள் எல்லோரையும் வீட்டிலே பெற்றார். சொல்லி வைத்தாற்போல நாங்கள் இரவிலேயே பிறந்தோம். அனைத்துப் பிரசவத்தையும் மருத்துவச்சிதான் பார்த் தாள். பின்னேரம் ஆனதும் அம்மா சாடையாக வயிற்றுக் குள் குத்துகிறது என்பார். ஐயா உடனே மூன்று காரியங் கள் செய்வார். எங்கள் கிராமத்தில் ஒரேயொரு வீட்டில் சாவிகொடுத்தால் ஓடும் கடிகாரம் இருந்தது. பிள்ளை பிறக்கும் சரியான நேரம் தெரியவேண்டும் என்பதால் ஐயா அந்த மணிக்கூட்டை இரவல் வாங்கி வருவார். மாட்டுக்கொட்டிலில் ஓர் இரும்புக் கட்டில் மடித்து வைக்கப்பட்டிருக்கும். ஐயா அதை எடுத்து விரித்து அதற்குமேல் தும்பு மெத்தை ஒன்றைப் போட்டு அதன் மேல் அம்மாவைப் படுக்க வைப்பார். குறுக்காக ஓடும் சங்கிலிகளின் மேல் மெத்தையை விரித்தால் அது நடுவிலே தொய்ந்துபோய் இருக்கும். அம்மாவால் தானாகப் பள்ளத் தில் படுக்க இயலும். எழும்ப வேண்டும் என்றால், இரண்டு பேர் அவரைப் பிடித்து இழுத்தால்தான் முடியும். ஐயா வீட்டுப் பரம்பரைச் சொத்து அந்தக் கட்டில். அவர்

குதிரைக்காரன்

அந்தக் கட்டிலில்தான் பிறந்தார். ஆகவே அது அதிர்ஷ்டமானது என்று நம்பினார்கள். நாங்கள் உயிர் பிழைத்தது எங்களின் கெட்டித்தனமோ, அம்மாவின் கெட்டித்தனமோ, மருத்துவச்சி யின் கெட்டித்தனமோ அல்ல; கட்டிலின் கெட்டித்தனம்.

மூன்றாவதாக ஐயா செய்யும் வேலை மருத்துவச்சிக்கு ஆள் அனுப்புவது. அந்த மருத்துவச்சி பார்க்கும் பிரசவம் பழுதாகாது. ஆண்பிள்ளை என்றால் ஐம்பது காசு. பெண் பிள்ளை என்றால் அதற்கும் குறைவு. ஒரு தட்டியால் மறைப்புச் செய்து உருவாக்கிய அறைக்குள்தான் பிரசவம் நடக்கும். அங்கே எரியும் விளக்கு வேப்பெண்ணையில் வெளிச்சம் கொடுப்பதால் ஒருவிதமான நெடி அறையில் சூழ்ந்திருக்கும். மருத்துவச்சி உள்ளே இருக்கும்போது ஐயா வெளியே இருப்பார். நடு இரவிலோ அதைத் தாண்டியோ பிள்ளை பிறந்ததும் அது அழும் சத்தம் கேட்கும். அந்த நேரத்தை மணிக்கூட்டில் பார்த்து, ஒரு பென்சிலால் நாக்கை தொட்டு ஐயா கொப்பி யில் எழுதி வைப்பார். சாதகம் கணிப்பதற்கு அந்த நேரத்தைத் தான் சாத்திரக்காரர் பயன்படுத்துவார்.

இதுவெல்லாம் எனக்குப் பிறர் சொல்லித்தான் தெரிந்தது. அப்பொழுது நான் மிகச் சின்னவன். ஒரு வாழைப்பழத்தை முழுதாகக் கடிக்கத் தெரியாது. பக்கவாட்டில் கடித்து உண்ணத் தான் தெரியும். நான் கண்ணால் பார்த்த பிரசவம் என் தங்கச்சி பிறந்தபோதுதான் நடந்தது. அவள்தான் ஏழாவது, கடைசி. அதற்குப் பிறகு எங்கள் வீட்டில் ஒரு குழந்தையுமே பிறக்கவில்லை. இது எங்கள் ஊர்க்காரர்களுக்கு ஆச்சரியம். பத்துப் பன்னிரண்டு பிள்ளைகள் குடும்பத்தில் பிறப்பதுதான் வழக்கம். அடுத்தடுத்து ஆண் பிள்ளைகள் பிறந்து கடைசியில் ஒரு பெண்பிள்ளை பிறந்ததும் போதும் என்று முடிவு செய்து விட்டார்கள் என்றே பலரும் நினைத்தார்கள். அப்படியான எண்ணம் ஐயாவுக்கோ அம்மாவுக்கோ கிடையாது. ஒரு சாத்திரக் காரரின் கூற்றுத்தான் அப்படியான முடிவுக்குக் காரணம் என்பது பின்னாலே தெரியவரும்.

அப்பொழுதெல்லாம் வழக்கம் பிரசவம் ஆனதும் தேசிக் காயை உருட்டிவிடுவதுதான். மருத்துவம் பார்க்கும் மருத்துவச்சி ஒரு தேசிக்காயைக் கையிலே வைத்திருப்பாள். சிசு பிரசவமான தும் தேசிக்காயை வெளியே உருட்டி விடுவாள். அறையைத் தாண்டி தேசிக்காய் உருண்டு வரும்போது அந்த நேரத்தைக் குறித்து அதன்படி சாதகத்தைக் கணிப்பார்கள். ஐயாவுக்குத் தேசிக்காய் உருட்டுவதில் நம்பிக்கை இல்லை. குழந்தை பிறந்த தும் அழவேண்டும், அந்தச் சத்தம் நேரத்தைக் குறிப்பதற்குப்

போதுமானது என்று வாதாடுவார். அம்மாவோ தேசிக்காய் கட்சி. நான் பிறந்தபோது ஏற்பட்ட விபத்தினால் ஐயா தன் பிடிவாதத்தைப் பின்னர் மாற்றவேண்டி நேர்ந்தது.

பிற்பகல் நாலு மணிக்கு அம்மா வயிற்றுக்குள் குத்துகிற தென்று உள்ளே போய் இரும்புக்கட்டிலில் படுத்துக்கொண்டார். ஐயா வெளியிலே கொப்பியுடனும் பென்சிலுடனும் நாக்குடனும் காத்திருந்தார். எங்கள் வீட்டு நாய் வீமன் தாடையைத் தரையில் வைத்துக் கண்களால் மேலே பார்த்துக்கொண்டு ஐயாவுக்குப் பக்கத்தில் கிடந்தது. மருத்துவச்சி அம்மாவுக்குப் பக்கத்தில் நின்றார். அம்மா துடிதுடியென்று துடித்துக் கத்திக் குளறினார். ஆனால் பிள்ளை பிறந்த பாடில்லை. மருத்துவச்சி தனக்குத் தெரிந்த வித்தையெல்லாம் செய்து பார்த்தார். இருள் வடிய ஆரம்பித்திருந்தது. திடீரென்று ஒரு சிவந்த கால் வெளியே தள்ளியது. மற்றக்கால் வெளியே வர இன்னும் சில நிமிடங்கள் பிடித்தன. பகலை ஆரம்பிக்கச்சொல்லி பறவைகள் சத்தமிடத் தொடங்கிவிட்டன. மருத்துவச்சி வந்தால் வரட்டும் என்று காலைப் பிடித்து இழுத்து வெளியே போட்டு நான் பிறந்தேன். வழக்கமாகக் குழந்தைகள் பிறக்கும்போது நீந்துவதுபோல முகம் பூமியைப் பார்த்துப் பிறக்கும். நான் வானத்தைப் பார்த்துப் பிறந்தேன். ஏதாவது புதுவிதமாகச் செய்யவேண்டும் என்ற ஆர்வம் எனக்கு அப்போதே இருந்தது. என்னுடைய முகம் சவ்வினால் சுற்றிக்கிடந்தது. மூச்சு விடுவதில்லை என்ற முடிவோடு நான் இருந்ததால் மருத்துவச்சி என்னைப் பிடித்துத் தலைகீழாகக் குலுக்கினார். முதுகிலே தட்டினார். வழக்கமான தந்திரங்கள் ஒன்றும் வேலை செய்யவில்லை. பழுக்கக் காய்ச்சிய ஊசியை நெற்றியிலும் மார்பிலும் கீறினபோதுதான் நான் சத்தம் போட்டு அழுதேன். இதுவொன்றும் தெரியாமல் வெளியே குந்தியிருந்த ஐயா அப்போதுதான் நான் பிறந்ததாக நினைத்து நேரத்தைக் குறித்துக்கொண்டார்.

எனக்குப் பத்து பன்னிரெண்டு வயது வரும்வரை நான் என் நெற்றிக் கீறலையும் மார்புக் கீறலையும் என்னுடன் படிக்கும் மாணவர்களுக்குப் பெருமையாகக் காட்டியதுண்டு. அதற்குப் பின்னர் அந்தக் கீறல் மெல்ல மெல்ல மறைந்துபோனது. ஐயா குறித்த நேரத்தை வைத்துச் சாத்திரக்காரன் சாதகம் எழுதினான். நான் வானத்தைப் பார்த்துக்கொண்டு பிறந்ததால் என் பிறப்பு அபூர்வமானது, எனக்கு வான்புகழ் கிட்டும் என்று அவன் சொன்னான். ஒரு கணம் வீட்டிலே அதை நம்பி என் மதிப்பும் உயர்ந்தது. ஆனால் சீக்கிரத்தில் என் சாதகம் பிழையானது என்பதைக் கண்டுபிடித்துவிட்டார்கள்.

மருத்துவச்சி மூடத்தனமாக நான் பிறந்த சரியான நேரத்தைச் சொல்லாமல் எனக்கு உயிர் கொடுப்பதில் நேரத்தை வீணடித்த தால் என்னுடைய சாதகத்தை முறையாகக் கணிக்க முடியாமல் போனது. நானும் பிற்காலத்தில் நான் என்னவாய் வருவேன் என்ற அறிவு பெறாமல் உத்வேகம் குறைந்த வாழ்க்கையை ஓட்டினேன்.

எனக்குப் பின்னர் தம்பியும் தங்கச்சியும் பிறந்தபோது தேசிக்காய் முறைதான் பின்பற்றப்பட்டது. மருத்துவச்சியிடம் தேசிக்காயைக் கொடுத்து அதை உருட்டிவிடச் சொன்னார்கள். ஆனால் இந்த முறையிலும் சில பிரச்சினைகள் இருந்தன. அவள் உருட்டுவதற்கு மறந்துபோகலாம். கண்களுக்குப் படாமல் வேகமாக உருட்டிவிடலாம். ஆனால் எப்படியோ ஒரு விபத்தும் இல்லாமல் ஐயா சரியான நேரத்தைக் குறித்து அவர்களுக்கு முறையான சாதகங்கள் எழுதப்பட்டன. அந்தச் சாதகங்களை எல்லாம் ஐயா ஒன்றுக்கு மேல் ஒன்றாக அடுக்கி வைத்து ஒரு கயிற்றினால் கட்டிப் பெட்டகத்தில் பூட்டிப் பாதுகாத்தார்.

அம்மாவும் ஐயாவும் அடிக்கடி மகிமைப்படுத்துவதும், தங்களுக்குள் பேசிப் பெருமைப்படுத்துவதும் பெரியண்ண ருடைய சாதகத்தைப் பற்றித்தான். சாத்திரக்காரர் அண்ணர் பெரிய நீதிவானாக வருவார் என்று சொல்லியிருந்தது அவர் களுக்கு அளவில்லாத மகிழ்ச்சியைக் கொடுத்தது. அயலவர் களிடமும் நண்பர்களிடமும் உறவினர்களிடமும் அண்ணரின் சாதகத்தை மெச்சி அவர்கள் பேசுவதை நான் கேட்டிருக்கிறேன். அவர்கள் மட்டில் அண்ணர் ஒரு நீதிவானாக ஏற்கனவே பதவியேற்றிருந்தார். அப்போது அவர் எட்டாம் வகுப்பில் இரண்டாவது தடவை படித்துக்கொண்டிருந்தார்.

என் ஐயாவுக்கும் அம்மாவுக்கும் கல்யாணம் நடந்தது நல்ல சாதப் பொருத்தம் இருந்தபடியால் என்று நினைப்பவர் கள் இருந்தார்கள். ஆனால் அந்த உண்மை எனக்கு மட்டும் தான் தெரியும். நான் ஒருநாள் இரவு வெளிவிறாந்தையில் பாய் விரித்துப் படுத்திருந்தேன். அம்மா அப்படிப் படுக்க என்னை விடுவதில்லை. ஆனால் அன்று எப்படியோ சம்மதம் பெற்றிருந்தேன். காலையில் எழும்பும்போது உடம்பில் ஒட்டியபடி செத்த நுளம்பும் ரத்தமும் இருக்கும். அந்த ரத்தம் என்னுடைய ரத்தமா நுளம்பின் ரத்தமா என்பதைக் கண்டுபிடிக்கவே முடியாது. தூரத்திலிருந்து வந்திருந்த சொந்தக்காரர் ஒருவருடன் ஐயா பேசும்போது நான் தூங்குவதுபோலக் கிடந்தேன். என்னுடைய ஐயா அம்மாவை முடித்ததற்குக் காரணம் ஒரு பல்லி என்பது எனக்கு அன்றைக்குத்தான் புலப்பட்டது. ஐயா இரண்டாம்

தாரமாக அம்மாவை முடிப்பதா விடுவதா என்று முடிவெடுக்க முடியாமல் அவதிப்பட்டார். அதிகாலையில் ஒரு கோயில் சுவரில் ஏறிக் குந்திக்கொண்டு சாமி சம்மதம் கொடுத்தால்தான் கீழே இறங்குவேன் என்று அவர் பிடிவாதமாகச் சூளுரைத்து விட்டார். காலை மத்தியானமாகி, மத்தியானம் மாலையாகிய போது ஒரு பல்லி கத்தியது. அதையே கடவுள் கொடுத்த சமிக்ஞையாக எடுத்துக்கொண்டு ஐயா சுவரிலிருந்து குதித்து விவாகத்துக்குச் சம்மதம் சொன்னார். அன்று அந்தப் பல்லி பசியெடுத்துக் கத்தியிராவிட்டால் அம்மாவுக்குக் கல்யாணம் நடந்திராது. நாங்களும் பிறந்திருக்கமாட்டோம். ஐயாவுக்கும் ஒரு கட்டு சாதகம் எழுதிப் பெட்டகத்தில் வைத்துப் பூட்டும் அதிர்ஷ்டம் கிட்டியிருக்காது.

மணிக்கூடு வருவதற்கு முன்னர் ஐயாவின் காலத்தில் எப்படிச் சாதகம் கணித்தார்கள் என்று அவரிடம் நான் ஒரு சமயம் கேட்டிருக்கிறேன். இப்படிக் கேள்விகள் கேட்க ஐயாவை அணுகுவதற்கு நாங்கள் யோசிக்க வேண்டும். ஆனால் சில வேளைகளில் அவர் தொடையில் தட்டி பாட அரம்பிக்கும் போது அவரிடம் கேள்விகள் கேட்கலாம். அவர் சந்தோசத்தில் இருக்கிறார். பகலில் பிள்ளை பிறந்தால் ஒருவர் தன் நிழலைக் காலால் அளந்து சரியாக நேரம் கூறமுடியும். நான் சிறுவனாக இருந்தபோது அப்படி ஒருவர் தன் நிழலை அளந்து சரியாக மணி சொன்னதைக் கண்டிருக்கிறேன். இரவு நேரமாக இருந்தால் நட்சத்திரங்களின் நிலையை வைத்து நேரம் சொல்பவர்கள் கிராமங்களில் இருந்திருக்கிறார்கள். அவர்கள் கணித்துக் கொடுத்த நேரத்தை வைத்துச் சாதகம் எழுதிவிடுவாகள். இதுதவிர இன்னொரு முறையும் இருந்தது. பகலோ இரவோ குழந்தை பிறந்ததும் ஒரு வாழை மரத்தைக் குறுக்காக வெட்டி விடுவார்கள். அந்தக் காலத்தில் எல்லா வீடுகளிலும் வாழை மரம் இருந்தது. அடுத்த நாளோ அதற்கு அடுத்த நாளோ சாத்திரக்காரர் வந்து குருத்து எவ்வளவு நீளம் வளர்ந்திருக்கிறது என்பதை அளந்து குழந்தை பிறந்த நேரத்தைச் சரியாகக் கணித்து அப்படியே அந்த நேரத்துக்குச் சாதகத்தை எழுதுவார்.

எங்கள் வீட்டில் பிள்ளை பிறந்த அடுத்த நாள் மணிக்கூடு போய்விடும். மூன்றாவது நாள் இரும்புக் கட்டிலை மடித்து மாட்டுக்கொட்டிலுக்குள் ஐயா வைப்பார். அம்மா எழும்பி மெள்ள மெள்ள வீட்டு வேலைகளைச் செய்ய ஆரம்பிப்பார். புதிதாக ஓர் ஏணை தொங்கும். வீட்டிலே இரண்டு ஏணைகள் ஒரே சமயத்தில் தொங்குவது சர்வசாதாரணம். பிள்ளைகள் எல்லோரும் அடுத்தடுத்துப் பிறந்தார்கள். ஒரு வருடம் அல்லது

ஒன்றரை வருட இடைவெளிதான். வேப்பெண்ணெய் விளக்கின் நெடி வீட்டை நிறைக்கும். 31ஆம் நாள் துடக்குக் கழிப்பார்கள். அதன் பிறகு அடுத்தக் குழந்தைக்கான ஆயத்தங்கள் தொடங்கி விடும்.

எந்தச் சாத்திரக்காரன் எங்கள் ஊரைத் தாண்டிப்போனா லும் எங்கள் வீட்டுக்கு வரத் தவறமாட்டான். பெட்டகத்துக் குள் கட்டி வைத்திருக்கும் சாதகக் கட்டைக் கொண்டுவந்து ஐயா அவனிடம் கொடுப்பார். அவன் சாதககங்களை அலசிக் கேட்பவர்களுக்குத் திருப்தியீனம் வராமல் பலன் கூறுவான். எல்லாம் சொல்லி முடிந்த பிறகு அம்மா ஐயாவின் முகத்தைப் பார்ப்பார். ஐயா சொல்வார் 'மூத்தவனின் சாதகத்தை வடிவாய் பாருங்கோ. அவன் நீதிவானாக வருவானோ?' என்று நேரடி யாகவே கேட்பார். சாத்திரக்காரன் மறுபடியும் சாதகத்தைப் புரட்டிக் கொப்பியின் பின் ஒற்றையில் சில கணக்குகள் போடு வான். 'என்ரை கண்ணிலே இது முதலில் தட்டுப்படாமல் போட்டுது. நான் பார்த்த சாதகங்களில் இப்படிப் புதன் உச்சமடைந்த சாதகத்தைக் காணவில்லை. புதன் கல்விக்கு அதிபதி. நிச்சயம் உங்கள் மகன் நீதிவான் ஆவான்' என்பான். அன்று சாத்திரக்காரனுக்கு ஆசார உபசாரங்களுடன் பெரிய விருந்து கிடைக்கும்.

இப்படிப் பல சாத்திரக்காரர்கள் வந்துபோனார்கள். எல்லோருக்கும் வாக்கு வல்லபம் இருந்தது. ஒருவராவது முந்திச் சொன்ன சாத்திரக்காரரின் பலனை வெட்டிச் சொல் லாமல் ஒட்டியே சொன்னார்கள். இது அவர்களுக்குள் ஓர் ஒப்பந்தம் என்றே இன்று நினைக்கிறேன். ஒருமுறைப் பாதி ராத்திரியில் நான் கண் விழித்தபோது கண்ட காட்சி என்னைத் திடுக்கிடவைத்தது. பெரிய குங்குமப் பொட்டு வைத்து, சடை விரித்த இளம் சாத்திரக்காரன் ஒருத்தன் குத்துவிளக்குக்கு முன்னால் உட்கார்ந்து சாதகக் கட்டுகளை ஆராய்ந்துகொண் டிருந்தான். ஐயாவின் வழுக்கை விழுந்த முன்னந்தலை கரப்பான் பூச்சி முதுகுபோல மினுங்கியது. அம்மா பாக்குத்தூளை முன் பல்லால் மென்றுகொண்டிருந்தார். வாடிய பூப்போல அவ ருடைய தலை குனிந்திருந்தது. கை விரல்கள் வளைந்துபோய் அவர் கன்னத்தைத் தொட்டுக்கொண்டு இருந்தன. இருவரும் கிட்டத்தில் இருந்தாலும் பெரும் யோசனையில் தூரத்தில் இருந்தார்கள்.

'ராட்சதர்கள் பலம் பெறுவது இரவில். இரவு பிறக்கும் பிள்ளைகளில் ராட்சதக் குணம் கொஞ்சம் கூடுதலாக இருக்கும். கண்ணன் பிறந்தது இரவில். கண்ணனிடம் ராட்சத அம்சம்

இருந்தபடியால்தான் அவனால் கம்சனைக் கொல்ல முடிந்தது. அது ஒன்றும் பெரிய குற்றம் இல்லை. ஆனால் உங்கள் வீட்டில் ஏழு பிள்ளைகள் அடுத்தடுத்து இரவில் பிறந்திருக்கிறார்கள். வீட்டில் அளவுக்கதிகமாக ராட்சத அம்சம் கனத்துப்போய்க் கிடக்கிறது.' பாட்டும் வசனமும் கலந்த மெல்லிய குரலில் இப்படிச் சொல்லிவிட்டு வலது கையைத் தூக்கி ஒரு பறவையை விடுதலை செய்வதுபோல விரித்தான்.

ஐயாவும் அம்மாவும் இதைக்கேட்டு இடிந்துபோய் விட்டார்கள். 'ஏதாவது பரிகாரம் உண்டா?' என நடுங்கியபடி ஐயா கேட்டார். 'பரிகாரம் பிறகு செய்யலாம். ஆனால் இன்னொரு குழந்தை இந்த வீட்டில் இரவு பிறக்கக்கூடாது. வீடு தாங்காது' என்று கட்டளையிடுவதுபோலச் சொன்னான். 'வேறு என்ன செய்யலாம்?' 'உங்கள் பிள்ளைகளில் ஒன்றிரண்டு பேர் வெளியே தங்கிப் படித்தால் நல்லது. அதனால் பெரிய நன்மை உண்டாகும்' என்றான். அப்படித்தான் என்னுடைய இரண்டாவது அண்ணர் மாமி வீட்டிலிருந்து படிக்கப் போனார். என்னைப் போர்டிங்கில் சேர்ப்பதாகச் சொன்னார்கள். நான் புறப்படுவதற்கு முதல்நாள் சமையலறைக்குள் போனபோது அம்மா விளக்குக்கு முன்னால் தனியாக உட்கார்ந்து அழுதுகொண்டிருந்தார். என்ன என்னவென்று கேட்க அவர் பதில் பேசாமல் முந்தானையால் துடைத்தார். துடைக்கத் துடைக்கக் கண்ணீர் பெருகியது, ஆனால் சத்தமே வரவில்லை. எங்கள் குடும்பம் ஒன்றாயிருந்தது அதுவே கடைசி.

சாத்திரி சொன்னதுபோல ராட்சதர்கள் வீட்டுக்குள் இருந்து வரவில்லை. வெளியே இருந்துதான் வந்தார்கள். அவர்கள் கால்கள் தடிப்பான தோல் பூட்சுகளுக்குள் இருந்தன. வீடுகளும், வீதிகளும், விளையாட்டு மைதானங்களும் அமைதியிழந்தன. வானமும் பூமியும் மாறின. ஒருநாள் வீட்டிலிருந்து ஓடிய வீமன் திரும்பவில்லை. என்னுடைய அண்ணர் என்னவானார் என்பதைப் பார்க்க ஐயாவும் அம்மாவும் உயிருடன் இருக்கவில்லை. இரவு நேரம் சைக்கிளில் விளக்கு வைக்காமல் ஓடி பொலீசில் பிடிபட்டு அண்ணர் இரண்டு தடவைக் கோர்ட்டுக்குப் போகவேண்டி நேர்ந்தது. நீதிவானாகி வாழ்க்கைப்படிகளில் ஏறுவார் என்று சாத்திரக்காரரால் ஆருடம் சொல்லப்பட்ட அண்ணர் கோர்ட் வாசல் படிகளில் குற்றம் சாட்டப்பட்டுத்தான் ஏறினார்.

நான் ரொறொன்ரோவில் இருந்து இரவு நேரம் இதை எழுதிக்கொண்டிருக்கிறேன். இரவு நேரம் மனிதர்களுக்கு உகந்ததில்லை, ராட்சதர்களுக்கு உகந்தது, அதனால் கெடுதல்

உண்டு என ஐயாவும் அம்மாவும் பலதடவை சொல்லியிருக் கிறார்கள். எங்கே இரவு தொடங்குகிறது எங்கே முடிகிறது என்பதை எப்படி நான் கண்டுபிடிப்பது. இங்கே எனக்கு நடு இரவு. கலிஃபோர்னியாவில் முன்னிரவு. இங்கிலாந்தில் பின்னிரவு. இலங்கையில் நாளையாகிவிட்டது.

ஐயா பத்திரமாகக் கட்டிப் பாதுகாத்த சாதகக் கட்டு ஞாபகத்துக்கு வருகிறது. எங்களுடைய சாதகங்கள் இரவல் மணிக்கூடு காட்டிய நேரப்படிக் கணித்து எழுதப்பட்டவை. சாதகத்தின் சொந்தக்காரர்கள் அவற்றைத் தொட்டது கிடையாது. அதை ஒருமுறையாவது பார்த்திருக்கலாம் என்று இப்போது எனக்குத் தோன்றுகிறது. இரவு நேரத்தில் ஒரே தாயின் வயிற்றில், ஒரே மருத்துவச்சியால் பிரசவம் பார்க்கப்பட்டு, ஒரே இரும்புக் கட்டிலில் நாங்கள் எல்லோரும் பிறந்திருந்தோம். திசைக்கு ஒருவராகச் சிதறி ஓடியபோது ஐயா பத்திரப்படுத்திய சாதகக் கட்டுக்கு என்ன நடந்ததென்பது தெரியவில்லை. இன்று நாங்கள் வெவ்வேறு நாடுகளில், வெவ்வேறு சூழல்களில், வெவ்வேறு துயரங்களுடன் வசிக்கிறோம். சில தேசிக்காய்கள் வேகம் பிடித்து எல்லைக்கு அப்பால் ஓடின. சில உரிய இடத்தில் வந்து நின்றன. சில கதவைத் தாண்டவே இல்லை.

அ. முத்துலிங்கம்

தீர்வு

அடகு வைப்பதற்கு வீட்டிலே ஒன்றும் இல்லா விட்டால், எல்லாப் பெறுமதியான பொருள்களும் முடிந்து விட்ட நிலையில், குறுக்கு மூளை அப்பா அவனை அடகு வைப்பார். அவன் பெயர் உக்கோ. ஏப்ரல் மாதம் வரும்போது அவன் தயாராகிவிடுவான். ஆப்பிரிக்காவில் ஏப்ரல் மாதக் கடைசியில்தான் மழைக்காலம் ஆரம்ப மாகும். அடகு வைத்தால் மூன்று நான்கு மாதம் கழித்து தான் அவன் மீட்கப்படுவான். ஒரு பிளாஸ்டிக் பையை எடுத்து தன் உடுப்புகளை அதற்குள் அடைத்தான். உடுப்பு கள் என்பது அவன் பள்ளிக்கு அணியும் ஒரு கால் சட்டையும் ஒரு சேர்ட்டும்தான். மீதி இடத்தில் அவன் புத்தகங்களை நிரப்பினான். என்ன நடந்தாலும் அவன் படிப்பை கைவிடக் கூடாது என்பதில் உறுதியாக இருந்தான்.

உக்கோ பள்ளிக்கூடத்துக்கு வருகிறானோ இல் லையோ, வகுப்பில் அவன்தான் எப்பொழுதும் முதல். தலைமையாசிரியருக்கு அவன் பள்ளிக்கூடத்திற்கு வரா விட்டால் அவனை அடகு வைத்துவிட்டார்கள் என்பது தெரியும். அவனிடம் அவர் நிறைய அன்பு வைத்திருந் தார். அவனுக்குப் பதினொரு வயது நடந்தபோது அந்தப் பிராந்தியத்தில் நடந்த பரீட்சையில் அவன் முதலாவ தாக வந்தான். தலைமையாசிரியர் தன் சொந்தக் காசில் அவனுக்கு ஒரு கைக்கடிகாரம் வாங்கிப் பரிசளித்தார். முள்கள் சுழன்று ஓடும் கடிகாரம். வாழ்க்கையில் அது வரைக்கும் அவன் கட்டியது விளையாட்டுக் கடிகாரம் தான். முதலில் நேரத்தைப் பார்த்துவிட்டு பின்னர் முள்ளைத் திருப்பி வைக்கவேண்டும். ஆனால் இதில் சின்ன முள்ளும் பெரிய முள்ளும் தானாகவே ஒன்றை

ஒன்று துரத்தின. அவன் தனது இடது கையில் ஒரேயொரு நாள் அதைக் கட்டினான். அடுத்த நாள் அவனுடைய அப்பா அதை எடுத்துப்போய் சந்தையில் விற்றுவிட்டார். அம்மா அவரை 'குறுக்குமூளை மனுசன்' என்று திட்டினார். அந்தப் பெயர் பின்னர் நிலைத்துவிட்டது.

உக்கோவுக்கு மூன்று அம்மாக்கள், நாலு பாட்டிகள், ஒரு அப்பா. அப்பாவுக்கு அவனுடைய அம்மா இரண்டாவது மனைவி. அப்பாவின் மூன்று மனைவிகளுக்கும் பிள்ளைகள் இருந்தார்கள். ஆனால் அடகு வைப்பது என்று வரும்போது உக்கோவையே அப்பா தெரிவு செய்வார். ஒருநாள் அப்பா விடம் அம்மா கேட்டுவிட்டார். அதற்கு அவர் சொன்ன பதில்தான் ஆச்சரியமானது. 'எனக்குத் தெரியும், நீ பேசாமல் இரு. எத்தனை நாள் அடகு வைத்தாலும் இவன் படிப்பை விடமாட்டான். முதலாவதாக வந்துவிடுவான்.' அதைக்கேட்ட தும் உக்கோவுக்குக் கொஞ்சம் பெருமையாக இருந்தது. தாயா ரிடம் பலமுறைக் கெஞ்சியிருக்கிறான். 'அப்பா குடித்துவிட்டு ரோட்டில் சண்டை போடுவது எனக்கு அவமானமாயிருக்கு. நண்பர்கள் பரிகசிக்கிறார்கள். நீ ஏன் அவரைத் திருத்தக் கூடாது?' அம்மா சிரிப்பார். 'கோழிக் குஞ்சின் பிரார்த்தனை பருந்தை ஒன்றும் செய்யாது. நீ சின்னப்பிள்ளை' என்பார்.

முதல் முறை அவனை அடகு வைத்தபோது அவனுக்கு வயது 11. அப்பா அவனை லெபனிஸ் வியாபாரிகளிடம்தான் அடகு வைப்பார். லெபனானில் யுத்தம் தொடங்கிய பின்னர் நிறைய கிறிஸ்தவர்களும் முஸ்லிம்களும் ஆப்பிரிக்காவுக்கு வந்து சேர்ந்தார்கள். ஏதாவது வியாபாரத்தைத் துவங்கி அதை லாபகரமாக நடத்தினார்கள். பெரிய வீடுகளில் ஆறு ஏழு வேலைக்காரர்களை வைத்துக்கொண்டு வசதியாக வாழ்ந் தார்கள். அவன் பின்வாசல் கதவு வழியாகத்தான் உள்ளே நுழைவான். காலையில் எசமானின் சப்பாத்துகளை மினுக்கி வைப்பது அவனுடைய முதல் வேலை. அறைகளைத் துப்புர வாக்க வேண்டும், ஆனால் துடைப்பத்தால் கூட்டமுடியாது. சிறுபையன் கூட்டினால் வீட்டிலே பேய் பிடித்துவிடும் என் றார்கள். ஆகவே கைகளினால் பொறுக்குவான். எசமானுக்கு நல்ல நாள் என்றால் அவனுக்கும் நல்ல நாள். அவருக்குக் கெட்ட நாள் என்றால் அவனுக்கு ஆகக் கெட்ட நாள். எசமானின் அறையில் ஒரு படம் மாட்டியிருந்தது. துப்பாக்கியை வலது கையில் தூக்கிப் பிடித்துக்கொண்டு அவர் நின்றார். இடது கால் இறந்துபோன மானின் முதுகில் இருந்தது. அதன் கண்கள் திறந்தபடியே இருந்தன. எசமானின் கண்களும் திறந்த படி இருந்தன. அவர் காலைத் தூக்கினால் மான் எழும்பி

ஓடிவிடும் என்பதுபோல அவனுக்குத் தோன்றும். சாப்பாடு மூன்று நேரமும் அலுமினியத் தட்டில் கிடைக்கும். அதனால் அவனுக்கு மகிழ்ச்சி. ஆனால் இரவு நேரங்களில் அம்மாவை நினைத்து அழுவதை அவனால் நிறுத்தமுடியவில்லை.

அடுத்த தடவை குறுக்குமூளை அப்பா அவனை அடகு வைத்தது ஒரு லெபனிஸ்காரருடைய மருந்துக்கடையில். அங்கே தினம் பத்து மணிநேரம் வேலை. முதலாளி உயரமாக பெரிய வயிறு முன்னுக்குத் தள்ள நீண்ட டிஸ்டாஸா அங்கி அணிந் திருப்பார். தையல்காரனிடம் சொல்லி அவர் அங்கியை முன் னுக்கு நீளமாகவும் பின்னுக்குக் கட்டையாகவும் தைப்பிப்ப தாகப் பேசிக்கொள்வார்கள். ஒருவாரம் முடிவதற்கிடையில் அவன் மருந்தின் பெயர், என்ன வியாதிக்கான மருந்து, அதன் பக்க விளைவுகள், விற்பனை விலை இன்ன பிற விவரங்களை மனனம் செய்துவிட்டான். வாங்குபவருக்குப் பொறுமையாக மருந்தைச் சாப்பிடும் முறைபற்றி விளக்கிச் சொல்வான். முக்கிய மாக மருந்தைத் 'திருப்பிக் கொண்டுவரவேண்டாம்' என்று நினைவூட்ட வேண்டும். அது முதலாளியின் கட்டளை. அவன் கட்டளைகளைச் சரிவர நிறைவேற்றியபடியால் முதலாளிக்கு அவன்மீது பிடிப்பு வந்துவிட்டது. அவனுக்குச் சம்பளம் கிடை யாது. தங்க இடமும் சாப்பாடும்தான். உக்கோவுடைய ஒப்பந்தம் முடிந்து வீட்டுக்குப் போகும்போது அவனுக்குச் சம்பளம் தருவதாகக் கூறியிருந்தார். ஆனால் அவன் செய்த ஒரு முட்டாள் தனம் எல்லாத்தையும் கெடுத்துவிட்டது.

அங்கே ஒரு வழக்கம் இருந்தது. ஆறு மாதத்திற்கொரு முறை காலாவதியான மருந்துகளை ஒரு பெட்டியில் அடுக்கிச் சுகாதார மந்திரியின் அலுவலகத்துக்கு எடுத்துச் செல்வார்கள். மந்திரி மருந்துகளின் ஆயுளை மேலும் ஒரு வருடத்துக்கு நீட்டிக் கடிதம் கொடுப்பார். கணிசமான பணத்தைக் கொடுத்துத் தான் அந்தக் கடிதத்தைப் பெறமுடியும். காலாவதியான மருந்து களை விற்பதில் உக்கோவுக்குச் சம்மதமில்லை. ஒரு நாள் மூச்சுத் திணறியபடி நோயாளி ஒருவர் கேட்டு வந்த மருந்து காலாவதி யாகிவிட்டது. விற்க மறுத்தால் முதலாளிக்குக் கோபம் வரும். விற்றாலோ நோயாளிக்குப் பலன் கிடையாது. இப்படியான இக்கட்டான சமயங்களைக் கடந்துபோக உக்கோவிடம் ஒரு யுக்தி இருந்தது. இருபது மட்டும் ஒவ்வொன்றாக எண்ணு வான். அதற்குள் யாராவது புது வாடிக்கையாளர் கதவை திறந்து வந்தால் மருந்தை விற்கலாம். வராவிட்டால் கொடுக்கக் கூடாது. வேகமாக எண்ணினான். ஒருவருமே வரவில்லை. மருந்து இல்லையென்று நோயாளியை அனுப்பிவிட்டான். இந்த விசயம் எப்படியோ முதலாளிக்குத் தெரிய வந்து அவனைத்

தாறுமாறாக வைதார். தகப்பன் அவனை மீட்க வந்தபோது உக்கோவினால் பெரும் நட்டப்பட்டதாக முறையிட்டு, ஏதோ மருந்து விற்பதுபோல அவனை 'திருப்பிக் கொண்டுவரவேண் டாம்' என்று கடுமையாகச் சொல்லித் துரத்திவிட்டார்.

அவனுக்கு 15 வயதானபோதுதான் அவனுடைய குறுக்கு மூளை அப்பா அவனைப் பால்தாஸர் வீட்டில் அடகு வைத்தார். அவர் பெரிய வைர வியாபாரி. மிக நல்ல மனிதர். இலையான் கள் செய்வதுபோல கைகளை ஒன்றுடன் ஒன்று உரசிக்கொண்டு தான் பேசுவார். ஒருநாள் முழுக்க அவர் பக்கத்தில் நின்றாலும் நாலு ஐந்து வார்த்தைகளுக்குமேல் பேசமாட்டார். உக்கோ அவன் வாழ்நாளில் அத்தனைப் பெரிய வீட்டைக் கண்டதில்லை. வீட்டைச் சுற்றி உதை பந்தாட்ட மைதானம்போலப் பெரிய புல் வெளியும் தோட்டமும். தோட்டத்திலே இரண்டு கருப்பு வெள்ளை நாரைகள், சிவந்த அலகுடன் உலவிக்கொண்டிருக் கும். முதலாளி நல்ல மனிதர். அவனுக்குப் புதிய உடையும் காலுக்கு அணிவதற்குச் செருப்பும் கிடைத்தன. எந்த நேரமும் தோய்த்து மடித்த சீரான உடையில்தான் வீட்டுக்குள் நடமாட வேண்டும் என்பது கட்டளை. காலை எட்டு மணியிலிருந்து வியாபாரிகள் வந்த வண்ணமே இருப்பார்கள். அவர்களுக்குச் சின்னச் சின்ன கிண்ணங்களில் காபியும், மெஸ்ஸே, ஹாமுஸ், லாப்னே என்று சிற்றுண்டி வகைகளும் தந்து உபசரிக்க வேண்டும். மாலையானதும் மதுபானம்தான். அந்த வீட்டில் இருந்ததோ மூன்று பேர்தான். அவர்களைப் பராமரிக்க 17 வேலைக்காரர் கள் உழைத்தார்கள். அவர்களிலே உக்கோவும் ஒருத்தன்.

எசமானின் மகள் பெயர் ஜூலியானா. அவளைக் கண்ட முதல் நாள் அவன் திகைத்துப்போய் நின்றான். அவன் வேலை செய்த வீடுகளில் பல அழகிகளைக் கண்டிருக்கிறான். ஆனால் இப்படியும் இந்த உலகத்தில் அழகிருக்கலாம் என்பதை அவன் அறியவில்லை. இன்னொருவர் முந்த முடியாத அழகு. கூந்தலை எதிர்ப்பக்கமாக வாரி உருட்டி அலங்கரிப்பதால் உயரமாகத் தெரிவாள். அந்தப் பெரிய வீட்டில் உள்ள 20 அறைகளில் அவள் எங்கோ வசித்தாள். அபூர்வமாகக் கண்ணில் தென்படு வாள். சமையலறைக்கும் வரவேற்பறைக்கும் இடையில் ஓடிக் கொண்டிருக்கும்போது. ஒரு நாள் காலை நேரம் அவளை நேருக்கு நேர் கண்டபோது நடுங்கிவிட்டான். நிமிர்ந்து பார்க்க முடியாமல் கண்கள் கூசின. அழகுகூட ஒருவருக்கு அச்சத்தை ஏற்படுத்தும் என்பதை அன்றுதான் உணர்ந்தான். 'உக்கோ' என்றாள். அவளுக்கு அவன் பெயர் தெரிந்திருந்தது மட்டுமில் லாமல் அது ஞாபகத்திலும் இருந்ததை அவனால் நம்ப முடிய வில்லை; பெருமையாகவிருந்தது. வேலையில் சேர்ந்த அன்றே

அவனுக்கு ஒரு கட்டளை பிறப்பிக்கப்பட்டிருந்தது. எசமானை அவன் 'மாஸ்டர்' என்றும் எசமானியை 'மாடம்' என்றும் மகளை 'ஸ்மோல் மாடம்' எனவும் அழைக்கவேண்டும்.

'எஸ், ஸ்மோல் மாடம்' என்றான். அவன் தலை குனிந்திருந்தது. அவள் மாட்டியிருந்த வெள்ளிச் சருகை வேலைப்பாடு செய்த சப்பாத்துகளையே அவன் கண்கள் கண்டன. அவன் அணிந்திருந்த இறுக்கமான உடை பாதி நனைந்துவிட்டது. 'நீ படிக்கிறாயாமே. என்ன படிக்கிறாய்?' என்று கேட்டாள். அவன் மூளை படபடவென்று வேலை செய்தது. சில நாட்களுக்கு முன்னர் அவள் மேசையிலே கிடந்த புத்தகங்களைப் பார்த்திருக்கிறான். அவளுக்கு அவனிலும் பார்க்க இரண்டு வயது கூட இருக்கும். ஆனால் ஒரு வகுப்பு கீழே படிக்கிறாள். இடுப்பிலே கையை வைத்துக்கொண்டு பதிலுக்காக நின்றாள். இந்தச் சின்னக் கேள்விக்கு இவ்வளவு தாமதமான பதிலா என்று அவள் யோசித்திருக்கலாம். வெள்ளை கொலர் வைத்த மெல்லிய பச்சைக் கவுண் அணிந்திருந்தாள். அதே வெள்ளைக் கலரில் அகலமான பெல்ட் அவள் இடுப்பைச் சுற்றி இறுக்கியிருந்தது. அவன் புத்தியாக அவளிலும் பார்க்க ஒரு வகுப்பைக் குறைத்துச் சொன்னான். 'சரி போ' என்றாள். அப்படிச் சொன்ன போது அவளுடைய தலை 40 பாகை தோள் பக்கம் சரிந்தது. விடுதலை பெற்றவன்போல அந்த இடத்தை விட்டு அகன்றான். அகன்றதும் ஏதோ பெரும் இழப்பு வந்து அவனை மூடிக்கொண்டது. மீதி நாள் முழுக்க அவனுக்கு நரகமாகவே கழிந்தது.

அவனுடைய குறுக்குமூளை அப்பா அந்தத் தடவை அவனை அடகுவைக்க வந்தபோது அவனுடைய அம்மா எதிர்த்துப் போராடினார். அவர் படுத்த படுக்கையாகக் கிடந்தார். அவரை பார்த்துக்கொண்டது மூன்றாவது அம்மா. வேறு ஒருவரும் எட்டிப் பார்ப்பதில்லை. மருத்துவர்கள் கைவிட்டுவிட்டார்கள். வலியில் அம்மா துடித்தபடியே 'உச்சரிக்கமுடியாத வியாதி வந்துவிட்டதே' என்று புலம்புவார். 'உக்கோ உக்கோ' என்று நிமிடத்துக்கு நாலு தடவை அழைப்பார். அவன் ஒன்றுமே செய்யத் தேவையில்லை. அம்மாவின் பக்கத்தில் உட்கார்ந்தாலே போதும். இலையான்களின் தொல்லைதான் தாங்கமுடியாமல் இருந்தது. அம்மாவின் கண்களை அவை விடாமல் தாக்கின. எசமான் வீட்டிலே இலையான்களே இல்லை. அவைகளுக்கு எப்படி ஏழை வீடு, பணக்கார வீடு தெரிகிறது என்பது அவனுக்குப் புரியவில்லை. தன்னால் ஒன்றுமே செய்யமுடியவில்லையே என்று நினைத்தபோது அவனுக்கு வாழ்க்கையில் முதல் தடவையாக வெறுப்பு வந்தது. எப்பொழுது அவனுடைய குறுக்குமூளை அப்பா வந்து தன்னை மீட்பார் என்று தினமும்

எதிர்பார்த்துக்கொண்டிருந்தான். ஆனால் இப்போது அவர் வந்துவிடுவாரோ என்ற அச்சம் ஏற்பட்டது. அதை நினைக்க அவனுக்கு வெட்கமாயிருந்தது.

இந்த உலகத்தில் அவனிடம் உண்மையான அன்பு காட்டுபவர்கள் இரண்டே இரண்டு பேர்தான். ஒன்று அம்மா. மற்றது அவனுடைய தலைமையாசிரியர். 'நீ நல்லாய்ப் படி. உனக்கு அபூர்வமான மூளை. நீ வெளிநாடு போய் பெரிய படிப்பெல்லாம் படிக்க வேண்டும்' என்று இங்கிலாந்து மாப்பை விரிப்பார். அவன் உடனேயே விம்மத் தொடங்குவான். 'ஒரு வரைபடத்தைப் பார்த்து அழுவது இந்த உலகத்தில் நீ ஒருவன் மட்டுமே' என்று எரிச்சலுடன் சொல்லிவிட்டு மாப்பை மறுபடியும் சுருட்டி வைப்பார். அவனால் வரைபடங்களைப் பார்க்க முடிவதில்லை. 'வெளிநாடு போகமாட்டேன் சேர்' என்பான் அவன். 'உன் மூளை பெண்டுலம்போல வேலை செய்கிறது. கூர்த்த மதி கொண்டவனாய் ஒரு கணம் தெரிகிறாய். அடுத்த கணம் முழு மூடனாகிவிடுகிறாய். கிளையிலேயே உட்கார்ந்திருக்கும் பறவைக்கு சோளம் எங்கே இருக்கிறது என்பது தெரியாது. தேனி பூப்பூவாய்ப் போய்த் தேனை திரட்டுவது போல நீ அறிவைத் திரட்டவேண்டும்' என்பார். உக்கோவின் தலை குனிந்திருக்கும்.

ஒருநாள் கதவு மணி அடித்தது. அந்த ஒலி அடங்குவதற்கிடையில் மறுபடியும் ஒலித்தது. உக்கோ ஓடிச்சென்று கதவைத் திறந்தான். இரண்டு இளம் பெண்கள், அவர்களைத் தோளோடு தோள் ஒட்டிவிட்டதுபோல, நெருக்கமாக நின்றார்கள். உக்கோ சிரித்தான். ஆனால் அவர்கள் திருப்பிச் சிரிக்கவில்லை. அவனைத் தள்ளி விழுத்துவதுபோல உள்ளே நுழைந்தனர். ஜூலியானாவுடன் படிப்பவர்கள் என்பது உடனே புரிந்தது. படபடவென்று காரியங்கள் துவங்கின. ஒருத்தி கரண்டி ஒன்றை வாய்க்கு முன் பிடித்துக்கொண்டு (அதுதான் ஒலிவாங்கி) பாடினாள். அந்தப் பாட்டுக்கு மற்றவள் நடுக்கூடத்தில் நடனம் ஆடினாள். அது அரேபியர்கள் நடனம் என்பது அவனுக்குப் பின்னர் தெரிந்தது. அவள் முறையாக அரேபிய நடனம் கற்றவள் போலிருந்தாள். பின்னர் ஜூலியானாவின் முறை வந்தது. இடுப்பிலே நீலம் சிவப்பு என ரிப்பன்களை இறுக்கி கட்டி இன்னும் இடையைச் சிறிதாக்கிக்கொண்டு ஆடினாள். நடனத்தின் முக்கியமான பகுதி இடையை ஆட்டுவதுதான். ஒரு கால் நேராக நிற்க மற்றக் காலைச் சாய்த்து வைத்து, ஒரு கையை இடுப்பிலே ஊன்றிக்கொண்டு நின்ற நிலையிலேயே இடையை மட்டும் தூக்கித் தூக்கி எறிந்தாள். அது மேலும் கீழும் ஆடியது. அவன் அவர்களுக்கு மெஸ்ஸே பரிமாற வந்த

அ. முத்துலிங்கம்

போது பாடிய பெண் கரண்டியை பின்னுக்கு ஒளித்தாள். வாயை ஒன்றும் செய்யமுடியவில்லை. அவன் திரும்பியபோது ஜூலியானா என்னவோ மெள்ளச் சொல்ல இருவரும் ஒரே நேரத்தில் திரும்பி அவனைப் பார்த்தார்கள். அவனுக்கு என்னவோபோல ஆகிவிட்டது. சமையலறைக்கு ஓடி வந்த பின்னரும் அவனுடைய தொடைகள் ஆடின. அவள் என்ன சொல்லியிருப்பாள் என்று அன்று இரவு முழுக்க தூங்க முடியாமல் மண்டையைப் போட்டு அவன் உடைக்க வேண்டியிருந்தது.

அவளிடம் எண்ணிக் கணக்கு வைக்க முடியாத ஆடைகள் இருந்தன. இரவு ஆடை, வீட்டு ஆடை, பள்ளி ஆடை, விளையாட்டு ஆடை, குளிக்கும் ஆடை, வெளி ஆடை, விருந்து ஆடை என்று பல வகை. ஒருமுறை அணிந்ததை இன்னொரு தடவை அணிவதை அவன் பார்த்தது கிடையாது. சிலசமயம் விருந்து ஆடையை வீட்டுக்கு உடுத்தி அலங்காரம் செய்து கண்ணாடியில் தன்னையே நெடுநேரம் பார்ப்பாள். பின்னுக்கு இழுபடும் மெல்லிய நீல நிற உடையில் இளவரசிபோல, உயர்ந்த கால்செருப்பு சத்தமிட, உலவுவாள். ஒருநாளைக்குப் பலமுறை உடைமாற்றுவாள். கழற்றிய உடை கழற்றிய இடத்திலேயே வட்டமாகக் கிடக்கும். அவற்றைப் பொறுக்கிக் கூடையில் உக்கோ பலதடவை போட்டிருக்கிறான். அந்த உடைகளின் மிருதுத்தன்மை விரல்களில் படும் சில கணங்கள் அவன் மனதில் பல மணிநேரம் தங்கும். அவளைத் தொடுவதுபோல மிகவும் மரியாதையுடன்தான் அவற்றைத் தொட்டிருக்கிறான்.

எசமான் வீட்டில் இரண்டு தோட்டக்காரர்கள் புல் வெட்டுவார்கள். உருளையான மெசினைத் தள்ளிக்கொண்டு போக அது பெரும் சத்தம் எழுப்பியபடிப் புல்லை வெட்டிச் சேகரிக்கும். புல் வெட்டும் நாட்களில் ஜூலியானா அழைத்தால் கேட்காது. அந்த வீட்டில் உள்ள 20 அறைகளில் எந்த அறையில் இருந்தும் அவள் கூப்பிடுவாள். அந்தச் சத்தம் சுவர்களில் எதிரொலித்து எதிரொலித்து அவனிடம் வந்து சேரும்போது பாதி பலம் இழந்துவிடும். அவன் ஒவ்வொரு அறையாக அவளைத் தேடிக்கொண்டு அலைவான். அன்று அவள் தீவிரமாக ஏதோ படித்துக்கொண்டிருந்தாள். வீட்டுப் பாடம் செய்கிறாள் என்று பட்டது. எட்டிப் பார்த்தான். பாஸ்கல் முக்கோணத்தில் ஒரு கணக்கு. 'எஸ் ஸ்மோல் மாடம்' என்றான். தேநீர் கொண்டுவரச் சொன்னாள். மாடிப்படிகளில் இறங்கிச் சமையலறைக்குச் சென்று எடுத்து வந்து பூச் செண்டு கொடுப்பதுபோல எட்ட நின்று நீட்டினான். அவள் கோப்பையை வாங்கிய பின்னரும் அவன் கைகள் நீண்ட படியே இருந்தன. ஆறிவிட்டது என்றாள். அவன் மறுபடியும்

சமையல் அறைக்கு ஓடி இன்னொன்று எடுத்து வந்தான். அதுவும் சரியில்லை. மூன்றாவது தடவை இரண்டு இரண்டு படியாகத் தாவி ஏறிக் குதிரைபோல மூச்சுவிட்டுக்கொண்டு ஓடிவந்தான். அவள் ம்ம்ம் ஆறிவிட்டது என்றாள். தேநீர் கோப்பையைத் தொட்டுக்கூடப் பார்க்கவில்லை. 'ஸ்மோல் மாடம். நீங்கள் என்மீது ஏதோ கோபமாயிருக்கிறீர்கள்' என்றான். 'கோபமா? உன்மீதா? போ போ' என்று கையை நீட்டி விரட்டி னாள். அவன் தடுமாறிப் பின்பக்கமாக விழுந்து தன் மீது தேநீரைக் கொட்டிக்கொண்டான். இதை அவள் எதிர்பார்க்க வில்லை. பதைபதைத்தபடி வந்து 'ஓ என்னை மன்னித்துவிடு' என்று அவன் கையை பிடித்துத் தூக்கிவிட்டாள். அந்த மிருது வான விரல்கள் அவனைத் தொட்டது ஒரு கணம்தான். சிப்பி யின் உள்பக்கம் போல பளபளவென்ற வெள்ளை நகங்கள். அவள் விரல்களை விடுவித்த பின்னும் அந்த சிலிர்ப்பு விட வில்லை. யன்னலைத் துளைத்துக்கொண்டு புதிய சூரிய வெளிச்சம் திடீரென்று உள்ளே பாய்ந்தது. புல்வெட்டும் சத்தம் பெரிதாகி அவர்களைச் சூழ்ந்துகொண்டது. அவ னுடைய மீதி வாழ்நாள் முழுக்கப் புல்வெட்டும் சத்தம் கேட்கும் போதெல்லாம் அவனுக்கு அவள் ஞாபகம் வரும்.

அவன் மனதில் கள்ளம் புகுந்துவிட்டது. அன்று முழுக்க அவள் கண்களில் படுகிறமாதிரி உலவினான். கால்களிலே புதிய சுறுசுறுப்பு வந்தது. என்றுமில்லாத விதமாக அவள் அம்மாவின் கழுத்தைச் பாம்பு சுற்றுவதுபோல கைகளால் சுற்றிப் பிடித்துக்கொண்டு ஏதோ அரேபிய மொழியில் சொன் னாள். பின்னர் அவனைத் திரும்பிப் பார்த்ததுபோல இருந்தது. வழிப்பறிக் கொள்ளைக்காரன்போல திடீரென்று அவள் பாதையில் குறுக்கிடச் சொன்னது அவன் மனம். எங்கே அவள் நின்றாலும் அவளைப் பார்க்கவேண்டும் என்று தோன்றி யது. கண்ணை வெட்டினால் அவள் மறைந்துவிடுவாள் என்று பயந்தான். அடுத்த நாள் அவள் பள்ளிபோகும்போது அவன் வாசலில் ஏதோ வேலை உண்டாக்கி நின்றான். காரில் ஏறப் போகும் முன்னர் திரும்பிப் பார்த்தாளா என்பதை அவனால் நிச்சயிக்க முடியவில்லை. அவள் பள்ளியிலிருந்து திரும்ப வரும் நேரத்தைக் கணித்து அதே இடத்தில் காத்திருந்தான். அன்று அவனைத் திகைக்கவைத்த சம்பவம் நிகழ்ந்தது. குறுக்கு மூளை அப்பா வந்து அவனை மீட்டுக்கொண்டு போய்விட்டார்.

அந்த வருடம் சோதனையில் அவன் நாட்டில் முதலாவ தாக வந்திருந்தான். பிரிட்டிஷ் கவுன்சில் இங்கிலாந்தில் மேல் படிப்புப் படிப்பதற்கு அவனுக்கு உதவித்தொகை அறிவித்திருப்ப தாகத் தலைமையாசிரியர் சொன்னார். 'எனக்கா?' என்று

மட்டும் கேட்டான். அவனால் வேறு ஒன்றுமே பேசமுடியவில்லை. கண்ணீர் ஒழுகத் தொடங்கியிருந்தது. வீட்டுக்கு ஓடிவந்து மூச்சு வாங்க அம்மாவிடம் செய்தியைச் சொன்னான். சொன்ன தும் தன் தவறை உணர்ந்துகொண்டான். ஆறுமாதமாக அவர் படுக்கையைவிட்டு எழுந்திருக்கவில்லை. வலியில் முனகிக் கொண்டு அவன் தலையைத் தடவி 'நீ என்னை விட்டுவிட்டு போகப்போகிறாயா?' என்றுமட்டும் கேட்டார். அதன்பிறகு அவனுடன் பேசவில்லை. அம்மாவுக்கு மூன்று மொழிகள் தெரியும். அவருடைய கிராமத்து ஃபுலானி மொழி. குறுக்கு மூளை அப்பாவிடம் பேசும் ரிம்னி மற்றும் கிரியோல். அம்மா மூன்று மொழியிலும் அவனிடம் மௌனம் சாதித்தார்.

சந்தை பஸ் நிலையத்துக்குப் போய் இரண்டாவது பாட்டியை அழைத்துவரும்படிக் குறுக்குமூளை அப்பா கட்டளை இட்டிருந்தார். பாட்டி வந்தால் அம்மா உற்சாகமாகிவிடுவாள். ஹமட்டான் காற்று வீசும் காலை நேரம். சகாரா பாலை வனத்துக் குளிரை அப்படியே அள்ளிக் கொண்டுவந்திருந்தது காற்று. அவன் மூச்சு விடும்போது அவனுடைய சுவாசப்பை அளவு உருண்டையான புகை மேகங்கள் அவனுக்கு முன்னால் போயின. எந்த நேரம் என்ன பஸ்ஸில் பாட்டி வருவார் என்ற தகவல் அவனுக்குச் சொல்லப்படவில்லை. ஒவ்வொரு பஸ்ஸாக அவன் தேடிக்கொண்டு வந்தான். அவனுக்கு முன் னால் ஒரு பெண்ணும் யாரையோ தேடினாள். முதுகிலே ஒரு குழந்தையைக் கட்டியிருந்தாள். அதே அளவு இன்னொரு குழந்தையை வாளியிலே காவினாள். பஸ்கள் வந்து வந்து போய்க்கொண்டிருந்தன. பஸ் வாசகங்களைப படித்தபடி அவன் பாட்டிக்காகக் காத்து நின்றான்.

'மடியில் உட்காராவிட்டால் முழு டிக்கட்.'

'கடவுள் மேலே இருக்கிறார். அவசரமாகச் சந்திக்க வேண்டு மென்றால் அடுத்த பஸ்ஸில் ஏறுங்கள்.'

'பிணங்களை ஏற்றிப்போவது சட்டவிரோதம்.'

கடைக்கண்ணில் ஒளிபட்டதுபோல அதிர்ச்சி. ஒரு மூச்சுத் தவறியது. அதற்குப் பின்னர்தான் கண்டான். ஜூலியானா. அவனுடைய சிரிப்பைத் திருப்பிக் கொடுக்காத இரண்டு சிநேகிதி களுடன் வந்திருந்தாள். வீதியின் மறு பக்கத்தில் அவள் நடந்த போது அவளுடைய ஆடை நடைக்கு ஏற்பச் சுழன்றது. உக்கோ தன் உடையைக் குனிந்து பார்த்தான். இறுக்கமான காக்கிக் கால்சட்டை, ஒருவாரம் முழுக்கப் போட்டு ஊத்தையான பழுப்பு மேல் சட்டை. கினிக்கோழி புதருக்குள் பதுங்குவது

போல மெல்ல பின்பக்கமாக நகர்ந்து பஸ்ஸின் பக்கவாட்டில் மறைந்துகொண்டான். அவளோ ஒரு கவலையும் இல்லாமல் கைகளை ஆட்டிச் சிரித்துப் பேசிக்கொண்டு போனாள். அவள் உருவம் மறைந்த பின்னர் அவளை மறுபடியும் பார்க்க மனம் அவாவியது. பிரபஞ்சத்தை அவள்தான் இயக்குகிறாள் என்பது போன்ற நடை. என்ன ஒய்யாரம். சிநேகிதிகள் பக்கம் திரும்பி, கழுத்தைச் சாய்த்து ஏதோ சொன்னாள். வந்ததுபோலவே திடீரென்று மறைந்தும் போனார்கள். பின்னர் அவளை அவன் வாழ்நாளில் காணவில்லை.

தலைமையாசிரியர் அவனைத் தேடி வீட்டுக்கு வந்து விட்டார். அவர் கோபமாக இருந்தார். 'உண்மைதானா? நீ போகப்போறதில்லையா? எத்தனைப் பெரிய அதிர்ஷ்டம். இந்தக் கிராமத்துக்கே உன்னால் பெருமை கிடைத்திருக்கிறது.' உக்கோ நிலத்தைப் பார்த்தபடி சொன்னான். 'அம்மாவுக்கு விருப்பமில்லை, சேர்.' 'என்ன பேசுகிறாய்? நான் சந்திரனைச் சுட்டிக் காட்டுகிறேன். நீ என் விரல் நுனியைப் பார்க்கிறாய். உன் அம்மாவைப் பார்த்துக்கொள்ள பாட்டி இருக்கிறார்.' அன்று தலைமையாசிரியர் அவனுடன் நீண்ட நேரம் பேசினார். 'எல்லா ஏற்பாடுகளும் முடிந்துவிட்டன. நீ தலைநகரத்துக்குப் புறப்படவேண்டியது மட்டும்தான்' என்றார். 'என்னால் முடியாது சேர்' என்றான் அவன். 'கதவு திறந்திருக்கிறது. நீ சாவித்துவாரம் வழியாகப் பார்க்கிறாய்' என்று கோபமாகச் சொல்லிவிட்டு எழுந்து போய்விட்டார். அவர் அப்படிக் கோபித்து அவன் கண்டதில்லை. தாயார் அவனையே வெறித்துப் பார்த்தார். 'நான் விரைவில் செத்துப் போய்விடுவேன்' என்றார். 'நான் உன்னைவிட்டுப் போகமாட்டேன் அம்மா' என்று உக்கோ அவரைக் கட்டிப்பிடித்தான். பழுதாகிப்போன சருமத்தின் மணம் வந்தது.

மூன்று நாட்களாக அவனால் தூங்க முடியவில்லை. நடுச்சாமம் சாடையாகக் கண்ணயர்ந்தபோது நெற்றியை யாரோ தடவினார்கள். கண்விழித்தபோது பக்கத்தில் அம்மா இருந்தார். கிண்டி எடுத்த இஞ்சிக் கிழங்குபோல விரல்கள் அவன் நெற்றியை வருடின. உதடுகள் வெள்ளையாகக் காட்சியளித்தன. இவரா ஒரு காலத்தில் அவனுக்குப் பால் ஊட்டி வளர்த்தார். அவருடைய தோளில் அவன் தொட்டபோது கத்திபோலக் கூராகவிருந்தது. அம்மாவின் வாயில் காணப்பட்ட அத்தனைப் பற்களும் பெரிதாகி எண்ணெய் விளக்கு ஒளியில் அவனைப் பயமுறுத்தின. 'ஏன் அம்மா நித்திரை வரவில்லையா?' என்றான். 'நான் தூங்கினால் நீ போய்

விடுவாய், எனக்குத் தெரியும்' என்றார். 'நான் போகமாட்டேன், அம்மா' என்று அவன் உறுதிகூறி தூக்க மருந்தை எடுத்துக் கொடுத்தான். அவர் அதைச் சாப்பிட்டுவிட்டு அமைதியாகத் தூங்கினார்.

காலை ஐந்து மணிக்கு அவன் வீட்டை விட்டு புறப்பட்ட போது தாயார் ஆழ்ந்த தூக்கத்தில் கிடந்தார். பையைத் தூக்கிக்கொண்டான். இத்தனைப் பொய்களை அவன் தாயாரிடத்தில் சொன்னது கிடையாது. அவன் போனது தெரிந்ததும் அவர் மனம் என்ன பாடுபடும் என்பதை அவனால் நினைத்துக்கூடப் பார்க்கமுடியவில்லை. பஸ் தரிப்பில் ஒருவருமே இல்லை. ஒரு நாய் மாத்திரம் படுத்திருந்தது. வீட்டுக்குத் திரும்புவோமா என மனம் தடுமாறியது. தலைமையாசிரியர் கோபித்துக்கொண்டு சட்டென்று எழுந்துபோனதை எண்ணி வருந்தினான். அவனுக்கு இருப்பது ஒரு அம்மா மட்டுமே. படிப்பு தடைபட்டால் நாளை இன்னொரு படிப்பு கிடைக்கும். ஆனால் அம்மாவுக்கு அவன் எங்கே போவான். இனி மேல் அவரைப் பார்க்கவே முடியாது என்று எண்ணியபோது மனம் நடுங்கியது. அந்த எண்ணத்தை தள்ளிக்கொண்டு வேறொரு நினைப்பு வந்தது. சிப்பியின் உள்பக்கம் போல பளபளக்கும் நகங்களுடன் கழுத்தைச் சரித்து மெல்லச் சிரிக்கிறாள் ஜூலியானா. அந்த நினைப்பு அவனைப் பதைபதைக்க வைத்தது.

நாயைப் பார்த்தான். அதுவும் அவனை மேல் கண்ணால் பார்த்தது. இன்னும் சில நிமிடங்களில் பஸ் வந்துவிடும். அதற்கு முன்னர் நாய் எழுந்துபோனால் அவன் வீட்டுக்குத் திரும்புவான். போகாவிட்டால் அவன் பஸ் ஏறுவான். மூன்று மாதங்களாக அவனை வாட்டியெடுத்தப் பிரச்சினைக்கு ஒரு தீர்வு கிடைத்தது இப்படித்தான்.

எல்லாம் வெல்லும்

பிரிகேடியர் துர்க்கா பூமியில் வாழப்போகும் கடைசி நாளன்று திடுக்கிட்டு விழித்தபோது காலை ஐந்து மணி. அவர் மூன்றாவது நாளாகப் பதுங்கு குழியில் இரவைக் கழித்திருந்தார். வழக்கமாகத் தோய்த்து அயர்ன் பண்ணி விறைப்பாக நிற்கும் அவருடைய சீருடை சேற்று நிறமாக மாறிவிட்டது. சப்பாத்துகளைக் கழற்றி மண்ணை உதறி மறுபடியும் அணிந்துகொண்டார். சுவரில் சாத்திவைத்த S-97 துப்பாக்கியின் மேல் வண்டு அளவிலான இலையான் ஒன்று உட்கார்ந்திருந்தது. அதை அடிக்கக் கை ஓங்கியவர் மனதை மாற்றி ஆயுத உறையைக் கையிலெடுத்துத் திசைகாட்டியும் சங்கேத வார்த்தைத் தாளும் இருப்பதை உறுதி செய்தபின்னர் இடுப்பிலே கட்டினார். நிரையாக நீண்டுகிடந்த பங்கர்களைப் பார்த்தார். ஆள் நடமாட்டமே இல்லை. வெளியே வந்து அவசர அவசரமாகக் காலைக் கடன்களை முடித்தார். முந்தைய நாள் போரில் மிஞ்சிய புகைமணம் காற்றிலே நிறைந்து கிடந்தது. இரண்டு வாரங்களுக்கு முன் அவர் முள்ளிவாய்க்காலில் இருந்ததை நினைத்துப் பார்த்தார். இத்தனை அழிவு இவ்வளவு சீக்கிரத்தில் வந்துவிட்டதை அவரால் நினைத்துக்கூடப் பார்க்கமுடியாததாக இருந்தது.

முள்ளிவாய்க்காலில் காலையில் எழும்பியதும் துர்க்காவின் கண்ணில் படுவது அகிலா என்ற சிறுமி தான். வழக்கம்போல அரைமணி நேரம் யோகாசனம் செய்தபின்னர் மேஜர் சோதியாவின் படத்துக்கு மெழுகுத் திரி கொளுத்தி வணங்குவார். ஒரு சுற்று நடந்து கூடாரங்களைப் பார்வையிடுவார். சிலர் இன்னமும் தூக்கத்தில் இருப்பார்கள். சிலர் எழுந்து தேநீர் தயாரிப்பார்கள். அகிலாவுக்குக் குண்டு விழுந்து ஒரு கை போய் விட்டது.

அ. முத்துலிங்கம்

அதிலே கட்டுப்போட்டிருந்தார்கள். அவள் ஒருவிதக் கவலையு மில்லாமல் குனிந்து புற்களுக்கிடையில் ஏதோ ஒரு பூச்சியைத் துரத்திக்கொண்டிருந்தாள். துர்க்காவைக் கண்டதும் விறைப் பாக நின்று 'துர்க்காக்கா' என்று மகிழ்ச்சி பொங்கக் கத்தி மிஞ்சியிருந்த இடது கையால் ஒரு சல்யூட் அடித்தாள். 'இங்கே நிற்கக்கூடாது, ஓடு ஓடு' என்றார். 'எல்லாம் வெல்லும், அக்கா.' 'எல்லாம் வெல்லும்' என்று துர்க்காவும் ஒரு சல்யூட் வைத்தார்.

அகிலா, நித்தியா, அபிராமி, சுகன்யா, கன்னிகா, குழலி எல்லோரும் காயம் பட்டவர்கள். கை இல்லாமலும், கால் இல்லாமலும், கண் போயும் கட்டுக்களோடு வாழப் பழகிய சிறுமியர். அவர்கள் போர்முனையில் தங்கக்கூடாது. மாற்று ஏற்பாடுகள் செய்யும்வரை அங்கே இருக்க அனுமதி கொடுக்கப் பட்டிருந்தது. குண்டுவீச்சில் பெற்றோரை இழந்து, உறவு என்று சொல்ல ஒருவருமே இல்லை அவர்களுக்கு. நித்தியாவுக்கு இரண்டு கண்களிலும் கட்டுப்போட்டிருந்தது. குண்டு வீச்சும், எறிகணையும், துப்பாக்கிச் சூடும் ஆறு மணித்தியாலங்கள் தொடர்ந்து நடந்து அப்போதுதான் ஓய்வுக்கு வந்திருந்தது. தினம் இரண்டு மணிநேரம் ஜெனரேட்டர் போடப்பட்டு அந்த நேரம் சனங்கள் அத்தியாவசியமான காரியங்களைச் செய்யப் பழகிக்கொண்டார்கள். சிலவேளைகளில் துர்க்கா நினைப்பதுண்டு குண்டுகள் விழும்போது நேராகப் பதுங்கு குழிகள் மேல் விழுந்தால் நல்லாயிருக்கும் என்று. ஒரு பிரச் சினையுமின்றி இறந்துபோகலாம். அந்தப் பதுங்கு குழியைப் சிறுமியர்தான் நிறைத்திருந்தனர். இரண்டு கை போன மேனகா வும் அங்கேதான் இருந்தாள். ஒருமுறை கிபீர் இரைந்து கொண்டு தாழப்பறந்து வந்தது. மூன்றுவயதுக் குழந்தைகூட அது கிபீர் விமானம் என்று சத்தத்தை வைத்தே சொல்லிவிடும். அத னுடைய வேகம் ஒலியின் வேகத்தைப்போல இரண்டு மடங்கு. விமானம் போனபின்னரே அதன் ஒலிவந்து சேரும். விமானத் தின் பேரிரைச்சலில் கத்திப் பேசினாலும் கேட்காது. சிறுமிகள் பதுங்கு குழிகளுக்குள் நீச்சல் குளத்துக்குள் குதிப்பதுபோலப் பாய்ந்துவிட்டார்கள். பக்கத்தில் குண்டு விழுந்து மண் எல்லாம் சரிந்து மூடிவிட்டது. ஆழமான குழி அது. நாலுபேர் அவசர அவசரமாகக் கிண்டியதில் உயிர்களைக் காப்பாற்ற முடிந்தது. அப்படியும் சுவர்ணலதா மூச்சுத்திணறி இறந்துவிட்டாள். எப்பவும் திருநீறு பூசி, பொட்டு வைத்து, இரட்டைப் பின்ன லுடன் சிரித்தபடி இருக்கும் சிறுமி அவள். காலையில் எழுந்த வுடனேயே சீப்பைத் தூக்கிக்கொண்டு 'அக்கா, அக்கா' என்று யாராவது பெரிய பெண்ணைத் தேடித்திரிவாள், தலையை இழுத்துவிடச் சொல்லி.

தினம் மின்சாரம் வேலை செய்யும் இரண்டு மணி நேரத்தில் முக்கியமான செய்திகளை மக்களுக்காக ஒலி பரப்பினார்கள். வெளிநாடுகளுக்குச் செய்திகளும், தகவல்களும், படங்களும் அனுப்பப்பட்டன. பதுங்கு குழியில் காயம்பட்டு வேதனையோடு முனகிக்கொண்டிருந்த குழந்தைகள் விஜய் நடித்து வெளிவந்த 'சிவகாசி' படத்தை டிவியில் பார்த்தார்கள். பசியையும் வேதனையையும் மறந்து அவர்கள் படத்தில் ஆழ்ந்து போய் இருந்ததைப் பார்த்தபோது துர்க்காவுக்கு மனதைப் பிசைந்தது. எந்தத் தாய்மார் பெற்ற பிள்ளைகளோ. அவர்களுக்கே தாயின் முகம் மறந்துவிட்டது. அடுத்த நேர உணவு என்னவென்று தெரியாது. அது எங்கேயிருந்து கிடைக்கும் என்பதும் தெரியாது. குண்டு எங்கே விழும், அப்போது யார் யார் மிஞ்சுவார்கள் என்பதும் தெரியாது. இரண்டு கையும் போய் மெலிந்து, இழுத்து இழுத்து மூச்சு விட்டுக்கொண்டிருக்கும் கன்னிகா சொல்கிறாள்: 'அக்கா, தள்ளி நில்லுங்கோ, படத்தை மறைக்காமல்.'

துர்க்கா வானத்தை நிமிர்ந்து பார்த்தார். சூரியன் அன்றைய நாளைத் தயக்கத்துடன் துவங்கினான். மரங்கள் புகைமூட்டமாகத் தெரிந்தன. காலநிலை பகல் மப்பாகவும் பின்னேரம் மழையாகவும் இருக்கும் என்று அவருக்குப் பட்டது. முழங்காலை மடித்துச் சப்பாத்துக் கயிறை இழுத்துக் கட்டினார். இடைப்பட்டியை மூன்றாவது ஓட்டைமட்டும் இறுக்கிய பின்னர் தொப்பியை தலைமேல் அணிந்தார். கைத்துப்பாக்கியை உறையினுள் செருகினார். 'ரெடியாக இரு' என்று சொல்வது போல செகண்டுக்கு 700 மீட்டர் வேகத்தில் சுடக்கூடிய S-97 யப்பான் துப்பாக்கியை ஆதரவாகத் தொட்டு தன் இருப்பை உணர்த்தினார். குறிசூட்டுத் திறனில் அவர் பல முறை பரிசுபெற்றவர். தீச்சுவாலை நடவடிக்கையின்போது வயிற்றிலே குண்டு பட்ட பிறகும் அந்தத் துப்பாக்கி அவரைக் கைவிடவில்லை. அந்த நிலையிலும் 1500 மீட்டர் தூரத்தில் அவருடைய துப்பாக்கி பலதடவை குறி தப்பாமல் சுட்டிருக்கிறது. இரண்டு வார காலமாக அரிசிக் கஞ்சியை மாத்திரம் சாப்பிட்டு வந்ததில் அவர் உடல் மெலிந்துபோய் இருந்தது, ஆனால் வலிமை குன்றவில்லை. அண்ணாந்து பார்த்தபோது ஒரு பறவையைக்கூடக் காணமுடியவில்லை. ஒரு பறவையின் சத்தமாவது கேட்கிறதா என்று காது கூர்ந்து கேட்டார். போர் தொடங்குவதற்கு முன்னால் அந்த நேரம் எத்தனைப் பறவைகளின் ஒலி வானத்தை நிரப்பியிருக்கும். எல்லாமே இடம் பெயர்ந்துவிட்டன என எண்ணினார். முதலில் இடம்பெயர்வது பறவைகள், பின்னர் மிருகங்கள். கடைசியில்தான் மனிதர்.

அவரிடமிருந்த நைக்கொன் காமிராவினால் துர்க்கா நூற்றுக்கு மேற்பட்ட பறவைகளைப் படம் பிடித்திருந்தார். தன்னுடைய மடிக் கணினியில் படங்களைச் சேமித்து வைத்ததும் அல்லாமல் அவற்றைப் பற்றிய விவரமான குறிப்புகளையும் எழுதியிருந்தார். பறவைகளின் நிறங்கள், செய்யும் ஒலி, பழக்கவழக்கங்கள், உணவு என அவர் அவதானித்த அத்தனைத் தகவல்களையும் எழுதிப் பாதுகாத்தார். இந்தத் தகவல்களையும் படங்களையும் ஒலிகளையும் ஒரு நாளைக்கு காணொளித் தகடாக வெளியிடவேண்டும் என்பது அவருடைய திட்டம். அவ்வப்போது கம்ப்யூட்டரில் பதிந்து வைத்தவைகளை வெளி நாட்டுக்குப் பாதுகாப்புக்காக அனுப்பவும் அவர் தவறவில்லை.

அருள்மதி போராளியாக விருப்பப்பட்டு ஒருநாள் தானாக வந்து அவர்களுடன் சேர்ந்திருந்தாள். அவளைப் பார்த்தபோது துர்க்காவுக்குச் சிரிப்பாக வந்தது. இருபது வயதிருக்கும், உருண்டையாக இருந்தாள். உடம்பில் எந்தப் பாகத்தை எவ்வளவு ஆழமாகக் கிள்ளினாலும் அவள் எலும்பைத் தொடமுடியாது. மூன்று மாதக் கடும் பயிற்சியில் தசைகள் கரைந்து உடம்பு முறுகிவிட்டது. அவளைப் போர்க்களத்துக்குத் துர்க்கா அனுப்பியதில்லை. அருள்மதியின் அம்மா ஆங்கில ஆசிரியை. ஆங்கிலம் தமிழ் இரண்டிலும் அருள்மதிக்கு நல்ல புலமை. கணினியில் பயிற்சி இருந்ததால் அவளைத் தகவல் தொழில் நுட்பத்தில் துர்க்கா பயன்படுத்தினார். கணினி மூடியில் தன் தாயிடமிருந்து வந்த கடிதத்தின் ஒரு வசனத்தை வெட்டி ஒட்டியிருப்பாள் அருள்மதி. தாய்க்கு அவள் ஒரே ஆசை மகள். Please come home. There is only one you. கணினியைத் திறக்கும் போதெல்லாம் தாயின் ஞாபகம் வரும். தாயைப் பிரிந்த கடைசி நாள் தாயின் வயிற்றில் குறுக்காகத் தலைவைத்துப் படுத்திருந்ததை நினைப்பாள். தாய் அவளைக் கொஞ்சுவதில்லை. கழுத்தை ஆழமாக முகர்ந்து பார்ப்பதோடு சரி. போர்ச் செய்திகளைத் தினமும் கணினிமூலம் வெளிநாடுகளுக்கு அனுப்புகையில் தாயின் நினைவு வந்துவிடும். அத்துடன் வெளிநாடுகளில் என்ன நடக்கிறது என்ற விவரங்களை அன்றாடம் திரட்டித் தருவது அவள் பொறுப்பு. ஒரு வாரத்திலேயே காட்டு வாழ்க்கைக்கு பழகி விட்டாள். நடக்கும்போது ஒரு சருகு அசையாது; சுள்ளி முறியாது. துர்க்கா ஓய்வாக இருக்கும் சமயங்களில் முக்கியமான மொழிபெயர்ப்புகளை அருள்மதி எடுத்து வருவதுண்டு. பின்னர் அதுபற்றிப் பேசுவார்கள். முடிந்ததும் பாம்பு சுருள் அவிழ்ப்பதுபோல ஓசையின்றி எழுந்து அருள்மதி செல்வாள்.

சிறுவயதிலேயே துர்க்காவுக்கு மரங்கள், செடிகள், விலங்குகள், பறவைகள் என்று இயற்கையில் ஓர் ஈர்ப்பு. தாவரவியல்

பாடங்களை முதலிலேயே படித்து ஆசிரியையிடம் வகுப்பில் கேள்விகளாகக் கேட்டபடி இருப்பாள். பறவைகளில் அவளுக்கு இருந்த ஆர்வம் அப்பொழுதே தொடங்கிவிட்டது. மருத்துவம் படிப்பது என்று தீர்மானித்தாள். ஒருநாள் பள்ளிக்கூடத்தில் இருந்து திரும்பும்போது பஸ்ஸிலிருந்து இறங்கியவள் வீட்டுக்கு வரவில்லை. எல்லோரும் தேடினார்கள். அடுத்த நாள் என்ன பாடம் என்று ஆசிரியையிடம் கேட்டு அதைப் படிப்பதற்கான புத்தகங்களுடன் பள்ளியிலிருந்து புறப்பட்டவள் என்னவானாள் என்பது தெரியவில்லை. பிறகுதான் செய்தி பரவியது, அவள் இயக்கத்தில் சேர்ந்து விட்டாள் என்று. யாரோ அவளிடம் கேட்டபோது அவள் சொன்ன பதில் 'எல்லோரும் பந்தியில் உட்கார்ந்தால் பரிமாறுவதற்கு யாராவது வேண்டாமா?'

கிளிநொச்சி விழுந்த அன்று துர்க்கா அருள்மதிக்கு சொன்னது நினைவுக்கு வந்தது. 'நீ ஆயுதத்தைத் தொடக்கூடாது. வரலாற்றைச் சொல்வதற்கு எங்களுக்கு ஒருவர் வேண்டும்.' அருள்மதி 'இதற்குத்தானா இவ்வளவு பயிற்சி எடுத்தேன்?' என்றாள். ஒரு பாறையிலிருந்து இன்னொரு ஆபத்தான பாறையின் மேல் பாய்வதற்கு முன்னர் ஆயத்தம் செய்வதுபோல துர்க்கா தயங்கினார். 'நான் போரில் இறந்தால் என் உடல் அவர்களுக்கும் கிடைக்கக்கூடாது. உயிருடன் என்னைப் பிடித்தால் என்னை எப்படிப் பாதுகாப்பது என்று எனக்குத் தெரியும். ஆனால் என்னுடைய இறந்த உடல் அவர்கள் கையில் அகப்பட்டால் அதற்கு என்ன நடக்கும் என்று உனக்குத் தெரியும். என் உடலின்மேல் அவர்கள் கைகள் ஊர்வதை என்னால் நினைத்துக்கூடப் பார்க்க முடியாது. நீ எப்படியாவது என்னைப் புதைத்துவிடு. அல்லது எரித்துவிடு. எது அந்த நேரத்துக்குச் சுலபமோ அதைச் செய்.'

போரிலே பங்குபற்றக்கூடாது என்று துர்க்கா சொன்னது அருள்மதிக்குப் பெரிய ஏமாற்றத்தைத் தந்தது. 'சரி, ஆனந்தபுரம் போர்த்திட்டத்தையாவது சொல்லுங்கள். விவரம் எனக்குத் தெரியவேண்டாமா?' என்றாள் அருள்மதி. 'உரிய நேரம் வரும்போது நீயாகவே தெரிந்து கொள்வாய். அவசரப்படாதே.' 'கிழக்குப் பக்கம் என்று கூறுகிறீர்கள். எவ்வளவு தூரம் கிழக்குப் பக்கமாக முன்னேறவேண்டும்?' என்று கேட்டாள் அருள்மதி. 'கிழக்குப் பக்கம் முடியுமட்டும். அல்லது அவர்கள் எங்களை நிறுத்துமட்டும்.' அந்த நேரம் பார்த்து கைரேடியோ சடசட வென ஒலித்தது. சங்கேத வார்த்தைகள். அருள்மதிக்கு ஒன்றும் புரியவில்லை, துர்க்கா கோபமானது மட்டும் தெரிந்தது. பின்பக்கத்தைக் காட்டிக்கொண்டு துர்க்கா விடைபெறாமல் நடந்தார். அதுவே கடைசிச் சந்திப்பு.

ஜெயதீசனைத் துர்க்காவால் மறக்கமுடியாது. அவரைப் பார்த்தவுடனேயே சிரிப்பு வரும். காலையில் முதல் வேலையாக ஒருகையால் கீழே நழுவும் கால்சட்டையைப் பிடித்தபடி, மறுகையில் பனம்பழங்கள். எங்கேயோ போய்ப் பொறுக்கிக் கொண்டு வந்திருப்பார். அவை சிறுமிகளுக்கு. ஜெயதீசனுடன் யாருமே கோபிக்கமுடியாது. எங்கேயெல்லாம் போகக்கூடாதோ அங்கேயெல்லாம் போவார். அவருடைய நாடு அவுஸ்திரேலியா. தன்னுடைய நாட்டைவிட்டு வந்து அநாதைக் குழந்தைகளுக்காக அவர்களுடன் வாழ்ந்தார். எல்லோரும் கழித்துவிட்ட ஒரு பழைய காரில் மாற்றங்கள் செய்து அதை ஆமணக்கு விதை எண்ணெயில் ஓடுகிறமாதிரித் தயாரித்திருந்தார். அதற்காகவே இரண்டு ஏக்கர் நிலத்தில் ஆமணக்குச் செடிகளைப் பயிரிட்டு வளர்த்தார். அவர் பெரிய விஞ்ஞானி, சேவையாளர், பரோபகாரி. குழந்தைகளுக்கு மகிழ்ச்சிநேரம் ஒதுக்கி ஆடல் பாடல் என்று அவர்களைச் சந்தோசப்படுத்தினார். கடந்த இரண்டு வாரங்களாக அவரைப் பற்றிய ஒரு தகவலும் இல்லை. குழந்தைகளையும் அழைத்துக்கொண்டு முள்ளிவாய்க்காலை விட்டு நகர்ந்தாரா என்பது தெரியவில்லை.

நாலு வருடங்களுக்கு முன்னர் தலைவருடைய 51ஆவது பிறந்த நாள் வந்தபோது துர்க்கா ஆச்சரியமான ஒரு பரிசு தந்தார். 16 வருடங்களாகக் காடுகளில் அலைந்து திரிந்து எடுத்த நூறுவிதமான பறவைகளின் படங்களை அச்சடித்துத் தட்டியில் ஒட்டி அதன் கீழே பறவைகளின் பெயர்களை எழுதி, 'ஈழத்துப் பறவைகள்' என்று தலைப்பிட்டுத் தலைவரிடம் நேரே கொடுத்தார். அந்தத் தடவை தலைவர் துர்க்காவையும், விசேட பயிற்சியில் இருந்த சில பெண் போராளிகளையும் சந்திப்புக்கு அழைத்திருந்தார். பயிற்சியில் இருந்த ஓர் இளம் பெண் – அவளுடைய பெயர் மாலதியோ என்னவோ – வெகுவான கூச்சத்துடன் அமர்ந்திருந்தாள். ஒரு பூனை வந்து அவ்வளவு பேர் இருக்க மாலதியின் மடியில் ஏறி உட்கார்ந்தது. மாலதி பயத்தில் நெளிந்துகொண்டிருந்தார். தலைவர் பார்த்துச் சிரித்துவிட்டு 'புலி பூனைக்குப் பயப்பிடுவதா?' என்று சொன்னார். பின்னர் பூனையை வாங்கி, கூட்டம் முடிவுக்கு வரும்வரை தன் மடியில் வைத்துத் தடவியபடியே இருந்தார்.

துர்க்கா கொடுத்த பரிசைத் திறந்து பார்த்ததும் திடுக்கிட்டார். 'நன்றி! நன்றி! இத்தனைப் பறவைகளா? எனக்குத் தெரியவில்லையே?' என்று தலைவர் வியந்தார். ஒவ்வொரு பறவையின் பெயரையும் உரத்துச் சொன்னார். மைனா, வாலாட்டி, வானம்பாடி, தையல்காரி, பிலாக்கொட்டை, சிட்டுக்குருவி, தகைவிலான், புளினி, வானம்பாடி, புறா, குயில், மரங்கொத்தி,

குதிரைக்காரன் 123

கரிக்குருவி, குக்குறுப்பான், செண்பகம், நாகணவாய் என்று சொல்லிக்கொண்டே அவர் வர எல்லோரும் அதிசயமாகப் பார்த்தார்கள். 'நூறு பறவைகளை மாத்திரம்தான் நான் படம் பிடித்திருக்கிறேன். ஆனால் 240 பறவை வகைகள் இருக்கின்றன' என்றார் துர்க்கா. தலைவர் 'இவையெல்லாம் எங்கள் பறவைகள். சுதந்திரமானவை. தடையின்றி அவை எங்கேயும் பறக்கலாம்' என்று பெருமையோடு சொன்னார். சிரிதேவி குறுக்கிட்டு ஒரு பறவையைச் சுட்டிக்காட்டி 'இது என்ன பறவை? புதிதாக இருக்கிறதே' என்றாள். துர்க்கா பதில் சொல்வதற்குள் தலைவர் சிரிதேவியைப் பார்த்து சிரித்துக்கொண்டு, 'இது தெரியாதா? ஆறுமணிக் குருவி, காலை ஆறு மணிக்குச் சத்தம் போடும்' என்றார். எல்லோர் கண்களும் தலைவர் பக்கம் திரும்பின. 'சிரிதேவி காலை ஆறுமணிக்கு எழும்பினால்தானே தெரியும்' என்று அவர் சொன்னதும் எல்லோரும் சிரித்து அந்த இடம் கலகலப்பானது. எத்தனையோ சந்திப்புகள், ஆனால் அந்தச் சம்பவத்தை மாத்திரம் துர்க்காவால் மறக்க முடியவில்லை.

ரேடியோவில் அறிவிப்பாளராகச் செயல்பட்டவர் இறைவன். தினம் அவருக்குக் கிடைக்கும் இரண்டு மணி நேரத்தில் செய்தி வாசிப்பதோடு சுவையான தகவல்களையும் கூறி அந்த ரேடியோ நேரத்தை உபயோகமுள்ளதாக மாற்றி விடுவார். அவருக்கு இஸ்ரேல் நாட்டு முன்னாள் போர்த் தளபதி மோசே தயான் மீது அளவற்ற பற்று. அவரைப்பற்றிய ஏதாவது கதை ஒன்றைச் சொன்ன பிற்பாடுதான் இறைவன் அன்றைய நிகழ்ச்சியை முடிவுக்குக் கொண்டுவருவார். மோசே தயான் இளைஞனாகப் பிரிட்டிஷ் ராணுவத்தின் விசேடப் பிரிவில் பணியாற்றியபோது ஒரு கண்ணை இழந்தவர். ஒரு நாள் விதிக்கப்பட்ட வேகத்துக்கு மேலாகக் கார் ஓட்டிக் கொண்டு போனபோது பொலீஸ் அவரைப் பிடித்துவிட்டது. அவர் சொன்ன பதில்: 'எனக்கு ஒரு கண்தான் இருக்கிறது. நான் எதைப் பார்ப்பது. ரோட்டையா அல்லது வேகம் காட்டும் கருவியையா?' பொலீஸ் அவரை ஒன்றும் செய்யாமல் விட்டு விட்டது. இப்படிச் சின்னச் சின்னத் தகவல்களைத் தருவார்.

சில போராளிகள் இறைவனைப் பரிகசிப்பார்கள். 'இஸ்ரேல் தளபதி பற்றிப் புகழ் பாடுகிறீர்கள். இஸ்ரேலின் கிபீர் விமானம் தான் இரண்டு மடங்கு ஒலிவேகத்தில் பறந்து குண்டுகளைப் போட்டு எங்கள் மக்களைக் கொல்கிறது. கிபீர் என்றால் பொருள் இளம் சிங்கம். சிங்கக்கொடி ராணுவம் இளஞ் சிங்கங்களை எங்கள் மீது ஏவி விடுகிறது. நீங்கள் அவரைப் போற்றுகிறீர்கள்.' அதற்கு இறைவன் சொல்லுவார். 'உங்கள்

கேள்விக்கு பதிலும் மோசே தயான் சொன்னதுதான். ஒரு ராட்சதக் கோலியாத்தை வெல்ல சிறு பையன் தாவீது போதும்.'

பல நாட்கள் முன்பு முள்ளிவாய்க்காலில் மறுபடியும் அகிலாவைப் பார்த்ததும் துர்க்கா திடுக்கிட்டார். அவள் சொல் வழி கேட்காதவள். எவ்வளவு சொல்லியும் அவள் கூடாரத்துக் குத் திரும்பிப் போகவில்லை. 'அக்கா, ஆறுமணிக் குருவியை பார்த்தேன்' என்றாள். 'பொய் சொல்லாதே. அது வலசை போற குருவி. இந்த மாதம் அது இங்கே இருக்க முடியாது.'

'இல்லை அக்கா. எனக்குத் தெரியும் வாருங்கோ' என்று கூட்டிப்போனாள். அவள் சொன்னது உண்மைதான். கட்டை யான நீல வால் குருவி. மேலுக்கு பச்சை, கீழுக்கு சிவப்பு உடம்பு. வெள்ளை கழுத்து. சப்பாத்து லேஸ் துளைபோல சின்னக் கண்கள். அத்தனை அழகான குருவியை மரத்திலே கண்டதுதான், நிலத்திலே அவ்வளவு சமீபத்தில் துர்க்கா பார்த்ததில்லை. அது இலைகளைத் தள்ளி புழுக்களைக் கொத்தித் தின்றுகொண்டிருந்தது.

'ஏன் அக்கா திகைச்சுப்போய் நிற்கிறீங்கள்?'

'பாவம் இது. தவறிப்போய்விட்டது. இதன் ஆங்கிலப் பெயர் *Indian Pitta*. ஒவ்வொரு வருடமும் இமயமலைக்குப் பறந்து முட்டையிட்டுக் குஞ்சு பொரித்து, பின்னர் அங்கே பனிக்காலம் ஆரம்பிக்கும்போது இங்கே பறந்து வந்துவிடும். இந்த வருடம் எப்படியோ அது தனித்துவிட்டது.'

'கூட்டத்தோடு பறக்கவில்லையா? அப்ப என்ன நடக்கும்?'

'இந்த நிலத்தில் அப்படி ஒரு பற்று ஆக்கும். பார், எங்களை விட்டுப் போக விருப்பமில்லை. ஓடிப்போய் என்னுடைய காமிராவை எடுத்து வாறியா.' துர்க்கா பேசி முடிக்கமுன்னர் அகிலா எடுத்தாள் ஓட்டம். அவள் திரும்பி வந்தபோது குருவி பறந்துவிட்டது.

'எங்கே அக்கா குருவி?'

'இங்கேதான் எங்கேயோ, அது தனிய மாட்டிவிட்டது. இந்த வெய்யில் சூட்டில் அது நிச்சயம் செத்துப்போகும், ஐயோ பாவம்' என்றார். இரண்டு இமைகளும் சந்திக்கும் இடம் ஈரமாகியது.

'அது தப்பிவிடும் அக்கா, பயப்பிடாதையுங்கோ' என்றாள் அகிலா, ஏதோ பெரிய ஆள்போல.

ஒவ்வொருவராகத் தன் அணியிலிருந்தவர்களைத் துர்க்கா இழந்துகொண்டு வந்தார். ஒரு கணினி செய்யவேண்டியதை அகல்மதி செய்வாள். கழுத்து எலும்பு தெரியும் ஒல்லியான தேகம். அதிவேகமாக ஓடக்கூடியவள். சொற்களைக் கையினால் மறைத்துக்கொண்டுதான் பேசுவாள். அந்தக் காலத்து விதூஷகன் போல துர்க்காவுக்குச் சிரிப்பு மூட்டுவதுதான் அவள் வேலை. அவள் சிரித்தால் போதும், விடிவதைப்போல அந்த இடத்தில் ஒளியுண்டாகும். திட்டத்தைத் துர்க்கா விளக்கியதும் போராளிகள் தங்கள் தங்கள் கடிகாரங்களைச் சரிபார்த்துக்கொண்டார்கள். ஒரு ரகஸ்யப் பொறியை நோக்கி ராணுவ கவசவாகனங்களைத் திருப்பிவிடுவதுதான் உத்தி. பீரங்கிக் குண்டுகள் வந்து விழும் திசையையும், அவற்றின் இரைச்சலையும், வேகத்தையும் வைத்து எவ்வளவு தூரத்தில் ராணுவம் நகருகிறது, எந்தத் திசை நோக்கிச் செல்கிறது, இலக்கையடைய எவ்வளவு நேரம் எடுக்கும் போன்ற விவரங்களைக் கணிப்பதில் அகல்மதி தேர்ச்சி பெற்றவள். அன்று இரண்டு கவசவாகனங்களை அழித்திருந்தார்கள். எந்த நேரமும் உற்சாகமாக இருப்பவள் அன்று என்னவோ மாதிரி இருந்தாள். ‘அக்கா, வெற்றி கிட்டுமா?’ என்றாள். தொண்டையில் நிறைய சொற்கள் சேர்ந்துவிட்டதால் அது அடைத்துப்போய் கிடந்தது. துர்க்கா அவளை உற்றுப் பார்த்து அடிக்கடித் தலைமைப் பீடம் சொல்லும் வாசகத்தை சொன்னார். ‘வெற்றி முக்கியமில்லை. அவர்கள் தோல்விதான் முக்கியம்.’ துர்க்கா வாய் திறந்து பேசி முடிந்ததும் கிபீர் விமானத்திலிருந்து குண்டு வெளிச்சமாக வந்து விழுந்தது. ஒரு கணத்துக்கு முன்னர் அகல்மதி கையில் ஏகே 47 துப்பாக்கியுடனும், தூரக்கண்ணாடியுடனும் நின்றாள். அடுத்த கணம் பெரும் குழிதான் கிடந்தது. அவள் இருந்த சுவடு முற்றாக அழிக்கப்பட்டுவிட்டது. சூழ்ந்த புகைமூட்டத்தில் சதை எரியும் மணம் ஒன்றே துர்க்காவுக்கு மிஞ்சியது.

அடுத்தப் பெரிய இழப்பு செவ்வானம். அவளும் மற்றவர்களைப்போல வெளிநாட்டுக்குப் போயிருந்தால் இன்றைக்கு ஒரு புகழ்பெற்ற மருத்துவராகி நிறைய பணம் சம்பாதித்துக்கொண்டு இருந்திருப்பாள். எத்தனையோ வாய்ப்புகள் வந்தும் போக மறுத்து போரிலே காயம் பட்டவர்களுக்கு வைத்தியம் பார்ப்பதற்காகத் தங்கிவிட்டாள். அவளுக்கு மிஞ்சிப்போனால் 27 வயதுதான் இருக்கும். கெக்கரிக்காய்போன்ற நேரான உடம்பு, ஒரு வளைவுகளும் இல்லை. காதிலே ஓட்டை உண்டு, தோடு கிடையாது. மூக்கிலே துளை உண்டு, மூக்குத்தி கிடையாது. விரலிலே நகம் உண்டு, பூச்சு பூசமாட்டாள். ஒரு நாளில் 18 மணித்தியாலத்துக்கு குறையாமல் வேலை செய்தாள்.

நோர்வேயில் இருந்த அவளுடைய தம்பி அவளுக்கு ஒரு மடிக்கணினி அனுப்பியிருந்தான். ஒரு குழந்தையைத் தூக்குவது போல அதைத் தூக்கிக்கொண்டு இரண்டு நாட்களாக அலைந்தாள். எப்படித் திறப்பது என்றுகூட அவளுக்குத் தெரியவில்லை. ஒருநாள் அருள்மதியிடம் இரவு பத்து மணிக்கு கம்ப்யூட்டர் கற்றுக்கொள்ள வந்தாள். எல்லா விசயங்களையும் ஒரே நாளில் கற்றுவிட வேண்டும் என்ற அவா. கம்ப்யூட்டரில் அவள் எழுதிய முதல் கடிதத்திற்கு இணையத்தொடர்பு கிடைக்கவில்லை. ஜெனரேட்டர் நேரம் முடிந்துவிட்டபடியால் கடிதத்தை அடுத்தநாள் அனுப்பலாம் என்று மூடிவைத்தாள். அவள் அடித்த கடிதம் கம்ப்யூட்டரில் கிடந்தது. அதிகாலை ஆஸ்பத்திரிக்கு உடுத்திப் போனாள். போன சிறிது நேரத்திலேயே கொத்துக் குண்டு ஒன்று ஆஸ்பத்திரியின் மேலே விழுந்து 40 பேர் பலியானார்கள். அதில் செவ்வானமும் ஒருத்தி. ஒரு மரக்கொப்பு முறிந்ததுபோல நடுவிலே முறிந்துபோய்க் கிடந்தவளைப் பார்க்க முடியவில்லை. இறந்தவர்களில் 20 பேர் குண்டு விழாவிட்டாலும் இறந்து போயிருப்பார்கள் என்று பேசிக்கொண்டார்கள். செவ்வானம் இறந்த செய்தியைத் தொலைபேசியில் நோர்வேயிலிருந்த அவளுடைய தம்பிக்கு அறிவித்தார்கள். இரண்டு நாள் கழித்து அவள் எழுதி கம்ப்யூட்டரில் சேமித்து வைத்த கடிதத்தை மின்னஞ்சலில் அவனுக்கு அனுப்பிவைத்தாள் அருள்மதி.

பிரிட்டிஷ் ராணுவத்தின் விசேடப்பிரிவில் பணியாற்றி அதி உயர் விருதுகளைப் பெற்றவர் ஆண்டி மக்நாப். அவருடைய இரண்டு புத்தகங்களை மொழிபெயர்ப்பில் தலைமைப்பீடம் படித்திருந்தது. ஒன்று Bravo Two Zero அடுத்தது Immediate Action. துர்க்காவும் இயன்றமட்டும் அவற்றை இரவிரவாகப் படித்து முடித்துவிடுவார். ஆண்டி மக்நாபில் பற்று அப்படித்தான் ஏற்பட்டது. அருள்மதி பகுதி பகுதியாக மொழிபெயர்த்தது Col. James Mrazek என்ற அமெரிக்கர் எழுதிய The Art of Winning Wars என்ற புத்தகத்தைத்தான். அதன் 5ஆவது அதிகாரத்தை மொழிபெயர்க்கச் சொல்லி அவசர கட்டளை ஒரு நடு இரவில் வந்தது. அருள்மதி இரவிரவாக மொழிபெயர்த்து கையினால் எழுதி அதை கம்ப்யூட்டரில் அச்சடிக்கக்கூட நேரமின்றி அப்படியே சுரேஷ் மாஸ்ரரிடம் கொடுத்து அனுப்பினாள். அந்த மொழிபெயர்ப்பில் சொல்லப்பட்ட ஒரு வசனம் துர்க்காவினால் மறக்கமுடியாதது. 'போர்கள் ஆயுத பலத்தினால் அல்ல, புத்தியினால் வெல்லப்படுகின்றன.'

இருபது வருட போர் வாழ்க்கையில் துர்க்கா பல போராளிகளைப் பார்த்திருக்கிறார். ஆனால் லெப்.கேர்ணல் மொழியரசி

போன்ற ஒரு போராளியைக் கண்டது கிடையாது. அபூர்வ மானவர். அழகான தோற்றம் கொண்ட அவருக்கு ஒரு கால் கிடையாது. பதிலுக்குக் கரடுமுரடான ஒரு மரக்கால் பொருத்தி யிருந்தது. போர்க்களத்திலோ, தனிப்பட்ட வாழ்க்கையிலோ தான் எந்தவிதத்திலும் குறைவுபட்டதாக அவர் உணர்ந்ததில்லை. குளிக்கப் போனால் ஒரு மணித்தியாலம் மற்றவர்கள் அவருக் காக ஒதுக்குவது வழக்கமாகிவிட்டது. ஒட்டி வெட்டி மிச்சமா யிருந்த கூந்தலை எண்ணெய் வைத்து ஊறவிட்டு சீயக்காயுடன் செவ்வரத்தம் பூக்களையும் அரைத்துப் பூசி ஒரு பாட்டம் முழுகி விட்டு பின்னர் வாசனை சோப் போட்டு மீண்டும் ஒருதடவை குளிப்பார். விருந்துக்கு புறப்பட்டதுபோல முகத்தை ஒப்பனை செய்வார். 'சாம்பிராணிப் புகை வேண்டுமா, அக்கா' என்று யாராவது இளம் பெண் சீண்டினால் மரக்காலைக் காட்டு வார். மற்றவர்கள் ஞாபகப் படுத்தினால் ஒழிய அவருக்கு தான் போராளி என்பது மறந்துபோகும். விடிந்து, அன்றைய நாள் தொடங்கிய பிறகு ஒரு தடவையாவது தன் அம்மாவின் றால் குழம்பைப் பற்றி பேசாமல் அவரால் இருக்க முடியாது. ஒருநாள் துர்க்கா கேட்டார், 'மொழி, என்ன அலங்காரம் உச்சமாயிருக்கிறது. உம்முடைய எதிரிகளைத் துப்பாக்கியால் விழுத்தப் போகிறீரா அல்லது இமை வெட்டினால் சரிக்கப் போகிறீரா?' 'பாவம். என் அழகைப் பார்ப்பதற்கு அவர்களுக்கு வாய்ப்பே கிடைக்காது. என்னுடைய பிகே துப்பாக்கி 1500 மீட்டர் தூரத்திலேயே அவர்களைக் கண்டுபிடித்து கொன்று விடும்.' 'அப்படியானால் இவ்வளவு செவ்வரத்தம் பூக்களை ஏன் வீணாக்குகிறீர்?' 'எனக்குத்தான். என் தலைக்காகத்தான் அவை பூக்கின்றன.'

போர் என்றதும் அங்கே ஏதோ றால் குழம்பு பரிமாறு கிறார்கள் என்ற நினைப்புத்தான். பாதி துள்ளுவார். மற்றவர் களைத் தள்ளிவிட்டு முன்னுக்கு நிற்பது மொழியரசிதான். போர் முடிவதற்கு முன்னர் இரவு தொடங்கிவிடக்கூடும் என்பது போலச் செயலாற்றுவார். துப்பாக்கியைத் தூக்கிச் சுடும் அந்த நேரத்திலும் விரலால் துப்பலைத் தொட்டுப் புருவத்தை நேராக்க மறக்கமாட்டார். எதையாவது அவசரமாகச் செய்து விட்டுத்தான் மூளையைப் பாவிப்பார். 'மொழி, எதற்காக இவ்வளவு ரிஸ்க் எடுக்கிறீர்?' என்று துர்க்கா கோபிப்பார். 'எதுக்குப் பயப்படவேணும். கடவுளுக்குத்தான் என்னை கூப்பிட வேண்டிய நேரம் தெரியும்.' 'அது சரி. நீர் ஏன் கடவுளுக்கு உதவி செய்கிறீர்?' என்று துர்க்கா கடிந்து கொள்வார்.

'எல்லாம் வெல்லும், அக்கா.'

'எல்லாம் வெல்லும்.'

லெப். கேர்ணல் மொழியரசி டக்டக்கென்று மரக்காலை நிலத்திலே உதைத்து நடந்துபோவார். அவர் இறந்து ஒரு வருடமாகிவிட்டது.

ஆனந்தபுரம் போர் யுத்தியை இரண்டு வாரகாலமாகத் திட்டமிட்டார்கள். ஆயிரம் போராளிகள் பங்குபற்றிய இந்த நகர்வில் இடப்புற அணியின் பொறுப்பை பிரிகேடியர் துர்க்கா ஏற்றிருந்தார். அவருக்குத் துணையாக வாகை ஒன்று, வாகை இரண்டு போரணிகள் இருந்தன. இணைப்படையாக அவருக்குப் பின்னால் பிரிகேடியர் விதூஷாவின் படை நின்றது. வலப் பக்கத்து நுனியில் பிரிகேடியர் மணிவண்ணனும், பிரிகேடியர் தீபனும் இருந்தனர். நடுவில் பொறுப்பாக நின்றது கேர்ணல் அமுதாவும் கேர்ணல் தமிழ்ச்செல்வியும். போர் தொடங்கிய சிறிது நேரத்தில் கேர்ணல் அமுதாவும் கேர்ணல் தமிழ்ச்செல்வியும் உள்வாங்கும் அதே சமயம் இடம் வல அணிகள் மடிந்து எதிரியை வளைத்துப் பிடித்துவிடவேண்டும். 2200 வருடங்களுக்கு முன்னர் ஹனிபால் பயன்படுத்திய அதே யுத்தி. போர்த் தளவாடங்கள், 50 கலிபர்கள், உந்து கணை செலுத்திகள், ஆர்ட்டிலறிகள், மோர்ட்டார்கள், யந்திரத் துப்பாக்கிகள் என சகலதும் தயார் நிலையில் இருந்தன.

துர்க்கா இடப்புறத்து முனையில் முன்னேறினார். அவருடைய துணைப்படைகள் அவரை ஒட்டியபடி நகர்ந்து பாரிய தாக்குதல் நடத்துவதற்கான உத்தரவுக்காகக் காத்து நின்றபோது ராணுவத்தின் தாக்குதல்கள் தொடங்கின. ஆகாயத்திலிருந்து குண்டுகள் விழுந்து அணியைச் சிதறடிக்க முயன்றன. அவற்றையெல்லாம் சட்டைசெய்யாமல் துர்க்கா முன்னேறிக் கொண்டிருந்தார். திடீரென்று சடசடவென இடப்புறமிருந்து குண்டுகள் பாய்ந்து வந்தபோது துர்க்கா துணுக்குற்றார். அவர் அதை எதிர்பார்க்கவில்லை. லெப். கேர்ணல் மோகனா இடது புறத்தில் நின்றார். உடம்பின் ஓர் அங்கம் போலாகிவிட்ட மோகனாவின் துப்பாக்கி இலக்கில் அசையாமல் நேராக நின்றது. துர்க்கா திரும்பிப் பார்த்தபோது மோகனாவின் பாதித் தலையைக் காணவில்லை. இலங்கை ராணுவமும் பெரிய போர்த்திட்டத்தை வகுத்திருந்தது. இரவிரவாக நகர்ந்து இரண்டு கிலோமீட்டர் தூரத்துக்கு அது பெட்டியடித்திருந்தது. போராளிகளின் படை அதற்குள் சிறைபட்டிருப்பது அப்போதுதான் துர்க்காவுக்குத் தெரியவந்தது.

அருள்மதி பத்து நாட்களுக்கு முன்னர் மொழிபெயர்த்து கையினால் எழுதி அனுப்பிய அமெரிக்க கேர்ணல் ரசேக்கின் ஐந்தாவது அதிகாரத்தைத் தலைமைப்பீடத்திடம் சுரேஷ் மாஸ்ரர்

கொடுத்தாரா என்பது தெரியவில்லை. அது முக்கியமான மொழிபெயர்ப்பு. மோகனாவின் சிவப்பு ரத்தம் ஊர்ந்து வந்து துர்க்காவின் சப்பாத்தை நனைத்ததும் திடுக்கிட்டு நிமிர்ந்து நேரத்தைப் பார்த்தார். திசைகாட்டி பொருத்தப்பட்ட அந்தக் கஸியோ கைக்கடிகாரம் தலைமைப்பீடம் அவருக்கு பரிசாகக் கொடுத்தது. இனியும் தாமதிக்க முடியாது. அவர்கள் தீர்மானித்த நேரம் நெருங்கிக்கொண்டிருந்தது. அந்த திடல் நூறு அடி உயரம்தான் இருக்கும். இரண்டே நிமிடத்தில் அதன்மீது ஏறிவிடலாம். இருபது வருடப் பயிற்சி இந்த தருணத்திற்காகத் தான். ஒரேயொரு கட்டளைதான் தேவை. எல்லோரும் பின்வாங்கி இன்னொரு சமருக்கு தயார் செய்யலாம். அல்லது நினைத்துப் பார்க்க முடியாத அளவுக்கு அழிவை எதிரிகளுக்கு உண்டாக்கலாம்.

கைரேடியோவில் அவ்வளவு நேரமாக எதிர்பார்த்திருந்த கட்டளை கடைசியில் வந்தது. மூன்றே மூன்று சங்கேத வார்த்தைகள்தான். 'அதிகம் இழந்தவர்கள் தோற்றவர்கள்.' சுருக்கமான தெளிவான உத்திரவு. துர்க்காவின் உடலில் இதற்கு முன்னர் ஒருமுறையும் அனுபவித்திராத மாற்றம் நிகழ்ந்தது. அளவுக் கதிகமான அட்ரனலீன் அவர் உடம்பில் பாய்ந்து சுவாசவேகம் கூடி அந்தரத்தில் மிதப்பதுபோல ஆனார். அவர் காதுக்குள் இருதயம் அடித்தது. ஆயிரம் யானை பலம் உண்டானது போன்ற உணர்வு. முன்னே கால் வைத்தால் போதும். ஒரு போதும் திரும்ப முடியாத ஒரு கட்டத்துக்குள் அவர் நுழைந்து விடுவார். அவருடைய இருதயத்தின் இரண்டு துடிப்புகளுக்கு இடைப்பட்ட நேரத்தில் பாய்ந்து அவருடைய ஆயுளையும், 1000 போராளிகளின் ஆயுளையும், ஒரு தேசத்தின் ஆயுளையும் தீர்மானிக்கப்போகும் அந்த ஓர் அடியைத் துர்க்கா வைத்தார்.

எதிரிகளின் நாலு டாங்கிகளும் எட்டுக் கவச வாகனங்களும் புள்ளிகளாகத் தெரிந்தன. தனித்தனியாக ஆடிய கைவிரல்களால் துர்க்கா S–97 துப்பாக்கியைத் தொட்டுத் தூக்கினார். சற்று நிதானித்து நேராக்கிக் குறிபார்த்து விசையை அமுக்கினார். எதிரிகள் விழுந்துகொண்டே இருந்தார்கள். இனி அவர் நிறுத்தப்போவதில்லை. யாராவது அவரை நிறுத்தினால் ஒழிய. ராணுவத்தின் வலப் பக்க முனையும் இடப்பக்க முனையும் நகர்ந்து இடைவெளியைக் குறுக்கி வந்தபோது இலங்கை ராணுவத்தினர் தங்கள் படையில் ஒருவரை ஒருவர் சுட்டுத் தள்ள ஆரம்பித்தார்கள். இப்படி ஒரு மூடத்தனமான நகர்வு ஒருவரும் எதிர்பார்க்காதது. இதைச் சாதகமாக்காமல் விடுவது அதனிலும் கூடிய மூடத்தனம். ராணுவம், தங்கள் படையைக் கொல்லும் அதே வேகத்தில் போராளிகளையும் கொன்றது. எங்கேயோவிருந்து

இலக்கு வைத்துச் சுடப்பட்ட குண்டு ஒன்று துர்க்காவைத் தாக்கியது அவருக்குத் தெரியவில்லை. உதிரம் நெற்றியிலே வழிந்து, கழுத்திலே இறங்கி, நெஞ்சை நனைத்தபோது குனிந்து பார்த்தார்.

அன்றைய நாள் 2009 ஏப்ரல் 4ஆம் தேதி. போர் முடிவுக்கு வந்தபோது போராளிகளில் 700 பேர் கொல்லப்பட்டுவிட்டனர். இலங்கை ராணுவத்தின் இழப்பு 3000 பேருக்கு மேலாக இருந்தது. அந்த விவரம் துர்க்காவுக்கு என்றென்றைக்குமே தெரியப்போவதில்லை. அவர் துப்பாக்கியைக் கையிலே இறுக்கிப் பிடித்தவண்ணம் புரண்டு ஆகாயத்தைப் பார்த்தபடிக் கிடந்தார். அது சொல்லமுடியாத தூய வெண் நிறத்தில் காணப்பட்டது. ஓர் அபூர்வமான நறுமணம் மூக்கைத் துளைத்தது. மேஜர் சோதியாவும், லெப். கேர்ணல் செல்வியும் கண்களுக்குத் தெரிந்தனர். அருள்மதிக்கு விடைசொல்லாமல் புறப்பட்டது ஞாபகத்துக்கு வந்தது. வெகுதூரத்தில் பூட்ஸ் ஒலிகளும் மனிதக் குரல்களும் கேட்டன. பிரிகேடியர் துர்க்கா மரணத்தை தழுவு முன்னர் கடைசியாகப் பார்த்தது ஆகாயத்தை மறைத்து நூறு பறவைகள் சிறகடித்து பறந்த காட்சியை. அவருடைய கண்கள் அந்தக் கூட்டத்தில் ஆறுமணிக் குருவியைத் தேடின.

'எல்லாம் வெல்லும்': போராளிகள் சந்திக்கும்போது சொல்லும் முகமன் வார்த்தை.

மூளையால் யோசி

இன்றைக்கு அவர்கள் வகுப்புக்கு வரும்போது ஒட்டிக்கொண்டு வந்தார்கள். சமந்தாவும் ஒலேக்கும் காதலர்கள் என்ற விசயம் எனக்குப் பல நாட்களாகத் தெரியும். எப்பொழுது அவர்கள் பிரிவார்கள் என்று காத்துக்கொண்டிருந்த பெண்களில் நானும் ஒருத்தி. ஏனென்றால் ஒலேக் அத்தனை அழகாக இருப்பான். அவன் உக்கிரேய்ன் நாட்டுக்காரன். உயரமாக நீலக் கண்களுடன் முடி நெற்றியில் விழுந்து புரள புத்தகப் பையை ஒரு தோளில் தொங்கவிட்டபடி, அப்பொழுது தான் தூங்கி எழுந்ததுபோல ஆடி அசைந்து வருவான். எங்கள் வகுப்பில் வெவ்வேறு நாடுகளைச் சேர்ந்தவர்கள் படித்தார்கள். பலர் அகதிகளாகக் கனடாவுக்கு வந்தவர்கள். ஆனால் சமந்தா கனடியப் பெண். அவள் யாரையும் காதலிக்கலாம். ஒலேக் இந்த நாட்டுக்கு அகதியாக வந்தவன் என்றபடியால் அவனை எங்களுக்கு விட்டுத் தந்திருக்கலாம். ஆனால் அவர்கள் காதல் இப்போதைக்கு முறிவதாகத் தெரியவில்லை. சமந்தாவுக்கு இது மூன்றாவது காதல். ஒலேக்குக்கு எத்தனையாவதோ தெரியாது. அவன் வந்து ஒரு வருடம்தான் ஆகிறது.

○

கனடாவின் பகல் ஒளி சேமிப்பு நேரம் என்னைக் குழப்பிவிடும். இன்று இரவு முடியமுன்னரே காலை தொடங்கிவிட்டது. அம்மா நித்திரை கலையாமல் எழும்பியபோதே ஆரம்பித்துவிட்டார். அவரிடம் நேற்று முடிக்காத புத்திமதி நிறைய மிச்சம் இருந்தது. 'மூளையால் யோசி' என்றார். ஒரு பெண்ணுக்குக் காரியம் ஆக வேண்டுமானால் இரண்டு வழிகள் உள்ளன. ஒன்று

அ. முத்துலிங்கம்

மூளையைப் பாவித்துப் பெறுவது; மற்றது அவள் உடலில் வேறு ஒன்றை உபயோகித்துக் காரியத்தை முடிப்பது. அந்த வேறு அங்கம் எதுவென்று அம்மா சொன்னது கிடையாது. 'நேற்றையப்போல இன்றைக்கும் பிந்தி வராதே. நான் வர முன்னர் வீட்டைத் துப்புரவாக்கு. பிளேட்டுகளைக் கழுவி வை. நான் வேலையால் வந்ததும் சமைப்பேன். நீ வீட்டுப் பாடத்தை செய்யலாம்' என்றார்.

அம்மாவைப் பார்க்க சில வேளை எனக்குப் பாவமாய் இருக்கும். அம்மா கனடாவுக்குக் குடிபெயர்ந்த ஒரு வருடத்தில் நான் பிறந்துவிட்டேன். எனக்கு ஐந்து வயது நடந்தபோது அம்மா விவாகரத்துப் பெற்றார். அப்பா சம்பாதித்து வாங்கிய இரண்டு அறை வீடு அம்மாவுக்குக் கிடைத்தது. அப்பாவின் பேச்சை நான் எப்ப எடுத்தாலும் அம்மாவுக்குக் கோபம் வந்துவிடும். அப்பா இன்னொரு பொம்பிளையுடன் போனது தான் காரணம்.

அப்பாவை எனக்கு ஞாபகம் இருக்கிறது. என்னைத் தூக்கித் தூக்கி எறிந்து பிடிப்பார். அவர் படுத்திருக்க அவர் நெஞ்சில் இருந்து விளையாடுவேன். ஒருநாள் பார்க்கில் ஊஞ்சல் நெற்றியில் இடித்து துளி ரத்தம் சொட்ட, அப்பா என்னை தூக்கிக் கொண்டு ஓடினார். அந்தக் காட்சியும் என் மனதில் நிற்கிறது. அடுத்த நினைவு சாப்பாட்டு மேசையில் நாங்கள் சாப்பிட்டுக் கொண்டிருந்தது. அப்பாவுக்கும் அம்மாவுக்கும் இடையில் சண்டை மூண்டுவிட்டது. அப்பா அம்மாவின் தலைமயிரைப் பிடித்து இழுத்தபடிக் கத்தினார். நான் பயந்து அழுதேன். பக்கத்து வீட்டுக்காரர் தொலைபேசியில் பொலீஸை அழைக்க அவர்கள் வந்து அப்பாவைக் கூட்டிச் சென்றார்கள். அதன் பின்னர் அப்பா வரவில்லை. அம்மா வீட்டிலே இருந்த அப்பாவின் படங்களையெல்லாம் அகற்றிவிட்டார். நான் டயரி அட்டையில் அவருடைய படத்தை ஒட்டி வைத்திருக்கிறேன். அது அம்மாவுக்குத் தெரியாது. அப்பா வீட்டை விட்டுப்போய் பத்து வருடம் கழிந்தாலும் அவர் முகத்தை அப்படித்தான் நினைவு வைத்திருக்கிறேன்.

❍

இத்தனை மாதங்களில் இன்றுதான் முதல் முறை ஒலேக் என்னுடன் பேசினான். மற்ற மாணவிகள் பொறாமையோடு திரும்பிப் பார்த்தார்கள். 'ஆன்' என்று கூப்பிட்டான். (என்னுடைய பெயர் அனசூயா. நம்பமுடிகிறதா? அம்மா இந்தப் பெயரை எங்கே கிண்டி எடுத்தாரோ தெரியாது. வகுப்பில் என்னை 'ஆன்' என்றே அழைத்தார்கள்.) நான் முதலில் சமந்தா

வைப் பார்த்தேன். அவள் கண்கள் எரிந்துகொண்டு இருந்தன. 'ஓ, உன்னுடைய பெயர் ஒலேக் அல்லவா? நீ எங்கள் வகுப்பில் தானே படிக்கிறாய்?' என்றேன். 'என்னைக் கேலி செய்கிறாய். ஆன், நீதான் எங்கள் வகுப்பில் கெட்டிக்காரி. எனக்கு எப் பொழுது isotope பற்றிச் சொல்லிக்கொடுக்கப் போகிறாய்?' என்றான். 'நீ எனக்கு என்ன தருவாய் என்பதைப் பொறுத்தது' என்றேன். இன்னும் கொஞ்சநேரம் அவனுடன் பேசியிருக்க லாம். வகுப்பு மணி அடித்துவிட்டது.

❍

இன்று காலை அம்மா கவலை தோய்ந்த முகத்துடன் காணப்பட்டார். என்ன என்று கேட்கக்கூடாது. கேட்டால் புலம்பலை ஆரம்பித்துவிடுவார். அவராகவே சொல்லத் தொடங்கி னார். 'எங்கள் பழைய மனேஜர் போய்விட்டான். இப்பப் புதிதாய் ஒருத்தன் வந்திருக்கிறான். இவன் வந்த நாளிலிருந்து என்னை வேலையிலிருந்து நீக்கப் போவதாகப் பயமூட்டுகிறான். இவனுடைய தொல்லை தாங்க முடியாமல் இருக்கிறது. எனக்கு வேலைக்குப் போக விருப்பமில்லை. போகாவிட்டால் இரண்டு பேரும் ரோட்டில்தான் நிற்கவேணும்.' பள்ளிக்கூடம் புறப்பட்ட போது எனக்கு என்ன தோன்றியதோ நான் விருந்துகளுக்கு மட்டுமே அணியும் குதி உயர்ந்த திறம் தோல் பூட்ஸை அம்மாவுக்குக் கடன் கொடுத்தேன். அம்மா அதில் ஏறி நின்ற போது உயரமாகவும் அழகாகவும் தெரிந்தார். அப்படியே அன்று அலுவலகத்துக்கு போகப்போவதாகச் சொன்னார். திடீரென்று என்னைக் கட்டிப்பிடித்து ஒரு முத்தம் தந்தார். நினைத்துப் பார்த்தபோது பல வருடங்களுக்குப் பிறகு அம்மா எனக்கு முத்தம் கொடுத்தது நினைவுக்கு வந்தது. திரும்பிப் பாராமல் பள்ளிக்கு ஓடினேன்.

பள்ளிக்கூடத்தில் எனக்கு நல்ல நாளா கெட்ட நாளா என்பது தீர்மானமாகத் தெரியவில்லை. வகுப்பில் என்னுடைய சிநேகிதிகள் என்னைக் கண்டதும் பேச்சை நிறுத்தினார்கள். அது என்னை அமைதியில்லாமல் ஆக்கியது. ராணுவ வீரர்கள் அணிவகுப்பின்போது தலையைத் திருப்பி ஒரே திசையில் பார்ப்பதுபோல ஒலேக் என்னைப் பார்த்துக்கொண்டே வரிசை யில் நடந்தான். நாள் முடிவுக்கு வரும்வரைக்கும் அவன் பார்த்தது என்னை உற்சாகப்பட வைத்தது.

❍

இன்றைக்குப் பள்ளிக்கூடத்தில் நடந்ததைச் சொன்னால் யாரும் நம்ப மாட்டார்கள். ஒலேக் கறுப்புக் கண்ணாடி

அணிந்து வந்திருந்தான். என்னுடைய இரண்டு உருவங்கள் கண்ணாடியில் தெரிந்தன. அவன் அருகில் நெருங்கும்போது என்னை நானே அணுகுவதுபோலப் பட்டது. 'கண்ணாடியைக் கழற்று' என்றேன். மறுத்துவிட்டான். அவன் சொன்னான்: பழைய காலத்தில் சீனாவில் போர்வீரர்கள் நெஞ்சிலே கண்ணாடியைக் கட்டியிருப்பார்களாம். போரின்போது வாளால் வெட்ட வரும் எதிரி தன் முகத்தைக் கண்ணாடியில் பார்த்ததும் வெட்டாமல் மனதை மாற்றிக்கொள்வானாம். 'நான் உன்னைக் கொல்லப் போகிறேன் என்று நினைக் கிறாயா?' என்றேன். 'நீ அதைத்தானே தினம் தினம் செய்கிறாய்' என்றான் அவன்.

இடைவேளையின்போது பள்ளிக்கூட விளையாட்டு மைதானத்தைப் பார்த்த நாங்கள் திகைத்துப்போய் நின்றோம். 300–400 கனடிய வாத்துக்கள் 'ங்காஅக், ங்காஅக்' என்று சத்தமிட்டபடி மைதானத்தை நிறைத்து நின்றன. செப்டம்பர் மாதம் பிறந்துவிட்டதால் தெற்கு நோக்கிப் புலம் பெயர்ந்தவை மைதானத்தில் இறங்கி ஓய்வெடுத்தன. புற்களைத் தின்பதும் பூச்சிகளைப் பிடிப்பதுமாக ஒரே கவனத்தில் இருந்த அவற்றி னூடே நடந்தபோது வழிவிட்டனவே ஒழியப் பறக்கவில்லை. நான் நடுவில் போய் நின்றதும் என்னை வாத்துகள் சூழ்ந்து விட்டன. ஒலேக் என்னையும் வாத்துகளையும் செல்போனில் படம்பிடித்தான். தன்னிடம் கனடிய வாத்து பதித்த ஒரு டொலர் நாணயம் இருப்பதாகச் சொன்னதை நான் நம்பவில்லை. கனடாவின் 100வது ஆண்டின்போது விசேடமாக வெளி யிட்ட நாணயத்தை அடுத்தநாள் எனக்கு கொண்டுவந்து காட்டுவதாகச் சொன்னான். செய்தாலும் செய்வான்.

இன்றைக்கு என் வாழ்க்கையில் துக்கமான நாள். நான் பஸ் நிலையத்தில் காத்துக் கொண்டிருந்தபோது ரோட்டின் எதிர்ப் பக்கத்தைப் பார்த்துத் திடுக்கிட்டேன். என்னுடைய அப்பாவைப் பல வருடங்களுக்குப் பின்னர் பார்த்தேன். ஒரு கிழிந்த கோட்டை அணிந்துகொண்டு ஏதோ காசைத் தேடுவது போலக் குனிந்து தரையைப் பார்த்தபடி நடந்தார். பார்ப்பதற்குப் பிச்சைக்காரனைப்போலவே இருந்த அவருடைய தோற்றம் என்னை என்னவோ செய்தது. அவருக்கு வேலை போய் விட்டது என்று அம்மா சொன்னது நினைவுக்கு வந்தது. அப்பா உழைத்துக் கட்டிய வீட்டில்தான் நாங்கள் வசதியாக வசித்தோம். என்னிடம் பத்து டொலர் இருந்தது. ரோட்டைக் கடந்து அந்தப் பக்கம் போய் அப்பாவிடம் அதை கொடுத்து

வர எண்ணினேன். எதிர்பாராத சமயத்தில் கட்டிப்பிடித்து ஒரு முத்தமும் கொடுக்கலாம். அப்போது அவர் முகம் எப்படி யிருக்கும்? ஆனால் தயக்கமாக இருந்தது. அந்த நேரம் பஸ் வர அதில் ஏறி விட்டேன். வீடு வந்த பின்னர் அப்பாவின் படத்தை வெகுநேரம் பார்த்தேன். அம்மாவிடம் சொல்லவில்லை.

❍

இன்றைக்கு வகுப்பில் ஒரே கொண்டாட்டம். எங்கள் எங்கள் நாட்டுத் தேசிய கீதங்களைப் பாடச்சொன்னார் ஆசிரியர். நான் இங்கே பிறந்தவள், ஆனால் பலர் வேறு வேறு நாட்டில் பிறந்தவர்கள். கனடியர்கள் அவர்கள் கீதத்தை ஒன்றாகப் பாடினார்கள். யப்பானிய மாணவன் அவர்கள் கீதத்தைப் பாடினான். நாங்கள் நிமிர்ந்து உட்கார்ந்து கேட்க ஆரம்பித்த போது முடிந்துவிட்டது. உலகத்திலேயே சிறியது யப்பான் தேசிய கீதம்தான். நல்ல காலமாக வகுப்பில் உருகே நாட்டி லிருந்து ஒருவரும் இல்லை. உலகத்திலேயே ஆக நீளமானது அவர்களுடைய கீதம்தான். அதி இனிமையானது உக்கிரேனியன் தேசிய கீதம். ஒலேக் ராகம்போட்டுப் பாடினான். அவன் பாடாமல் சும்மா வாயை ஆட்டினாலும் அது அழகாகத் தானிருக்கும். இலங்கை தேசிய கீதத்தை நானும் சாவித்திரியும் சேர்ந்து பாடுவதாகத் திட்டமிட்டு 'மன்மதராசா, மன்மத ராசா' என்று முதல் இரண்டு வரிகளைப் பாடினோம். நிறைய அகதிகளை ஏற்றுமதி செய்யும் ஒரு நாட்டின் தேசியகீதம் போலவே அது ஒலித்தது. ஒருவருமே கண்டுபிடிக்கவில்லை. ஆனால் கைதட்டினார்கள்.

❍

இன்று காலை அம்மா என்னைக் கையும் களவுமாகப் பிடித்துவிட்டார். நான் ஒப்பனை செய்ததையும், காது மயிரைச் சுருட்டி விட்டதையும் உதட்டுச் சாயத்தை ஒளித்துப் புத்தகப் பையில் வைத்ததையும் எப்படித்தான் ஊகித்தாரோ தெரியாது. 'வரவர உன் சோடிப்பு சரியாயில்லை. நீ படிக்கப் போகிறாயா அல்லது வேறு எதற்கோ திட்டம் போடுகிறாயா? மூளையால் யோசி. அதை மறக்காதே' என்றார். என்னை வியப்படைய வைப்பதே அம்மாவின் வேலையாகிவிட்டது.

சமந்தா விழுவதுபோல வேகமாக நடந்து வந்தாள். நான் பக்கத்தில் நின்ற சாவித்திரியைத் தோளால் இடித்துச் சொன் னேன். 'இப்ப பார் சமந்தா புத்தகத்தைக் கீழே போடுவாள்' என்று. அப்படியே போட்டாள். குனிந்து கீழே கைகள் புத்தகத்தைத் தேடி அலைந்தபோது கோடுபோட்ட அவளுடைய ஸ்கேர்ட்

மேலே போனது. பெண்களையே பொறாமைப்படவைக்கும் உருண்டையான அவளுடைய பின்பக்கம் ஒலேக் நின்ற திசையில் நீண்டது. புத்தகத்தைத் தடவி எடுத்தபோது கடைக் கண்ணால் ஒலேக்கைத் தேடினாள். பிறகு என்னைப் பார்த் தாள். அவளுடைய அதே கண்களால் எப்படி ஒரே சமயத்தில் இத்தனைப் பிரியத்தையும் பகையையும் காட்டமுடிகிறது என்பது தெரியவில்லை.

○

இன்று நடந்த சம்பவத்தை என்னால் இருபது வருடம் சென்றாலும் மறக்க முடியாது. பள்ளிக்கூடத்திலிருந்து பாதியில் புறப்பட்டதும் என் வீட்டுக்கு வரவேண்டும் என்று சொன் னான் ஒலேக். ஐஸரோப் பற்றி விளக்கமாகப் படிக்கவேண்டு மாம். வீட்டுக்கு வந்து நான் திறப்பைப் போட்டுக் கதவைத் திறந்ததும் ‘இது என்ன மணம்?’ என்றான். எனக்கு வெட்க மாய்ப் போய்விட்டது. மூன்று நாட்களுக்கு முன்னர் அம்மா சமைத்த கறியின் மணம். இவனை நேரே நிலவறைக்குக் கூட்டிச் சென்று குழல் விளக்கைப் போட்டேன். அது ஒரு நிமிடம் கழித்து எரிந்தது. புத்தகப்பையை எறிந்துவிட்டுச் சோபாவில் கால்களை நீட்டிப் படுத்துக்கொண்டு ஏதாவது குடிப்பதற்குக் கேட்டான். வந்து ஒரு நிமிடம்தான் ஆகிறது, முழுவீடும் அவனுக்குச் சொந்தமாகிவிட்டது. நான் மேலே போய்க் கடவுளை வேண்டிக்கொண்டு குளிர்பெட்டியை திறந்து பார்த்தேன். நல்லகாலமாகப் பாதி கடித்த அப்பிளுக்கு பின்னால் ஒரு கோக் டின் இருந்தது. அதை எடுத்து வந்து அடக்கமான மனைவிபோல நீட்டினேன். அவன் ஒற்றை விரலால் திறந்து விலை உயர்ந்த மதுவகையை குடிப்பதுபோல மிடறு மிடறாகக் குடித்தான். அந்த நேரம் நான் அம்மா சாரி உடுத்துப் பொட்டு வைத்து நிற்கும் படங்களை எல்லாம் அவசரமாக அகற்றினேன்.

‘புத்தகத்தை எடு’ என்றேன். அவன் நீலக் கண்கள் என் உடம்பிலே அசையாமல் குத்திக்கொண்டு நின்றன. அவன் கண்கள் தேடிய அங்கம்தான் அம்மா குறிப்பாகச் சொன்ன தாக இருக்குமோ என்று பட்டது. மருத்துவருடைய அறையில் பேப்பர் கவுன் அணிந்து நிற்பதுபோல எனக்குக் கூச்சமாக விருந்தது. அதைக் காட்டாமல் 28ஆம் பக்கத்தைத் திறந்து ‘ஐஸரோப் என்றால் ஒரே தனிமம், ஒரே குணாதிசயம். ஆனால் வெவ்வேறு எடை’ என்று ஆரம்பித்தேன். அவன் என் தோள்மூட்டில் முகத்தை வைத்து மணக்கத் தொடங்கி னான். நான் ஒரு கையால் புத்தகத்தை பிடித்துக்கொண்டு மறுகையால் அவனைத் தள்ளினேன். அவன் செல்போனை

எடுத்து கறுப்பு வெள்ளை வாத்துகளுக்கு நடுவில் நானும் கறுப்பு வெள்ளைப் பள்ளிக்கூடச் சீருடையில் நிற்கும் படத்தைக் காட்டினான். 'நீ கொழுத்த வாத்துபோல தெரிகிறாய்' என்று சிரித்தான். செல்போனைப் பக்கவாட்டில் திருப்பப் படமும் திரும்பியது. நான் அழகாகத்தான் இருந்தேன்.

சோபாவில் நிறைய இடம் இருந்தது. அவன் இடமில்லாததுபோல என்னை நெருக்கிக்கொண்டு உட்கார்ந்திருந்தான். பக்கெட்டில் கையைவிட்டு 'நான் மறக்கவில்லை, பார். உனக்குக் காட்டக் கொண்டுவந்தேன்' என்று கனடிய வாத்துப் பதித்த ஒரு டொலர் நாணயத்தை வெளியே எடுத்தான். அபூர்வமான நாணயம் அது; விலைமதிப்பானது என்று எனக்குத் தெரியும். மறு பக்கத்தைத் திருப்பி பார்த்தேன். எலிஸபெத் மகாராணி. 'உன்னுடையதா?' என்றேன். 'நாணயம் சேகரிப்பது எனக்குப் பிடிக்கும்' என்றான். 'வேறு என்ன பிடிக்கும்?' 'உன் கல்லுத் தொங்கட்டான் பிடிக்கும்.' அவன் வாய் என் காதை நெருங்கியது. சாப்பிடப்போவதுபோல தொங்கட்டானை வாயினால் கவ்வினான். 'என்ன செய்கிறாய்? என்ன செய்கிறாய்?' அவன் என் தோள்மூட்டுகளை திருக ஆரம்பித்தான். பயத்துடன் 'நீ என்னைத் திறக்கப் போகிறாயா?' என்றேன்.

எந்த நேரத்தில் அந்த வார்த்தையை சொன்னேனோ தெரியாது. யாரோ சாவித் துவாரத்தில் திறப்பை நுழைத்து கதவை திறக்கும் சத்தம். அம்மா வருவதற்கு இன்னும் மூன்று மணி நேரம் இருந்தது. திருடனாக இருக்கலாம். இருதயம் காதுக்குள் அடித்தது. நான் மெதுவாக இரண்டு படி ஏறி எட்டிப்பார்த்தேன். அது அம்மாதான். ஓர் ஆண் உருவம் சத்தமில்லாமல் படிகளில் ஏறி மேலே சென்றது. 'யார்' என்று ஒலேக் ரகஸ்யக் குரலில் கேட்டான். 'மடையா அது அம்மா. நீ புறப்படு, புறப்படு. நிலவறை யன்னல் வழியாகப் போ' என்று மன்றாடினேன்.

முதலில் புத்தகப் பையை எடுத்து யன்னல் வழியாக எறிந்தான். அம்மா மேலே சிரிக்கும் சத்தம் கேட்டது. 'ஏன் உன் அம்மா சிரிக்கிறார்?' என்றான். 'நீ போ. அவர் அப்படித் தான். என்னுடன் சிரிப்பதே இல்லை. தனியாக இருக்கும் போது பழக்கம் விட்டுப் போகாமல் இருக்க அப்படிப் பயிற்சி செய்வார்.' தலையையும் கால்களையும் ஒரே சமயத்தில் நுழைத்து யன்னல் வழியாக குதித்தான். பின்னர் 'கோக், கோக்' என்று கத்தினான். பாதி குடித்த கோக்கை யன்னல் வழியாக நீட்டினேன். புத்தகப்பையை ஒரு தோளில் தொங்க விட்டபடி, கோக்கை உறிஞ்சிக்கொண்டு 'போபஸன்யா' என்று

கைகாட்டிவிட்டுச் சோம்பலாக நடந்துபோனான். உக்கிரேய்ன் மொழியில் 'போய் வருகிறேன்' என்று அர்த்தம். எனக்கென்னவோ அவன் திரும்பி என்னிடம் வருவான் என்று தோன்றவில்லை.

என்னுடைய கம்ப்யூட்டரின் கடவு வார்த்தை அவன் பெயர் என்பதுகூட அவனுக்குத் தெரியாது. உலகத்தின் முடிவு என் நெஞ்சில் தொடங்கிவிட்டதுபோல உணர்ந்தேன். என் தலைக்கு மேலே இரண்டு விதமான காலடி ஓசைகள் வந்தன. அம்மாவின் சிரிப்பு மீண்டும் கேட்டது. இது வேறுவிதமான சிரிப்பு. திடீரென்று ஒரு கெட்ட எண்ணம் வந்தது. அம்மாவும் நானும் ஒரு தனிமத்தின் இரண்டு ஐஸரோப்கள். ஒரே குணாதிசயம். வெவ்வேறு எடை. சற்றுமுன் ஒலேக் சோபாவில் எங்கே படுத்திருந்தானோ அதே இடத்தில் அவன் மாதிரிப் படுத்துக் கொண்டு முகட்டைப் பார்த்தேன். நான் மூளையால் யோசிக்க வேண்டிய நேரம் நெருங்கிவிட்டது.

குதிரைக்காரன்

ஆச்சரியம்

நான் சில மாதங்கள் ஓர் அச்சகத்தில் வேலை பார்த்திருக்கிறேன். ஒரு பெரிய கம்பனியில் அச்சகம் என்பது சிறிய பிரிவு. அந்தப் பிரிவில் கணக்காளர் பகுதியில் எனக்கொரு சின்ன வேலை. கம்பனியின் முதன்மை இயக்குநர் கொழும்பு மேல்தட்டு வர்க்கத்தைச் சேர்ந்தவர். பரம்பரைச் செல்வந்தராக இருக்கவேண்டும். அவருக்கு இந்த அச்சகம் தேவையில்லாத ஒன்று. அச்சகத் துக்குப் பொறுப்பான மேலாளர் சகலதையும் கவனித்தார். ஆனாலும் முதன்மை இயக்குநர் தினமும் வந்து இரண்டு மணி நேரமாவது அச்சகப் பிரிவில் செலவழிப்பார்.

அவர் வந்து ஆட்சி நடத்தும் அந்த இரண்டு மணி நேரமும் முழு அலுவலகமும் பரபரப்பாகும். என் வாழ்க்கையில் நான் அப்படியான காட்சியை கண்டதே கிடையாது. மேலாளரிலிருந்து கடைசி ஊழியர்வரை நடுங்குவார்கள். முதன்மை இயக்குநர் பார்ப்பதற்கும் அப்படித்தான் இருப்பார். நல்ல உயரம், அத்துடன் முன்னுக்கு தள்ளி நிற்கும் வயிறு. எந்தக் கோடை எந்தச் சூரியன் எரித்தாலும் மடிப்புக் கலையாத விலையுயர்ந்த ஆடைக்குமேல் கோட்டு அணிந்துதான் காட்சியளிப் பார். அவரிடம் விதவிதமான தோல் சப்பாத்துக்கள் இருந்தன. நாளாந்தம் பளபளவென்று மினுக்கியெடுத்த கறுப்பு அல்லது பழுப்பு நிறச் சப்பாத்தில் டக்டக்கென ஒலியெழுப்பி நடந்து வருவார்.

அவர் தூரத்தில் வருவது தெரிந்ததும் அலுவலகக் கோப்புகள், பேரேடுகள், நாள் கணக்குப் புத்தகங்கள் ஆகியவற்றின் பக்கங்களை இடமிருந்து வலமாகத் திருப்பும் சத்தம் கேட்கும். பின்னர் வலமிருந்து இடமாக திருப்பும் சத்தம் எழும். முழு அலுவலகமும் பதற்ற நிலையை

அ. முத்துலிங்கம்

எய்தும். யாரையாவது கூப்பிட்டு ஏதாவது விசாரிப்பார். மற்றவர்கள் காற்றுக்குள் மறைந்துகொள்ள முயற்சி செய்வர். விசாரிக்கப்படுபவருக்கு வாய் குளறும். முதன்மை இயக்குநர் மூன்றாவது கேள்வி கேட்கும்போது முதல் கேட்ட கேள்விக்குப் பதில் சொல்லுவார். 'சரி போ' என்று சொன்னதும் பாய்ந்து போய் தன்னுடைய இருக்கைக்குள் புதைந்துகொள்வார்.

அவருடைய அந்தரங்கக் காரியதரிசி ஒரு நாற்பத்தைந்து வயது மதிக்கக்கூடிய பெண். மணமுடிக்கவில்லை. ஒரு காலத் தில் அவர் அழகான பெண்ணாக இருந்திருக்கலாம். சற்று அதிகமாகப் பால் கலந்த தேநீர் கலர். நீளமான கண்கள். அவருக்கு ஒரு காதலன் இருந்தார். திருமணத்துக்கு அழைப் பிதழ்கள் அனுப்பிய பின் மணமுடிக்க முடியாது என்று சொல்லி ஓடிவிட்டார். இனிமேல் திருமணமே வேண்டாமென்று அப்போது தீவிரமான முடிவெடுத்தார் என்று அலுவலகத்தில் பேசிக்கொண்டார்கள். கடந்த 25 வருடகாலம் முதன்மை இயக்குநருக்கு விசுவாசமாக வேலை பார்க்கிறார். இப்பொழுது மெலிந்து வளைந்துபோய் அவருடைய தாடை எலும்புகள் வெளியே தள்ளக் கேவலமாகத் தெரிவார். எந்த ஒரு காலத்திலும் ஒப்பனையைக் காணாத முகம். ஒரு வாரம் முழுக்க இரண்டு பருத்திச் சேலைகளை மாறிமாறிக் கட்டி வருவார். கம்பனிக்கு காலையில் முதலில் வந்து கடைசியில் போவது அவர்தான். அப்படித் திறமையுடன் கடுமையாக உழைக்கும் அவருக்கு அந்தக் கம்பனியில் தெரியாத விசயங்களே இல்லை. ஆனாலும் ஒவ்வொரு நாளும் முதன்மை இயக்குநர் வந்து போனதும் அழுதுகொண்டிருப்பார். இத்தனை வருடங்களில் இந்தப் பெண் வேறு வேலை தேடிக்கொள்ளாதது இன்னொரு ஆச்சரியம்.

முதன்மை இயக்குநர் வந்ததும் அவருடைய அறையை நோக்கிப் பிரதானமான முடிவுகள் எடுக்கவேண்டிய கோப்பு களைத் தூக்கிக்கொண்டு அந்தரங்கக் காரியதரிசி ஓட்டமும் நடையுமாகச் செல்வார். பத்தடி தூரம்தான் என்றாலும் அவர் ஓடித்தான் கடப்பார். அவர் கழுத்திலே இருந்து வழியும் வியர்வை யைச் சேலைத் தலைப்பினால் ஒற்றியபடியே அவருக்குப் பக்கத்தில் நிற்பார். புதிதாகப் பிறந்த குழந்தையை அவர் கையிலே கொடுத்துவிட்டு நிற்பதுபோலக் கொஞ்சம் பெருமை யும் இருக்கும். அவர் செய்த வேலையையும், குறிப்புகளையும் முதன்மை இயக்குநர் படித்து தன் முடிவுகளை எழுதுவார். கோப்புகளின் மேல் மட்டையில் 'அவசரம்' 'மிக அவசரம்' 'உடனே' போன்ற ஒட்டுப்பேப்பர் குறிப்புகளை அவரே ஒட்டி அனுப்புவார். அவருடைய கட்டளைகளை ஊழியர்கள் அவர் விதித்த காலக்கெடுவுக்குள் முடிக்க வேண்டுமானால் அவர்கள்

அன்று வீட்டுக்குப் போக முடியாது. அடுத்தநாளும் முடியாது. அவர்கள் கோப்புகள் கைகளில் கிடைத்ததுமே ஒட்டுப்பேப்பரை அகற்றிவிடுவார்கள். உடனே அவை சாதாரண கோப்புகளாக மாறிவிடும்.

எவ்வளவுதான் கவனமாகக் காரியதரிசி தன் வேலையைச் செய்தாலும் முதன்மை இயக்குநர் ஏதாவது ஒரு பிழையை கண்டுபிடித்துவிடுவார். பேச்சு வரப்போகிறது என்பது அவளுக்கு ஒரு நிமிடம் முன்பாகவே தெரிந்துபோகும். சண்டை மாடு மூச்சு விடுவதுபோல வேகமாக மூச்சு விடுவார். பின்னர் வாய் திறந்ததும் அதே வேகத்தில் வசவுகள் வெளிப்படும். அந்தரங்கக் காரியதரிசியைத் தினமும் வையாமல் அவரால் வீட்டுக்குத் திரும்ப முடியாது. 'உன்னுடைய மூளை முழுமை யடையாத மூளை' என்பதுதான் அவர் திரும்பத் திரும்ப சொல்லும் வசை. எப்போவாவது அளவற்ற கருணை சுரந்தால் மட்டும் அன்றைக்கு அந்தப் பெண்ணை அப்படித் திட்டாமல் விடுவார்.

அச்சுக்கூடத்தில் ஒரு புதுப் பையன் சேர்ந்திருந்தான். பெயர் சண்முகவடிவேல். அவனுடைய மாமா கொடுத்த கடிதத்தைத் தூக்கிக்கொண்டு கிராமத்திலிருந்து நேராக மேலாளரைப் பார்க்க வந்திறங்கிய பையன். 'அப்பா எங்கே?' என்று மேலாளர் கேட்டார். 'அவரை முதலை சாப்பிட்டிட்டுது, சேர்' என்றான். 'சரி, அம்மா எங்கே?' என்றார் மேலாளர். 'அவ மறியல் வீட்டிலே சேர்.' வேறு ஒரு கேள்வியும் அவர் கேட்கவில்லை. அப்பாவித்தனமாக இருக்கிறான், நல்லாய் வேலை செய்வான் என்று நினைத்துத்தான் அவனை வேலை யில் சேர்த்தார். அவனோ ஏமாளி, மற்றவர்களின் சந்தோசத்துக் காகக் கடவுளால் படைக்கப்பட்ட சீவன். பொழுதுபோக வில்லை என்றால் அவனைப் பந்துபோல உருட்டுவதுதான் அடுத்தவர்களுக்கு வேலை. அவனுக்குக் கவலை என்பது இல்லை. எந்த நேரமும் அவனைச் சுற்றியுள்ளவர்களுக்கு அவனிலிருந்து மகிழ்ச்சி வீசிக்கொண்டிருக்கும்.

அந்த அச்சுக்கூடத்தில் மூன்று மாதத்துக்கு ஒருமுறை இடதுசாரிக்கட்சியைச் சேர்ந்த ஒரு சங்கம் இதழ் ஒன்று தயாரிக்கும். அதில் நிறையக் கட்டுரைகள் இருக்கும். அவை எல்லாவற்றையும் அவன் வாசிப்பான். பெரிய பெரிய வார்த்தை கள் வரும்போது வாயில் ஒருமுறை உச்சரித்துப் பார்ப்பான். அவனுக்குப் பிடித்த திறமான வார்த்தை பூர்சுவா. அதற்கு அடுத்த வார்த்தை நிலப்பிரபுத்துவம். சொல்ல நல்லாயிருக்கும். ஒருநாள் அந்த வார்த்தைகளின் பொருளைக் கண்டுபிடிக்க வேண்டும் என நினைத்துக்கொள்வான். எல்லாக் கட்டுரைகளி லும் 'என்னே கொடுமை! என்னே துன்பம்! பாட்டாளி

மக்களே! விழித்தெழுங்கள்!' போன்ற வாசகங்கள் நிறைந் திருக்கும். இந்த ஆச்சரியக் குறிகளை அகற்றிவிட்டால் கட்டுரை அரை சைசுக்கு வந்துவிடும்.

அப்பொழுதெல்லாம் கம்ப்யூட்டர் வசதிகள் கிடையாது. ஒவ்வொரு எழுத்தாக அச்சுக்கோர்த்துதான் அச்சடிக்க வேண்டும். அவையோ தலைகீழாக இருக்கும், அச்சடித்ததும் சரியான எழுத்தாக மாறிவிடும். சண்முகவடிவேலுவுக்கு அங்கு நடப்பவை எல்லாமே புதினம்தான். அங்கே வேலை செய்தவர் களில் தொழில் பக்தி கொண்டவன் என்றால் அது அவன் தான். சிலவேளை அச்சுக்கோர்க்கும்போதே படித்ததை நினைத்துச் சிரிப்பான். பக்கத்தில் வேலை செய்யும் பையனிடம் 'ஆகிருதி' என்ற ஆங்கில வார்த்தைக்கு என்ன தமிழ் என்று கேட்பான். அவன் பதில் சொல்லுவான் ஆனால் அச்சு யந்திரத் தின் பெரிய ஓசையில் அது அவனுக்கு கேட்காமல் போகும்.

வெளியே என்ன வெப்பம் வீசுமோ அதுவே அச்சுக் கூடத்துக்குள்ளும் வீசும். எல்லோரும் சேர்ட்டைக் கழற்றிச் சுருட்டி இடுப்பிலே கட்டிக்கொண்டுதான் வேலை செய்வார் கள். இவனும் அப்படித்தான் வேலை செய்தான். ஒரு முறை இதழுக்கு அச்சுக்கோர்க்கும்போது ஆச்சரியக் குறிகள் முடிந்து விட்டன. தன்னுடைய சுப்பர்வைசரிடம் அவன் போகமுன்னர் மற்ற அச்சுக் கோப்பவர்கள் எல்லாம் ஒன்று திரண்டுவிட்டார் கள். முதலாளியிடம் போய் ஆச்சரியக்குறிகள் முடிந்துபோனதைச் சொல்லச்சொல்லி ஏவிவிட்டார்கள். இந்த பெரிய கம்பனியில் ஆச்சரியக் குறிகள் இவ்வளவு விரைவில் தீர்ந்துபோனது அவனுக்கும் ஆச்சரியம்தான். இடுப்பிலே சுருட்டிக் கட்டிய சேர்ட்டை அவிழ்த்து உதறி, நேராக்கி அணிந்தான். பொத்தான் களை ஒவ்வொன்றாக மேலிருந்து கீழாக போட்டுக்கொண்டு தயாரானான். மற்றப் பெடியன்கள் 'போ, போ' என்று துரத்தி னார்கள். இந்தப் பேய்ப்பெடியனும் விசயம் விளங்காமல் முதலாளியின் அறையை நோக்கிப் புறப்பட்டான்.

எப்பொழுதும் அவனுக்குச் சந்தோசம்தான். முதன்மை இயக்குநர் அறையிலிருந்து கிட்டத்தட்ட 200 அடி தூரத்தில் அச்சுக்கூடம் இருந்தது. அவன் முதன்மை இயக்குநரைப் பார்த்தது கிடையாது. அவருடைய அறை எந்தப் பக்கம் இருக் கிறது என்பதும் தெரியாது. அவனுடன் வேலை செய்தவர்கள் காட்டிய திசையில் ஒருவித பயமோ, தயக்கமோ இல்லாமல் நடந்தான். மகிழ்ச்சி அவனிலிருந்து வீசியது. எம்.ஜி.ஆர். நடித்த நாடோடி மன்னன் படத்துக்கு இலவச டிக்கட் கிடைத்தது போலக் கைகளை வீசி நடந்தான். அந்தப் பெண்ணுடைய முகம் தெரிய முன்னர் பற்கள்தான் தெரிந்தன. தாடை எலும்புகள்

மீது கண்ணீர் வழிந்தது. ஒரு பறவை எழுப்புவதுபோல மெல்லிய ஒலி அவரிடமிருந்து எழுந்தது. அதுதான் காரியதரிசிப் பெண் என்று ஊகித்தான். அவரையும் இப்பொழுதுதான் முதன்முறை யாகப் பார்க்கிறான். லேஞ்சியால் அவர் கண்களைத் துடைக்கத் துடைக்க நீர் பெருகிக்கொண்டே வந்தது. இவன் திடுக்கிட்டுப் போய் என்ன செய்வதென்று தெரியாமல் நின்றான். வழக்க மாக முதன்மை இயக்குநரைப் பார்க்க யாரும் சடுதியில் போக முடியாது. காரியதரிசிப் பெண் யார், என்ன வேண்டும், உங்களுக்கு முன் அனுமதி உண்டா போன்ற விவரங்களை அறிந்த பின்னர்தான் எவரையும் உள்ளே அனுமதிப்பார். அன்று பாதி அழுகையில் இருந்தார். அதை முடிவுக்குக் கொண்டுவர சில நிமிடங்கள் பிடிக்கும். எனவே கதவைச் சுட்டிக் காட்டிவிட்டு தன் அழுகையைத் தொடர்ந்தார்.

முதன்மை இயக்குநருக்கு கீல்வாதம் (gout) என்றொரு வியாதி. பெருவிரல்கள் வீங்கி வேதனையில் உழல்வார். இது அடிக்கடி வரும். அதுவரும் நாட்களில் எவரும் கிட்ட அணுக முடியாது. அன்றைக்கு அவருக்கு வேதனை உச்சத்தில் நின்றது. அவர் பளபளக்கும் இரண்டு தோல் சப்பாத்துகளையும் கழற்றிவிட்டுத் தன் கால்களை மேசையில் வைத்து ஆராய்ந்து கொண்டிருந்தார். சுவாசத்தை நிறுத்திவிட்டு எல்லாக் கண்களும் பார்க்க, கதவைத் தட்டாமல் திறந்து சண்முகவடிவேல் உள்ளே நுழைந்தான். ஒரு கணம் இரண்டு தொக்கையான கால்பெருவிரல்களைப் பார்த்துப் பின்வாங்கினான். உடனேயே கிராமத்து தைரியத்தை வரவழைத்துக்கொண்டு 'ஐயா, ஆச்சரியக் குறி எல்லாம் முடிஞ்சு போச்சுது. உங்களிட்டை வேற குறி இருக்கோ என்று கேட்டு வரச் சொன்னார்கள்' என்றான்.

நான் வேலை செய்த அந்த மூன்று மாதங்களில், வார விடுமுறை, போயா விடுமுறை, பொங்கல் விடுமுறை, கிறிஸ்மஸ் விடுமுறை, நோய் விடுப்பு எல்லாவற்றையும் கழித்து மீதியான அத்தனைப் பணி நாட்களிலும் காணாத ஒரு காட்சி அது. முதன்மை இயக்குநரின் கதவு பட்டென்று பெரும் சத்தத் துடன் திறந்தது. வெறி நாய் துரத்தியதுபோல அவன் அலறிக் கொண்டு வெளியே வந்தான். முதன்மை இயக்குநர் அன்று என்ன சொன்னார் என்பதோ, என்ன செய்தார் என்பதோ என்னால் இங்கே எழுத்திலே பதியக்கூடியது அல்ல. சண்முக வடிவேல் அடுத்தநாள் வேலைக்கு வரவில்லை. கிராமத்துக்கு ஓடிவிட்டான். அலுவலகத்தில் ஒரு முட்டாள் குறைந்து விட்டான் என்று பேசிக்கொண்டார்கள்.

கனகசுந்தரி

இப்படியொரு அவமானம் கனகசுந்தரிக்கு அவளுடைய 15 வயது வாழ்க்கையில் நடந்தது கிடையாது. இதற்கெல்லாம் காரணம் கறுப்பு ரீச்சர்தான். மற்றவர்கள் விமலா ரீச்சர் என்று அழைத்தாலும் அவளுக்கு அவர் கறுப்பு ரீச்சர்தான். எதற்காகத் தன்மீது வன்மம் பாராட்டுகிறார் என்று அவள் யோசித்திருக்கிறாள். ரீச்சர் வாய் திறக்கும்போது நாக்கு பிளந்திருக்கிறதா என்று உற்றுப் பார்த்திருக்கிறாள். கனகசுந்தரி அழகாக இருப்பாள். வெள்ளைவெளேரென்ற நிறம். அவள் நடந்து போனால், ஆணோ பெண்ணோ நின்று திரும்பிப் பாராமல் நகரமுடிவதில்லை. ரீச்சர் வரமுன்னர் கனகசுந்தரிக்கு அந்த பள்ளிக்கூடத்தில் ஒரு மதிப்பு இருந்தது. தலைமை யாசிரியர்கூட அவளைக் கண்டதும் தலையை ஆட்டிப் புன்னகை செய்வார். காலை வேளைகளில் அவள் பச்சைப் பாவாடை, மஞ்சள் பிளவுஸ் அணிந்து, இரட்டைப் பின்னல் பின்னி, பச்சை ரிப்பன் கட்டிக் கடவுள் வணக்கம் பாடும் போது வெகு அழகாக இருப்பதாகச் சிநேகிதிகள் சொல்லி யிருக்கிறார்கள். அவள் பள்ளி வாழ்க்கையைக் கறுப்பு ரீச்சர் அன்றுடன் முடித்துவிட்டார்.

பள்ளிக்கூடம் விடுவதற்கு இன்னும் நேரம் இருந்தது. கனகசுந்தரி வீட்டுக்குப் போகும் வீதியில் நடந்தாள். தூரத்தில் யாரோ ஒருத்தர் சைக்கிளில் புகையிலைச் சிப்பம் கட்டிக்கொண்டு போனார். அம்மாவுக்கு என்ன சொல்லித் தப்பலாம் என்பதைத் தீர்க்கமாக ஆலோசனை செய்தாள். கறுப்பு ரீச்சர் ஓணான்போல தலையை ஆட்டி 'நீ உருப் படமாட்டாய்' என்று திட்டியதை அவளால் மறக்க முடியவில்லை. வீதியின் அகலத்தையும் மீறிய கார் ஒன்று எதிர்த் திசையில் வந்தபோது கனகசுந்தரி வேலியோடு

குதிரைக்காரன் 145

ஒட்டிக்கொண்டு நின்றாள். அது ஒரு ஹில்மன் மிங்ஸ் கார். அந்த ஊரில் அபூர்வமாகத் தென்படுவது. தன் கவலையை மறந்து கார் மறையும்வரை அதையே பார்த்தாள். அவள் மனம் காரின் பின்னாலேயே போய்விட்டது. உடனேயே தன் தங்கையிடம் இதைச் சொல்லவேண்டும் என நினைத்துக் கொண்டாள். அவளுடைய தங்கை பொது நிறம். அடிக்கடித் தன் கையை அக்காவின் கையுக்கு பக்கத்தில் வைத்து ஒப்பிட்டு பார்த்துவிட்டு சொல்வாள். 'அக்கா, உன்ரை கலர் வெள்ளைக் காரியின்ரை கலர். எங்கள் பள்ளிக்கூடத்திலே உன்னிலும் பார்க்க திறமான அழகி ஒருத்தரும் இல்லை.'

கனகசுந்தரிக்குப் பத்து வயது நடந்தபோது கறுப்பு ரீச்சர் பள்ளிக்கூடத்துக்கு வந்து சேர்ந்தார். அன்றிலிருந்து எல்லாமே மாறியது. அவர் கணக்கு, சரித்திரம், தமிழ், வன்னவேலை, சமஸ்கிருதம் போன்ற பாடங்களை எடுத்தார். 'எழுத்தை எழுதி விட்டு அதைக் கொடியில் காயப்போடுவதுதான் சமஸ்கிருதம்' என்று கனகசுந்தரி கேலியாகச் சொல்வாள். கறுப்பு ரீச்சர்தான் பள்ளிக்கூடத்தில் 'குட்டிப்போட்டு முந்துவது' என்ற வழக்கத்தை கொண்டுவந்தார். வெளியே மாமரத்துக்கு கீழே அவர்களை வரிசையாக நிற்கவைத்து ரீச்சர் மனக்கணிதம் கேட்பார். தசம் இரண்டு தானத்துக்கு விடை கூறவேண்டும். சரியான விடை சொன்னால் பிழையாகச் சொன்னவர்களையெல்லாம் குட்டிவிட்டு வரிசையில் முன்னேறலாம். கனகசுந்தரிக்கு விடை தெரியவில்லை. விடைசொன்னவள் தடவுவதுபோல அவள் தலையில் குட்டிவிட்டு முன்னுக்குப்போய் நின்றாள். கறுப்பு ரீச்சர் எப்படிக் குட்டுவது என்று கனகசுந்தரியின் தலையில் இடி இடிப்பதுபோலக் குட்டிக் காண்பித்தார். ரீச்சருக்குத் தன் மீது எவ்வளவு வெறுப்பு என்பதை கனகசுந்தரி அன்று கண்டு கொண்டாள்.

கனகசுந்தரியின் வாழ்க்கையில் அரசர்களும் அரசிகளும் நிறையவே குறுக்கிட்டார்கள். அந்தச் சம்பவம் எட்டாம் வகுப்பு படிக்கும்போது நடந்தது. சில வருடங்களுக்கு முன்னர் தான் எலிஸபெத் மகாராணியின் முடிசூட்டு விழா நடந்திருந் தது. லண்டனில் யாருக்கோ முடிசூட்டினால் இந்த ரீச்சருக்கு என்ன வந்தது? ராணியின் முடிசூட்டு விழா பற்றி ஒரு கட்டுரை எழுதச் சொன்னார். 'வெள்ளைக்காரர்களின் ராணி எலிஸபெத் அழகாயிருப்பார். அவருடைய முடிசூட்டு விழா 2 யூன் மாதம், 1953ஆம் ஆண்டு நடைபெற்றது' என்று கட்டுரையைத் தொடங்கி யிருந்தாள் கனகசுந்தரி. ரீச்சருக்கு அது பிடிக்கவில்லை. 'அழகு என்பது தோல் நிறத்தில் இல்லை. கறுப்பானவர்கள் அழகாக வும், வெள்ளைக்காரர்கூட அழகில்லாமலும் இருக்கலாம்.

உதாரணத்துக்கு உலக அழகி கிளியோபாட்ரா. அவர் வெள்ளைக் காரியல்ல, ஓர் ஆப்பிரிக்கக்காரி.' ரீச்சர் எத்தனை பெரிய உரை நிகழ்த்தினாலும் அவளுக்கு உண்மை தெரியும். ரீச்சர் கறுப்பு; அவள் வெள்ளை.

ஆனால் அவளை அன்று ரீச்சர் பள்ளியிலிருந்து துரத்திய காரணம் ஓர் அரசியால் உண்டாகவில்லை; அரசனால்தான் வந்தது. இலங்கையை ஆண்ட பழங்காலத்து அரசன் வசபன். சரித்திரப் பாடம் என்பதால் இரவிரவாகக் கண்விழித்து தேதி களைப் பாடமாக்கி வந்திருந்தாள் கனகசுந்தரி. ஆனால் கறுப்பு ரீச்சர் கேள்வியை மாற்றிவிட்டார். 'வசபன் எத்தனை குளங்கள் கட்டினான்? எத்தனைக் கால்வாய்கள் வெட்டினான்?' என்பது தான் கேள்வி. இதை யார் நினைவில் வைத்திருக்கப் போகிறார் கள்? சும்மா ஓர் எண்ணைச் சொல்லிவைத்தாள். ரீச்சர் கறுப்பு நாகம்போல அவளைக் கொத்த சமயம் பார்த்திருந்தார். 'நீ முகத்துக்கு வெள்ளையடிச்சுக்கொண்டு வாற நேரத்திலே கொஞ்சம் சரித்திரமும் படிக்கலாமே' என்று வைதுவிட்டு 'ஏறு, ஏறு. வாங்கிலே ஏறி நில்' என்றார். அவளுக்குத் திகைப் பாய் இருந்தது. பெரிய பிள்ளையான பிறகு ஒருவரும் வாங்கில் ஏறி நிற்கச் சொல்வதில்லை. கனகசுந்தரி தயங்கித் தரையைப் பார்த்தபோது மறுபடியும் ரீச்சர் 'ஏறு, ஏறு, உனக்கு அப்ப தான் புத்தி வரும்' என்றார். கனகசுந்தரி பாவாடையை மடித்து ஒரு கையைப் பக்கத்து மாணவியின் தோளில் ஊன்றி வாங்கில் ஏறி நின்றாள். கூரையில் தலை இடித்துவிடும்போல அத்தனை உயரமாக தன்னை உணர்ந்தாள். உடம்பு கூசியது. ரீச்சர் கரும்பலகையில் ஏதோ எழுதத் திரும்பிய சமயம் கனகசுந்தரி பல்லைக் கடித்தபடி தன் சிநேகிதிகளுக்கு மட்டும் கேட்கும் குரலில் சொன்னாள். 'இவவின்ர கறுப்பு நிறத்தைத் தாங்க ஏலாமல்தான் புருசன்காரன் ஓடிப்போனான்.' இது எப்படியோ ரீச்சருக்குக் கேட்டுவிட்டது. தீயை மிதித்ததுபோலச் சீறிக்கொண்டு திரும்பினார். விவகாரம் தலைமையாசிரியர்வரை போனது. இனிமேல் கனகசுந்தரியைப் பள்ளிக்கூடத்துக்கு வரவேண்டாம் என்று சொல்லிவிட்டார்.

அவள் வீட்டுக்கு வரமுன்னரே தகவல் வந்துவிட்டது. அவளைக் கண்டதும் அம்மா தன் தலையில் தானே அடிக்கத் துடங்கினார். 'உனக்கு வாயை வைச்சுக்கொண்டு சும்மா இருக்க ஏலாது' என்று கதறினார். கனகசுந்தரி ஒன்றுமே பேசவில்லை. 'ஐயா வந்ததும் அவரைக் கூட்டிக்கொண்டு பள்ளிக்கூடத்துக்கு போ' என்றார். 'என்னை வெட்டிக் கொன்றாலும் போகமாட் டேன்' என்றாள் கனகசுந்தரி. 'நீதானே ரீச்சருக்குப் படிக்க வேண்டும்' என்று சொன்னாய்.' 'அதுவும் ஒரு வேலையா?

2000 வருடத்துக்கு முன்னர் எத்தனைக் குளம் வெட்டினால் என்ன? அதிலே ஒன்றுகூட இன்றைக்கு இல்லை. அந்தக் காலத்து மக்கள் எத்தனை வேளை சாப்பிட்டார்கள்? அந்தப்புரத்தில் எத்தனை அடிமைகள் சிறை கிடந்தார்கள்? இதைத் தெரிந்தாலாவது பிரயோசனமாய் இருக்கும்.' 'இப்ப என்ன செய்யப் போறாய்?' என்றார் தாயார் அதிர்ந்துபோய். 'வேறு என்ன? நான் கல்யாணம் செய்யப்போறன். சுருக்காய் எனக்கு மாப்பிளை பாருங்கோ' என்றாள்.

தங்கச்சிக்காரி பள்ளிக்கூடத்திலிருந்து வந்ததும் இருவரும் ஒன்றுமே நடக்காததுபோல ஒழுங்கையில் போய் நின்று கொண்டார்கள். தங்கை வழக்கம்போலக் கையிலே நோட்டுப் புத்தகத்தை எடுத்துக்கொண்டு, வாயிலே குருவி துரும்பு காவுவது போல குறுக்காகப் பென்சிலை வைத்துக்கொண்டு புறப்பட்டாள். 'எத்தனை நம்பர் எழுதியிருக்கிறாய்?' என்றாள் அக்காக்காரி. தங்கை 116 என்று சொன்னாள். அவளுடைய தங்கையின் பொழுதுபோக்கு கார் நம்பர்கள் எழுதுவது. அவள் வகுப்புக் காரிகள் எல்லோரும் எழுதினார்கள். குறுகலான வீட்டு ஒழுங்கையில் அபூர்வமாகவே கார் வரும். அவள் சிநேகிதி களில் ஒருத்தி 247 கார் நம்பர்கள் எழுதிவிட்டாள். அவர்கள் ஊரில் காணக்கிடைப்பது இரண்டே இரண்டு வகை கார் தான். ஒன்று ஒஸ்டின் 40, அடுத்தது மொறிஸ் மைனர். எப்போதாவது ஹில்மன் மிங்ஸ் கார் வரும். அப்பொழுது கனகசுந்தரி துள்ளிக் குதிப்பாள். நீளமான முன்பக்கமும், மயில் தோகையைக் குறுக்காக வெட்டிவிட்டதுபோன்ற பின்பக்க தோற்றமும் கொண்டது அது. ஓர் அரசி உலா போவதற்குத் தகுதியான கார் என்று ஆதங்கப்படுவாள். அன்று மதியம் தான் கண்ட ஹில்மன் மிங்ஸை வர்ணிக்கத் தொடங்கினாள். அவள் தங்கை பரவசநிலையை எய்திவிட்டதுபோலக் கேட்டுக் கொண்டிருந்தாள்.

ஒருநாள் இரண்டு பேரும் ஒழுங்கையில் கார் நம்பர்கள் எழுதிக்கொண்டு நின்றபோது தூரத்தில் கறுப்பு ரீச்சர் வருவது தெரிந்தது. ஒரு கையில் புத்தகத்தைக் காவியபடி மறுகையால் குடையை நெஞ்சோடு அணைத்துக்கொண்டு நடந்தார். தரையைப் பார்த்தபடி நடந்த அவருக்கு முன்னால் அவருடைய நிழல் நடந்து போனது. தங்கச்சி நினைத்தாள் அவளுடைய அக்கா வீட்டுக்குள் ஓடிவிடுவார் என்று. அப்படியெல்லாம் நடக்க வில்லை. ரீச்சர் அவர்களைச் சமீபித்து நிமிர்ந்து பார்க்காமலே தாண்டிப் போனார். அந்தச் சமயம் கனகசுந்தரி தேன் தடவிய குரலில் 'ரீச்சர் குடையை விரிச்சுப் பிடியுங்கோ. கறுத்துப் போவீங்கள்' என்றாள். ரீச்சரின் உடம்பில் பாய்ந்த அத்தனை

ரத்தமும் முகத்தில் ஏறி அது குரூரமாக மாறியது. எரிப்பது போல நிமிர்ந்து பார்த்தார். பின்னர் கிடுகிடுவென அந்த இடத்தை விட்டு அகன்றார்.

இதைக் கேள்விப்பட்ட அம்மாவுக்கு கோபம் உச்சத்துக்கு போனது. 'நீ வெள்ளை என்ற கர்வம் உனக்குத் தலைக்கு ஏறி விட்டது. உன்ரை வாயைப் பற்றி இந்த ஊரிலே எல்லாருக்கும் தெரியும். அடுத்த ஊருக்கும் தெரியும். அதற்கடுத்த ஊருக்கும் தெரியும். உன்னை ஆர் கட்ட வரப்போகினம். உன்ரை ஐயா ஒன்றுமே சேர்த்து வைக்கவில்லை. நீ இப்படியே கார் நம்பர் களை உன்ரை தங்கச்சிபோல எழுதிக்கொண்டிரு. புருசன் வந்து குதிப்பான்' என்று திட்டினார். அம்மா சொன்னது முற்றிலும் பொய் என்பது விரைவிலேயே நிரூபணமானது. பொம்பிளை பார்க்கப் பக்கத்து ஊரிலிருந்தும், அதற்கடுத்த ஊரிலிருந்தும் இன்னும் பெயர் தெரியாத பல ஊர்களிலு மிருந்தும் ஆட்கள் வந்தார்கள். கனகசுந்தரியின் அழகு அவ்வளவு பிரசித்தமானது. அவள் ஒரேயொரு நிபந்தனைதான் வைத் தாள். 'மாப்பிளை ரோட்டுக்கூட்டும் ஆளாகக்கூட இருக்கலாம், ஆனால் வெள்ளையாக இருக்கவேண்டும்.'

கனகசுந்தரி மாப்பிள்ளையை வணங்கிவிட்டுக் கடையில் வாங்கிய வடையையும் வாழைப்பழத்தையும் பரிமாறுவாள். வடை, வாழைப்பழத்தைப் பிடிக்கவில்லை என்று சிலர் சொன் னாலும் ஏக மனதாக எல்லோருமே 'பெண் பிடித்திருக்கிறது' என்றார்கள். ஆனால் சீதனக்கதை வந்தபோது பேச்சு முறிந்தது. பத்து பவுண், இருபது பவுண் அத்துடன் ரொக்கம் என்று வாய் கூசாமல் கேட்டார்கள். ஒருநாள் இரவு அவசரமாக ஒரு குடும்பம் 75 மைல் தொலைவில் உள்ள வவுனியாவில் இருந்து வந்து பெண் பார்த்தது. கனகசுந்தரி மேல்கண்ணால் ஒரேயொரு முறை பார்த்தாள், மாப்பிள்ளை மயங்கிவிட்டார். சீதனத்தைப் பற்றிக் கவலைப்படத் தேவையில்லை. கல்யாணச் செலவு முழுவதையும் அவர்களே ஏற்பதாகவும் சொன்னார் கள். ஆனால் பிரச்சினை என்னவென்றால் மாப்பிள்ளை நெட்டையாக, கறுப்பாக இருந்தார். அவர் வவுனியாவில் நாலு லொரிகள் சொந்தமாக வைத்திருந்தார். கொழும்புக்குச் சரக்கு ஏற்றுவதும் அங்கிருந்து கொண்டுவந்து இறக்குவதுமாக நல்ல வியாபாரம். கனகசுந்தரி வாழ்நாள் முழுக்க வசதியாக வாழலாம். அனைவரும் திடுக்கிடும் விதமாக கனகசுந்தரி சம்மதம் தெரிவித்தாள். மாப்பிள்ளையிடம் சொந்தமாக ஒரு ஹில்மன் மிங்ஸ் கார் இருந்ததுதான் காரணம் என்பது பலருக்குத் தெரியாது. காரின் நம்பர் EL 1548. கூட்டிப் பார்த்த போது 9 வேறுவந்தது. அது அவளுடைய இலக்கம்.

இரண்டு நாளிலே கல்யாண எழுத்து முடிந்தது. மூன்று மாதத்தில் திருமணம் என்று முடிவானதும் மாப்பிள்ளை வவுனியாவுக்குத் திரும்பினார். அவருக்குக் காதல் கடிதம் எழுத வராது. முழுக்க முழுக்க கடிதத்தில் சினிமாப் பாடல் வரிகள் தான். 'உன்னைக் கண் தேடுதே' என்று அவர் எழுத 'புதுப்பெண் ணின் மனதை தொட்டுப் போறவரே' என்று அவள் எழுதி னாள். அவர் 'புருசன் வீட்டில் வாழப்போகும் பெண்ணே' என்று எழுதினால் அவள் 'நீதானே எனை அழைத்தது' என்று எழுதி தன் சினிமாப் புலமையைக் காட்டினாள். ஒரேயொரு தடவை அவர் எழுதியதைப் படித்து வியந்துபோய் அந்தக் கடிதத்தை கனகசுந்தரி பத்திரப்படுத்தினாள். 'ஒரு பூவைப் பார்த்து 1000 பேர் இன்புறுவார்கள். ஓர் ஓவியத்தைப் பார்த்து 1000 பேர் களிப்பார்கள். ஆனால் உன் அழகு பார்ப்பவர் எல்லோருக்கும் துன்பம் தருவது. அது இன்பம் தரப்போவது எனக்கே எனக்கு மட்டும்தான்.'

வீதியை மறைத்துப் பந்தல் போட்டு நாலு கூட்டம் மேளம் பிடித்து வெகு விமரிசையாகத்தான் திருமணம் நடந்தது. இரவு பகலாக ஒலிபெருக்கியில் சினிமாப் பாடல்கள் முழங்கின. கனசுந்தரிக்கு உச்சிப்பட்டம், இரட்டை வடம் சங்கிலி, தங்க வளையல்கள், ஒட்டியாணம், நெக்லஸ் என்று மாப்பிள்ளை வீடு கொடுத்த ஆபரணங்களைப் பூட்டி அழகு பார்த்தார்கள். நகைகள் அவள் உடல் அழகை மறைத்தனவே ஒழியக் கூட்ட வில்லை. கனகசுந்தரியின் தாயார் தனக்குச் சொந்தமான ஒரே யொரு சிவப்புக் கல் அட்டியலைக் கொண்டுவந்து மகளுக்கு பூட்டியபோது அதை உடனே கழற்றித் தங்கைக்கு அணிந்து 'இது உனக்கு' என்றாள்.

தாலி கட்டிய பின்னர் புருசனோடு புறப்படும் நேரம் வந்தபோது ஆச்சரியப்படும் விதமாக கனகசுந்தரி கதறி அழு தாள். தாயாரிடம் 'அம்மா என்னை மன்னித்துவிடு. அறிவில் லாமல் நடந்துகொண்டேன்' என்று விம்மினாள். தகப்பனாரின் காலில் விழுந்து வணங்கினாள். தங்கையைக் கட்டிக்கொண்டு மறுபடியும் முதலில் இருந்து ஆரம்பித்து அழுதாள். அடுத்த நாள் காலையே கணவனுடன் அவள் வவுனியாவுக்கு புறப்பட்டு விடுவாள். அவர்கள் முதலிரவு மாமியார் வீட்டில் அன்று நடக்கும். மாலையும் கழுத்துமாக புதுத் தம்பதிகள் காரில் ஏறி அமர்ந்ததும் சாரதி காரை எடுத்தார். சிறுவர்கள் காரைத் தொடர்ந்து சிறிது தூரம் ஓடி வழியனுப்பினார்கள்.

அடுத்த நாள் தம்பதிகள் வவுனியாவுக்குப் புறப்பட்டார் கள். ஒரு முழு இரவைக் கணவனுடன் கழித்துவிட்ட கனக

சுந்தரி செல்லமாக 'டிரைவர் வேண்டாம், நீங்களே காரை ஓட்டுங்கள்' என்றாள். புருசன் பக்கத்தில், இங்கிலாந்திலிருந்து பிரத்தியேகமாக இறக்குமதி செய்யப்பட்ட ஹில்மன் மிங்ஸ் காரில், முன் சீட்டில் அவள் உட்கார்ந்திருக்கிறாள் என்பதை அவளால் நம்பவே முடியவில்லை. இரண்டு வர்ணம் பூசிய கார் அது. மேல்பாதி வெள்ளை, கீழ்ப்பாதி அடர் பச்சை. யாழ்ப்பாணம் முழுக்கத் தேடினாலும் அப்படி அற்புதமான கார் கிடைக்காது. காரை அந்த ஒடுக்கமான ஒழுங்கைகளுக்குப் பொருந்தாத வேகத்தில் கணவன் ஓட்ட கனகசுந்தரி சுகத்தை அனுபவித்து கால்களை அகட்டி வைத்து, கைகளைப் பரப்பி உட்கார்ந்திருந்தாள். காரின் தரையிலிருந்து எழும்பிய அதிர்வு அவள் கால்கள் வழியாக மேலே ஏறியது. அந்த நேரத்திலும் அவளால் கறுப்பு ரீச்சரை மறக்க முடியவில்லை. 'உருப்படாமல் போவாய்' என்று அவர் சாபமிட்டதை நினைத்து சொண்டுக் குள் சிரித்தாள். கணவனின் உதட்டில் ஒரு பக்கத்தில் சிகரெட் தொங்க, மறுபக்கத்தில் வெண்புகை நூலாக எழும்பிய காட்சி பார்ப்பதற்கு அவளுக்கே பெருமையாக இருந்தது. வீடு போய்ச் சேரும்வரைக்கும் சிகரெட் முடியக்கூடாது என்று பிரார்த்தித் தாள். 'போகும் வழியில் அம்மாவைப் பார்த்துவிட்டு போகலாம்' என்றாள். மறு பேச்சில்லாமல் கணவன் காரைத் திருப்பினான்.

காலையில் வாசலில் கார் வந்து நின்றதும் அயல் வீட்டுச் சனங்கள் காரை சூழ்ந்து கொண்டார்கள். சிறுவர்கள் உள்ளுக்கு எட்டி எட்டிப் பார்த்தார்கள். கணவனை வரவேண்டாம் என்று கண்களால் சைகை காட்டிவிட்டு இறங்கி, பொற்கிரீடம் விழுந்துவிடும் என்பதுபோல் தலையை உயர்த்தி வீட்டினுள்ளே புகுந்தாள். தூங்கிய தங்கச்சியைக் காலால் தட்டி எழுப்பி சிவப்புக் கல் அட்டியலைப் பறித்துத் தானே அணிந்து கொண்டாள். கனகசுந்தரியின் தாயும் தகப்பனும் பின்னாலே தீக்கோழிகள்போல ஓடி வந்தார்கள். அவள் திரும்பிப் பார்க்க வில்லை. ஒரு வார்த்தை பேசவும் இல்லை. நீச்சல்காரர் தண்ணீரைக் கிழிப்பதுபோலச் சனங்களைப் பிளந்துகொண்டு போய் கார் முன் சீட்டில் ஏறி அமர்ந்து ஒருநாள் புருசனிடம் 'காரை எடுங்கள்' என்று உத்தரவிட்டாள். பின்னர் கண்ணாடி வழியாகப் பார்த்து நீண்ட வெள்ளைக் கையுறை அணிந்த எலிஸபெத் மகாராணி செய்வதுபோலக் கையை அசைத்தாள். கார் கிளம்பியதும் அதைத் தொடர்ந்து சிறுவர்கள் ஓடினார்கள். கார், அது கிளப்பிய புழுதியில், மறைந்தது. சிறிது நேரத்தில் சிறுவர்களும் மறைந்தார்கள்.